द पेज थ्री मर्डर्स

लेखक
कल्पना स्वामीनाथन्

अनुवाद
निर्मला मोने

मेहता पब्लिशिंग हाऊस

✆ +91 020-24476924 / 24460313 / Mob. No. 9545000513

Email : production@mehtapublishinghouse.com

Website : www.mehtapublishinghouse.com

◆ *या पुस्तकातील लेखकाची मते, घटना, वर्णने ही त्या लेखकाची असून त्याच्याशी प्रकाशक सहमत असतीलच असे नाही.*

THE PAGE 3 MURDERS by KALPANA SWAMINATHAN

First Published in 2006 by Roli Books, Delhi.

Translated into Marathi Language by Nirmala Mone

द पेज थ्री मर्डर्स / अनुवादित कादंबरी

अनुवाद : निर्मला मोने

Email : author@mehtapublishinghouse.com

मराठी अनुवादाचे व प्रकाशनाचे हक्क : मेहता पब्लिशिंग हाऊस, पुणे ३०.

प्रकाशक : सुनील अनिल मेहता, मेहता पब्लिशिंग हाऊस,
१९४१, सदाशिव पेठ, माडीवाले कॉलनी, पुणे - ४११०३०.

मुद्रक : पार्कसन्स ग्राफिक्स

मुखपृष्ठ : चंद्रमोहन कुलकर्णी

प्रकाशनकाल: ऑगस्ट, २००८ / पुनर्मुद्रण : जून, २०१७

किंमत : ₹ २५०

P Book ISBN 9788177669657

माझ्या आई-वडिलांच्या
लग्नाच्या पन्नासाव्या वाढदिवसाच्या निमित्ताने

पात्र परिचय

फेलिक्स रेगो : खाद्यवार्ताहर

आमच्या खाद्यवार्ताहराच्या आसुसलेल्या स्तंभाला खुनाची जात्याच आवड आहे.

अलिफ बे : बुद्धिमान

त्याच्या जोडीदाराने मातीचे पाय दाखवताच हिंसक बनणारा...

रफीक खान : नर्तक

याचं शिवतांडव उत्पात घडवतं. पुढच्या वेळी तरी व्यवस्थित कार्यक्रम करणं याला जमेल?

डॉ. हिला ड्रायव्हर : यजमानीण बाई

भूतकाळातील कडवटपणा काढून टाकण्यासाठी खरं तर या शानदार पार्टीचं प्रयोजन; पण कुठंतरी काहीतरी भयंकर चुकतं...

चिली : एक मॉडेल

मुलींना त्वचा सतेज ठेवायची म्हणून जीवनसत्वाच्या गोळया चांगल्याच नाहीत का? फक्त, यावेळी त्या तिच्यासाठी जीवननाशक.

तारक घोष : स्वयंपाकी

हा फुटपाथवर राहणारा माणूस पाकशास्त्रातील अंतिम शब्द बनून, आपल्या पाक-कौशल्याचा उपयोग करून, पाहुण्यांची गुपितं बाहेर काढतो आणि मग एकेका पाककृतीनं त्यांचे वाभाडे काढतो.

लोला लव्हिना : खमकी

बळी ठरून पुढे बळी घेण्याची सुरुवात करणं हा नैसर्गिक प्रवास; पण या बाईने त्या पलीकडे बघण्याचा प्रयत्न केला.

रमोना : सळसळती युवती

स्वप्नांना प्रत्यक्षात भेटण्याची हिच्यासाठी ही पहिली संधी. अर्थात त्यात हत्या येऊच शकत नाही.

उज्ज्वला साने : मानभावी स्त्री

पुरुषांना दावणीला बांधू शकते, पण स्वयंपाकी हा तिच्या मते सभ्य पुरुष नाहीच.

लल्ली : कर्तव्यदक्ष गुप्तहेर

ही औत्सुक्यप्रधान कारणं गोळा करते. ह्या सप्ताहाअखेरीस तर प्रत्येकच बाब अधिकाधिक उत्सुकतामय बनत जाते.

निवेदिका :

ही स्वत: वेड्यासारखी अनिवार प्रेमात पडून, आहे ते वातावरण अधिक गुंतागुंतीचं करून टाकते.

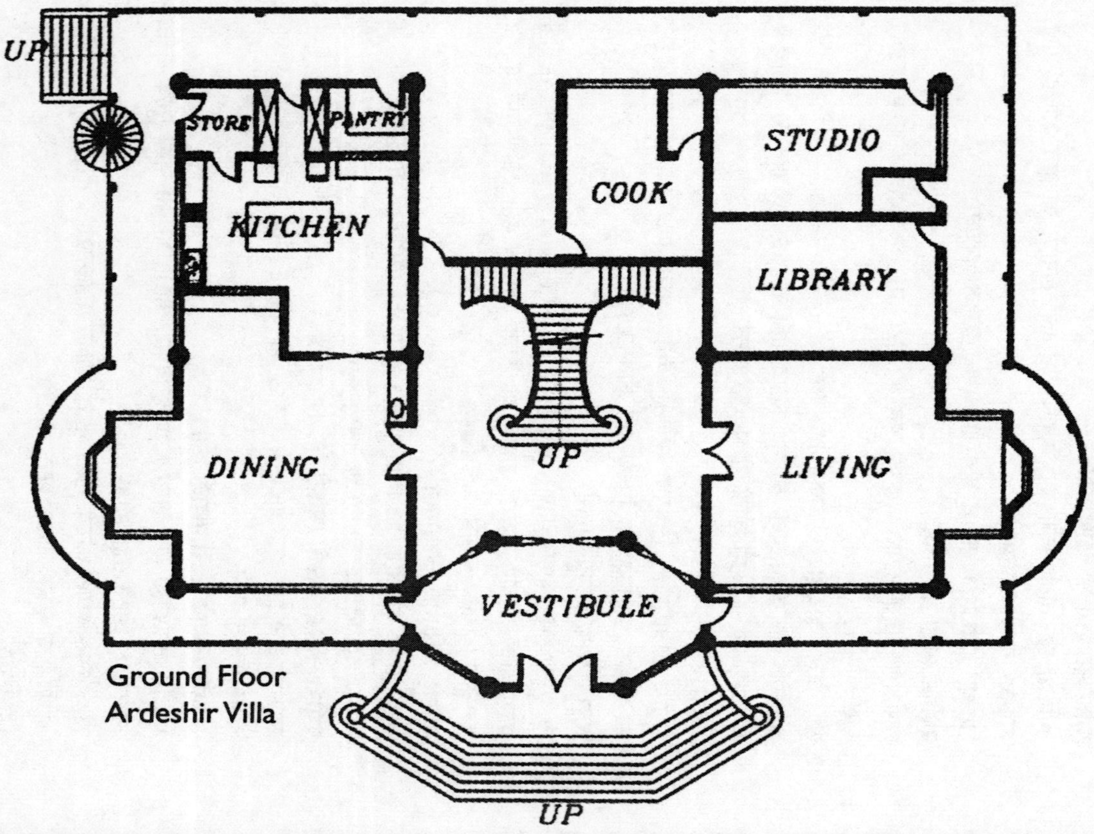

Ground Floor
Ardeshir Villa

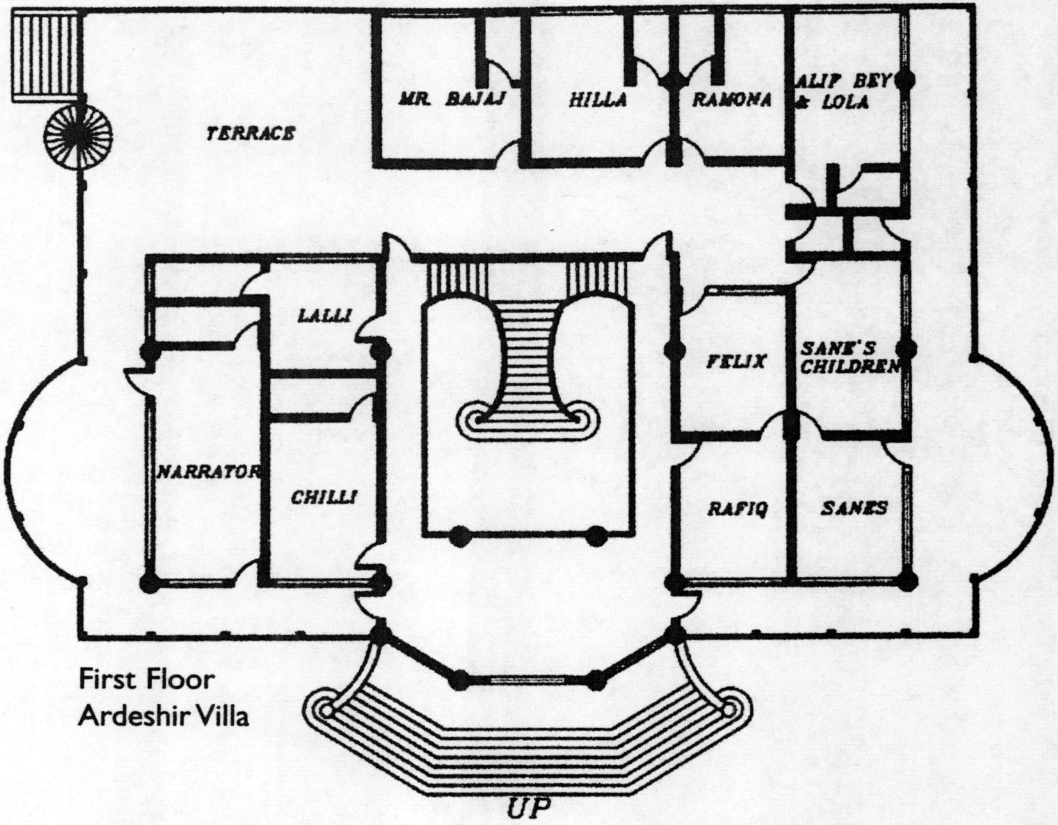

First Floor
Ardeshir Villa

१

माझी सगळी सकाळ प्रेताच्या सान्निध्यात गेली आहे आणि ते प्रेत बागेतल्या दगडी बाकावर उन्हात भाजत पडलंय.

एका वर्षापूर्वी, एक बारकंसं कथांचं पुस्तक लिहून मिळालेल्या बेताच्या यशामुळे मी कादंबरीलेखनाकडे मोर्चा वळवला होता. एक नोकरी सुटून दुसरी मिळण्यामधला काळ होता तो.

"तुमचं वय आता बत्तीस वर्षांचं आहे. लेखनात तुमची गती यथातथाच आहे." माझा स्पष्टवक्ता प्रकाशक मला म्हणाला होता. "आयुष्याचं काय करायचं ते आत्ताच ठरवलं नाहीत तर पुढची तीस वर्षं तुम्हाला शाळाकॉलेजातल्या सुमार बुद्धीच्या पोरांना मृत कवी शिकवण्यात घालवावी लागतील."

मला त्याचा द्वेष, तिरस्कार वाटला पण दुर्दैवानं त्याचं बरोबर होतं. "तुमच्या बुद्धीला, आत्म्यालाच खरं तर, चांगल्या दुरुस्तीची गरज आहे." तो काहीशा आनंदानंच म्हणाला होता. माझ्या बुद्धीला गळती लागलीय हे कळायला मला एक वर्ष आणि हजार शब्द लागले होते. त्याची दुर्गंधी माझ्या पुस्तकालाही येत होतीच.

आज सकाळी ते पुस्तक घेऊन मी घराबाहेरच्या मोकळ्या हवेत बसले होते. हेतू हा की ताज्या हवेत वाचण्याचा काही उपयोग होईल. अंहं! पुस्तक चांगलं होतं पण मृत. ताज्या हवेनं काही त्यात जान येणार नव्हतीच.

आता नीट पहिल्यापासून सांगते.

माझी नोकरी, माझा प्रियकर आणि माझं वाचनालयाचं सभासदत्व सगळं फक्त चोवीस तासांत मी घालवून बसले होते. अनैसर्गिक आपत्तींच्या इतिहासात हे एक रेकॉर्डच असावं. कनिष्ठ अध्यापकानं करायची सर्वांत वाईट गोष्ट म्हणजे कॉलेजातल्या बदनाम विद्यार्थ्याची बाजू घेणं. सकाळी साडेनऊ वाजता मी तेच नेमकं स्टाफरूममध्ये केलं. कॉलेजातल्या सगळ्या तोंडपुज्या आणि ते सुध्दा दुहेरी राजकारण खेळणाऱ्या

द्व्यर्थी बोलून सूक्ष्म हेटाळणी करणाऱ्या कसलेल्या खेळाडूंसमोर,

पण सर्व प्रोफेसर्सनी मिळून दिलेल्या वागणुकीत सौम्य असं काहीच नव्हतं. दिवस फुटण्यापूर्वीच मला त्याचा तडाखा बसला.

तो सारा आठवडाभर मला मेमोवर मेमो पाठवून कॉलेजनं बेजार केलं होतं. तासावरून बोलावून घेतलं जायचं. वाचनालयात माझ्या नावावर पुस्तकं द्यायला नकार दिला गेला होता. मला भेटायला विद्यार्थ्यांना बंदी केली होती. स्टाफरूममध्ये मी पाऊल टाकताक्षणी ती रिकामी व्हायची. शुक्रवारी या शल्यक्रियेवर शेवटचा हात फिरला.

अकरा वाजता माझ्या प्रियकरानं मला सांगितलं की आपल्याला श्वासोच्छ्वासाला त्रास होतोय. म्हणजे मी जिथं श्वासोच्छ्वास करतेय तिथं श्वास घेणं त्याला अशक्य झालं. बरोबरच होतं म्हणा. त्याला त्याचा डॉक्टरेटसाठीचा प्रबंध सादर करायचा होता.

साडेअकरा वाजता मला वधस्तंभाकडे नेण्यात आलं. डोळे न बांधता. प्रा. संदेहांच्या टेबलावर माझ्या पदच्युतीचं पत्र पडलं होतं. अजून त्यावर त्यांची सही झाली नव्हती. प्लॅस्टिक बॉलपेन्सच्या चळतीवरून त्यांचा हात फिरत होता. लाल की हिरवं घ्यावं? पण मग त्यांनी तिकडं दुर्लक्ष केलं.

त्यांचा हात त्यांच्या पर्सकडे गेला. माझ्या मनात आशेचा एक किरण तेवढ्यात चमकलाच.

काळ्या पेनचा एक क्रूर फटकारा आणि सारं संपलं. जळमटलेली माझी करिअर सोडवून घेऊन मी बाहेर आले.

दुपार होण्यापूर्वीच मी माझ्या वस्तूंसाठी खोलीवर गेले. माझी सारी पुस्तकं नाहीशी झाली होती. *सगळीच्या सगळी.*

आता करिअर आणि प्रियकर दुसरे मिळाले असते, पण पुस्तकं? वाचनालय? अंहं. प्रियकरानंच पुस्तकं नेली होती हे निर्विवाद. आम्ही एकत्र अभ्यास करीत होतो ना?

पुढच्या चोवीस तासांत मी एक नवा टाईपरायटर, एक पत्ता आणि एक आत्या एवढी कमाई केली. आज एक वर्ष झालं ह्या गोष्टीला, पण तिन्ही गोष्टी माझ्याजवळ आहेत.

टाईपरायटर आहे ब्रदर पोर्टेबल कंपनीचा. यातल्या मोठ्या 'टी' ला छापल्यावर एक वाकडं शेपूट फुटतं. निष्कारणच.

पत्ता आहे– ४४ उत्कर्ष, आदर्श रोड, विलेपार्ले, पूर्व.

आणि आत्या म्हणजे लल्ली.

आधी सांगायला हवं की ही आत्या रक्ताच्या नात्याची नव्हे. तिचं आतेपण

अपघातीच. माझ्या वडिलांनी हल्लीच, अनेक कारणांनी, गरजांनी आमच्या वंशवृक्षावरून कष्टांनी शोधून काढलेलं.

त्या दुपारी मी, प्रियकर, नोकरी आणि पुस्तकं सारं घालवून घरी पोहोचले तेव्हा माझं कुटुंबही छिन्नविच्छिन्न झालेलं मला आढळलं. दुसऱ्या दिवशी सकाळी लल्ली आली. ती नेमकी कोण होती, कुठून उगवली, माझ्या भांबावलेल्या आईवडिलांना तिचा एवढा आधार का वाटला, याची मला काहीच कल्पना नव्हती. मीही भांबावलेलीच होते; त्यामुळे घरातली त्यांची परिस्थिती मी नीटपणे समजून घेण्यापलीकडचीच होती.

पण आता मी सांगू शकतेय. एवढंच पुरे की लल्लीच्या येण्यानं त्यांच्याइतकीच मलाही स्वस्थता वाटली. माझ्यापुरतं सांगायचं तर माझ्या आयुष्यातल्या आताच्या चढउतारांबद्दलच्या तिने दाखवलेल्या पूर्ण अनास्थेमुळेच मला अधिक स्वस्थ वाटलं. सगळं स्थिरस्थावर झाल्यावर माझे शांत झालेले आईवडिल पुन्हा लोणारला त्यांची गुलाबांची शेती करायला निघून गेले आणि मी लल्लीबरोबर तिच्याकडे आले.

आमच्या डोक्यावरचं छप्पर एक होतं एवढंच काय ते, बाकी ती तिच्या जगात, मी माझ्या. आम्ही एकमेकींच्या तंगडीत तंगडी घालायची नाही हे न बोलताच ठरलं होतं. वर्षभरात एकमेकींविषयी पूर्णत: उदासीनतेपासून एकमेकींना चालवून घेण्याइतपत आमची प्रगती झाली. तरी उद्या कधी मी लल्लीच्या घरातून बाहेर पडेन – तसं ते शक्य तितक्या लवकर पडायला हवंच आहे – तेव्हा लल्ली आयुष्यात नसल्याने जितकं मला चुकल्याचुकल्यासारखं वाटेल तितकं आणखी कशानंच नाही एवढं नक्की, हे जाणवूनच मला घाबरल्यासारखं होतं. किती कमी माहिती आहे मला तिची. तिचं वय त्रेसष्ट वर्षं, उंची साडेपाच फूट, वजन बाथरूममधल्या वजनकाट्यानुसार एकशेदहा पाऊंड, नटीसारखा चेहरा, म्हणजे रेषांनी भरलेला, हलता, भावनादर्शी, आणि शोधक,काळे डोळे प्रसंगी त्यातून प्रकाशाचा किंवा ज्वाळेसारखा झोत बाहेर पडतो. केस म्हणजे जणू रेशमी पांढरा फेसच. हिंडतानाही कमीत कमी हालचाल, त्यातली शिस्त कळेपर्यंत डौलदारच वाटणारी. त्यानंतर तिचा ताठ लोखंडी ठामपणा, चपळाई, लवचिकता. तिचे पंजे चौकोनी, आश्चर्य वाटण्याइतके कडक. सतत वाचनात वेळ घालवणाऱ्या स्त्रीच्या मानाने तर फारच.

मी तिच्याबरोबर इथं येईपर्यंत बहुतेक ती एकटीच राहत होती. मी विचारलं नाही कधी, पण तिनं लग्न केलं नसावं. तिचं आता जसं आयुष्य घालवताना ती दिसते त्याहून बरंच गर्दीचं, गोतावळ्याचं आयुष्य तिच्या आत असावं आणि या दोन्हींचा एकमेकांशी काही संबंध नसावा. कित्येकदा संध्याकाळी कुठल्याशा अपेक्षांनी ती अगदी चिडचिडल्यागत होई. मी ते पाहूनच चकित होत असे. पण हे असं थोडाच वेळ. लगेच ती वर बघे. दूरवरून येणारा पावलांचा आवाज किंवा गाण्याची

लकेर लक्षपूर्वक ऐके. डोळ्यांतली ती तेजाची रेघ अंधूक होई आणि डोळे आत वळत. काही बघत नसल्यासारखे.

आमच्या दिवाणखान्यात भेटायला येणाऱ्यांचा ओघ सतत वाहता असे. सुरुवातीला त्यांचं वैचित्र्य पाहूनच मी दिपून जाई. ते केव्हाही येत. कधी दिवसभर थांबून राहत. कसल्यातरी तंद्रीत असल्यासारखे. जेवायला खायला दिल्यावर अतिशय नम्रपणे वागत. कधी लल्लीने कठोरपणे, "कृपया निघा आता" असं म्हटल्यावर ताडकन उठून रस्ता सुधारत. वास्तविक ते बहुधा उंची पोशाखातले, पैसेवाले असल्यासारखे वाटत.

'उत्कर्ष' मधल्या माझ्या पहिल्या आठवड्यात अशाच एका अभ्यागताला मी दार उघडलं. लल्लीची त्यानं अपॉइंटमेंट घेतली होती म्हणे. त्याचं नाव सुरेंद्रनाथ शहा. कुणाचा तरी फोन आला म्हणून लल्ली बाहेर गेली होती. मी त्याला पाण्याचा ग्लास भरून दिला आणि चहा की कॉफी घेणार ते विचारलं. त्याला पेपर दिला वाचायला आणि माझ्या टाईपरायटरकडे वळण्याआधी त्याची चौकशी केली.

श्री. शहा ज्योतिषी होते. हा व्यवसाय त्यांच्या घरात वडिलार्जितच होता. लल्ली परत येईपर्यंत आम्ही इजिप्तमधल्या ज्योतिषविषयक खुणांसंबंधी विवेचनात पूर्ण बुडून गेलो होतो. ती आल्यावर मी नाइलाजानं थांबले.

तो गेल्यावर मी लल्लीकडे त्यांची भाकितं कितपत विश्वसनीय आहेत हे विचारलं.

"त्याच्या भाकिताचं नाही माहीत, पण माझी कितपत खरी ठरतायत ते बघायचंय मला." आत्याबाई उद्गारल्या.

मी थक्क. आकाशातल्या ताऱ्यांच्या शक्तीवर लल्लीचा विश्वास नव्हताच म्हणजे!

"मला वाटतंय की तो लवकरच शरण येईल" आणि लल्ली एकदम म्हणाली,

"तुमचं दोघांचं बरंच बोलणं झालेलं दिसतंय."

"त्याला इजिप्तच्या सांकेतिक खुणांत बराच इंटरेस्ट दिसला."

"त्याला नव्हे, *तुला.*"

"आहे. अगं मला आहेच. पण मला माहीत काहीच नाही. त्याचा अभ्यास आहे."

"पण आधी इजिप्तपर्यंत पोहोचलीस कशी तू? नेमकी कशी सुरुवात झाली?" तिचा सूर उगीचच उपरोधिक वाटला. बिचारा शहा अगदी गोगलगाय वाटला होता मला. थोडा गचाळ, गावंढळ, पण शंभर टक्के 'बिच्चारा!'

"तो ज्योतिषी आहे, त्याच्या घराण्यात सहाशे वर्षं चालत आलंय ज्योतिष सांगणं." मी ठसक्यात म्हटलं.

“आणि हे त्यानं तू दार उघडताक्षणी तुला सांगितलं?”

“मी त्याला पाणी दिलं, पेपर दिला आणि मग गप्पा मारताना त्यानं हे सांगितलं.”

“अरे वा. तुझ्या कॉफीचा दुसरा हप्ता झाल्यावर पेपर जस्सा टाकला होतास तस्साच दिलास ना?”

“तुला कसं...?”

“ते जाऊ दे. म्हणजे ती शहर आवृत्तीची पुरवणी. दुसऱ्या पानावर उघडलेल्या वर्तमानपत्राची उभी घडी. *‘आजचं भविष्य’* खाली कॉफीच्या कपाचा डाग आहेच.”

मी काहीतरी निषेधाचं बोलणार इतक्यात मला ती पेपरची घडी, त्यावरचा कॉफीचा डाग सगळं दिसलंच. मी तोंड बंद केलं.

“पण ते तेवढंच नाही. तुला त्या इजिप्शियन आकृतीची चिंता पडली होती गेला आठवडाभर, तुझ्या नव्या कादंबरीत त्याचा कसा कुठे उपयोग करता येईल यासाठी. काल तू पिरॅमिडमधला एक प्रवेश घालण्याच्या विचारात होतीस. आज सकाळपासून तुला स्फिंक्सबद्दल जवळीक वाटायला लागली. हे सगळं काय *दाखवतं?*”

“अगं पण कसं काय? त्याला काय माझ्या मनातलं वाचता येतंय?”

लल्ली हसली. “त्याला आसपासचं दिसतं. तूच बघ.”

मी बघितलं, पण मला काहीच दिसलं नाही.

“पुस्तकांच्या मांडणीकडे बघ.”

हे सोपं होतं. तिथून नजर *हलतच* नव्हती. बाकीच्या खोल्यांना भिंती आहेत. पण लल्लीच्या हॉलमध्ये पुस्तकं होती. छतापर्यंत. तिथे पायऱ्यांची शिडी अत्यावश्यक.

“तू शेवटचं पुस्तक कुठलं वाचलंस सांग? सोपंच आहे म्हणा.”

मग माझ्या लक्षात आलं. एक जाड लाल पुठ्ठ्याचा ग्रंथ शिडीच्या पायरीवरून थोडा बाहेर डोकावत होता. खालून त्याचं नाव वाचता येणं कठीण होतं पण पुस्तकाच्या कण्यावरची फॅरोहाच्या कबरीची नक्षीदार भूमिती डोळ्यांत भरत होती. मी ते पुस्तक काल संध्याकाळी वाचत होते.

“एवढं काही चटकन कळण्यासारखं नाही.” मी म्हणाले, “आधी ते नॉर्मन मेलरचं पुस्तक आहे. *‘एन्शन्ट इव्हिनिंग्ज.’* श्री. शहा काही नॉर्मन मेलरचे वाचक असतीलसं नाही वाटत. शिवाय ते पुस्तक मीच वाचत असेन कशावरून? ती तूही असू शकतेस.”

“हो ना. मीही असू शकते. पण दुसरा पुरावा म्हणजे पेपरात कोड्याशेजारी पेन्सिलनं चौकट आखून तू ते शब्द तिथे लिहून ठेवलेत. तू दार उघडलंस तेव्हा तो पेपर तुझ्या हातात असणार. श्री शहांनी त्यावरून तुला प्राचीन इजिप्तमध्ये रस

असणार असा निष्कर्ष काढला तर तो तर्कसंगतच आहे आणि ते मेलर वाचत नसतील असं तरी तुला कशावरून वाटलं?''

''एवढं काही त्यांच्या लक्षात आलं नसेल. असं लगेच कुणालाच नाही कळत.''

''मला कळतं.''

''तुला गुन्हाच दिसतो सगळीकडे.''

''शहांना पण, तो लग्न होऊनसुद्धा दुसरीच्या मागे लागलाय आणि त्याच्या बायकोचा शोध घेण्याचं काम त्यानं माझ्यावर सोपवलंय. मला वाटतं त्यानंच खून केलाय तिचा.''

मी हसले.

पण तिचं तोंड पाहिल्यावर गप्प झाले. ती चांगलीच गंभीर दिसली.

''जरा थांब.'' मी हळूच म्हटलं. ''काय म्हणालीस? तुला त्यानं त्याच्या बायकोचा शोध घ्यायला सांगितलंय? तू कोण आहेस? हरवलेल्या व्यक्तींचा शोध घेणारी संस्था?''

''आणखीही बरीच. मी संशयास्पद गोष्टी साठवून ठेवते. मी शहांच्या बायकोचा शोध घ्यायचं कबूल केलं कारण मला तेच संशयास्पद वाटले.'' एव्हाना माझा जबडा जास्तीत जास्त वासला गेला होता. तरी एक प्रश्न होताच. ''पण का?''

''तुझ्या आवडीनिवडीचं संशोधन करण्याचा त्रास त्यानं का घेतला असावा?'' लल्लीनं थोडं दुष्टपणे हसत विचारलं.

मी खांदे उडवले. सुरेंद्रनाथ शहांना थोडा वेळ मिळाला असता तर त्यांनी आपला व्यवसाय कुंडलीपासून कुंडलिनीपर्यंत वळवला असता.

त्यानंतर काही काळ लल्लीच्या पाहुण्यांची मला काळजीच वाटत राहिली. पण हळूहळू हा माझा कंटाळा गेला. आज त्यांच्यापैकी कितीतरीजण नामवंत उचले, खोटारडे, पाकीटमार, कुणी तर दुसऱ्यांचंच नाव सांगून लुटणारे माझ्या चांगल्या माहितीचे झालेत. शहांविषयी बोलायचं तर ते शिक्षेची वाट पाहताहेत. त्यांची हरवलेली बायको सहज सापडली. एका ट्रकमध्ये आंब्यांच्या नीट रचलेल्या अढीखाली निर्यात होताना गाठली तिला. आंब्यांबरोबर तीही पिकत होती बिचारी.

खुनाच्या फायली दर आठवड्याला घरी येत. लल्लीनं गेली तीस वर्षं पोलिसांत काढली होती हे मला कळायला जरा वेळच लागला. माझी स्त्री पोलिसाची प्रतिमा अशी नव्हती, अगदी रक्तलांच्छित गुप्तहेराची देखील. मला माझ्या या आतेचा गौरवशाली भूतकाळ आणखी एका अशाच प्रसंगातून अनपेक्षितपणेच कळला.

यावेळी गणवेषातला एक पोलीस खांद्यावर रंगीबेरंगी फितीचं इंद्रधनुष्य लावून आला. तोंडावर आकर्ण हसू. दार उघडल्यावर मला पाहून अपेक्षित स्वागत न झाल्यानं ते बरंचसं आटलं. ''लल्लीला जरा बोलवा.'' तो तुटकपणे म्हणाला. ''ती

घरात नसेल तर मी थांबतो.'' असं म्हणून मला कळायच्या आत तो तडक जाऊन सोफ्यावर पसरला.

मी माझा आवाज शक्यतोवर शांत ठेवण्याचा प्रयत्न केला, तरी माझ्या स्वयंसेवी संस्थांमधील मित्रमंडळाकडून ऐकलेल्या पोलिसांनी केलेल्या छळाच्या कहाण्या माझ्या मेंदूत धिंगाणा घालू लागल्या. ''आत्याशी काय काम आहे तुमचं?'' मी खेकसले. ''तुम्ही तिला असा त्रास देऊ शकत नाही. आम्हाला आमचे हक्क पूर्णपणे कळतात. सभ्य माणसांच्या घरात गणवेषातले पोलीस पूर्वसूचना दिल्याखेरीज घुसू शकत नाहीत.'' *पूर्वसूचना* म्हणताना मला खूप छान वाटलं. नेमका शब्द आठवला म्हणून. एकीकडे ऐनवेळी माझ्या मदतीला कोण धावून येऊ शकेल याची मनात यादी मी करीतच होते. मला नेमके योग्य शब्दही बोलायला सापडत होते. मला याला रोखून ठेवणं जमेलसं वाटलं. पण माझं वक्तृत्व फुकटच गेलं. तो प्राणी ऐकतच नव्हता. अंगात आल्यासारखा तो आपल्या सेलफोनची बटणं दाबत होता. बहुतेक अधिक कुमक मागवीत असावा. पण नाही. त्यानं सेलफोन माझ्या हाती दिला. ''मी अजून कुलाब्यालाच आहे.'' लल्लीचा आवाज. ''अजून तासाभरापेक्षा जास्तच वेळ लागेल मला घरी पोहोचायला. बाळूची काळजी करू नकोस. तो नाही तुला त्रास द्यायचा. माझ्या मुलांपैकी आहे तो.''

बाळू! मी डोळे बारीक करून वाचलं. त्याच्या गणवेषावरच्या प्लॅस्टिक पट्टीवर 'बाळकृष्ण जाधव' असं लिहिलं होतं. माझ्याकडे पाहून त्यानं दंतपंक्ती दाखवली. 'गणवेषातले पोलीस त्यांच्या सहकाऱ्यांना ते निवृत्त झाल्यावरही घरी भेटू शकतात.'

''मी... मी... मला माहीत नव्हतं लल्ली पोलिसात होती ते...'' मी चाचरत मूर्खासारखं सांगितलं.

''शाबास! तुम्हाला रामायण रामाबद्दल असल्याचं माहीत होतं?'' तो हसला. हातातली जाड फाईल त्यानं कॉफीटेबलवर ठेवली. ''पाहिलीत केवढी जाड आहे ती? लल्लीनं आता पाहिली नाही तर आणखी जाड होईल.''

थोड्या तंद्रीतच मी ती फाईल उघडली.

आणि घाईनं बंद केली

मला बसणं आवश्यक होतं. ग्लासभर पाणीही हवं होतं प्यायला.

आम्ही एकमेकांची माफी मागितली. ''माफ करा. मी फाईल उघडायला नको होती.'' ''नाही. चूक माझीच आहे. मीच तुम्हाला थांबवायला हवं होतं. त्यातलं सगळं धक्कादायकच आहे.''

तसं ते होतंच.

फायलीत फोटो होते. भयंकर उबग आणणारे. सगळ्यात वाईट म्हणजे मी

चेहरा ओळखला होता. गेल्याच आठवड्यातल्या वर्तमानपत्रांत पहिल्या पानावर मी तो पाहिला होता. मुंबईतल्या इतर सतरा लाख व्यक्तींप्रमाणेच.

सारिका दोशी. वय वर्षे सोळा. स्वतःच्या सुरक्षित घरात दिवसाढवळ्या तिचा खून झाला होता. त्या खुनानं सारं शहर सुन्न झालं होतं. पेपरमध्ये फोटोही आला होता. शेजारी दोन कॉलम भरून मुलाखती. अशा लोकांच्या, की जे ती किंचाळली असली, तरी ऐकण्याच्या अंतरापेक्षा दूर होते (*'ज्येष्ठ नागरिकांचे खून नेहमीच होत असतात, पण तरुण मुलीच्या मृत्यूकडे दुर्लक्ष करता येत नाही.'* ही एका बातमीची सुरुवात.)

फोटोतला चेहरा परीसारखा असला तरी तिच्या शरीरावरचे अनन्वित अत्याचार त्यामुळे लपत नव्हते. आता मला सारा तपशील आठवला.

लोखंडी डंबेल्सनी तिला ठेचलं होतं आणि सुऱ्याचे अगणित वार तिच्यावर केले गेले होते. दोन्ही शस्त्रं तिच्याच घरातली. तिच्या वडिलांना व्यायामाचं वेड होतं. रोज डंबेल्स घेऊन व्यायाम करायचे ते. सुरी तर स्वयंपाकघरातली. मुलीनं स्वतःच खुन्याला घरात घेतलं होतं. त्याला हत्यारं सहज सापडली होती. सुरी सहज सापडण्यासारखी होतीच, पण डंबेल्सचं काय? प्रतिकाराचं कोणतंही लक्षण दिसलं नव्हतं. खून झाला तेव्हा मुलीचे आईबाप आपापल्या नोकरीला गेले होते.

अहवालात *अनेक जखमांचा* उल्लेख होता पण मुळात या निर्घृण घटनेत त्यांची गरज नव्हती. हा *संतापाचा, द्वेषाचा* उद्रेक होता. हे मात्र कल्पनेतही सोसवत नव्हतं. मी फाईल उघडली तेव्हा क्षणमात्र तो फोटो पाहतानाही त्या द्वेषाची धार मला जाणवली. माझ्या डोळ्यांतच घुसली ती. डोळ्यांपुढे अंधारी आली.

बाळकृष्णानं फ्रीजमधून मला ग्लासभर पाणी आणून दिलं आणि टीव्ही लावला. भारत आणि न्यूझीलंडमध्ये अहमदाबादला सामना चालू होता. द्रवीड आणि सौरव खिंड लढवीत होते. सौरवच्या डोळे दिपवणाऱ्या षट्कारानंही हलक्याशा चीत्काराशिवाय फारशी खुशी दिली नाही. ''फॉरेन्सिक रिपोर्ट.'' जाधव एकदम म्हणाला. ''हल्ली लोकांना प्रेतांची सवय झालीय. म्हणजे त्यांच्या फोटोंची. तुम्हीही डिस्कव्हरी चॅनेल, बॉडी फॉर्म हे सगळं पाहत असालच नं?''

'ते खरं नाही. दुसरीकडे कुठेतरी घडतं ते. हे इथं, शेजारच्या गल्लीत झालंय. देवा रे!' मला सांगावंसं वाटलं.

जाधवनं संतापानं फाईल दूर ढकलली. ''सगळा दिवस मी ह्या फोटोंकडे टक लावून बसलोय. नंतर घरी गेलो तर काय? पोरं जेवून पुन्हा बॉडी फॉर्म बघत होती.'' मी कल्पनेतच बघू लागले. जाधवची दोन किंवा तीन छोटी छोटी उत्सुक मुलं वरणभात खाता खाता पडलेले मुडदे मोजताहेत. ''इतके फॉरेन्सिक तज्ज्ञ, इतक्या परीक्षा, इतकी किमती साधनं. पण उपयोग काय?''

"हे सारं आपल्याकडे नाही?"

"आहे की! PCR आहे. STR हवा, तोही आहे. A to Z सारं आहे, पण उपयोग काय? DNA मॅच होत नाही. आज तर मला मेमो मिळालाय. आमचं बजेट संपलंय. तरी केसचा निकाल का नाही? म्हणून तर आलो मी इथं."

"इथं?"

त्यानं केसांची झुलपं सारून खेदानं माझ्याकडे पाहिलं. "मी तुमच्या आत्याला पहिल्यांदा भेटलो ना, तेव्हा मी तिला 'मॅडम' म्हणायचो. एक दिवस ती म्हणाली, बाळकृष्णा, मला नाव आहे. तुला वाचता येतंय ना? तिच्या ह्या पट्टीवर फक्त एक शब्द होता. 'लल्ली.' मला लाज वाटली. मी कसं 'लल्ली' म्हणायचं? हे तर पूर्ण नावही नाही, काहीतरी घरगुती लाडक्या नावासारखं नाही का? म्हणून मग मी म्हटलं. मॅडम, तुमचं पूर्ण नाव तरी सांगा, पण तिनं पुन्हा तेच नाव दाखवलं. मग मी बाकीच्यांना विचारलं. मी त्यांची फाईल बघितली. तिथंही तेच. आडनाव नाहीच. मग मला वाटलं तामीळनाडूत लोक गावाचं नाव, वडिलांचं नाव यांची फक्त आद्याक्षरं लावतात म्हणजे आर. सी. रामनाथन म्हणजे रायव्वाराम चंद्रशेखर रामनाथन. मराठी लोक कसं आपलं नाव, वडिलांचं नाव आणि मग आडनाव लावतात. पण तिथंही... छे... लल्लीच्या पुढेमागे आद्याक्षरंही नाहीत. पंचाईतच की. पण एव्हाना मीही त्यांना 'लल्ली' म्हणू लागलो होतो, पण बरं नव्हतं वाटत. एक दिवस मी फर्नांडीसना हे सांगितलं. ते खूप सिनीअर आहेत. ते हसले. म्हणाले, 'आम्ही तिला L.R. लल्ली म्हणतो. L.R. म्हणजे लास्ट रिसॉर्ट.' –शेवटचा प्रयत्न, हल्ली एखादी फाईल बंद करण्यापूर्वी आम्हाला एक जादा फॉर्म भरावा लागतो. अनधिकृतपणेच. कारण ती अधिकृतपणे निवृत्त झालीय. प्रत्येक फाईलमध्ये आम्ही न चुकता वर L.R. लिहून एक कोरा कागद जोडून ठेवतो."

लल्ली परत आली तेव्हा मी तिथून निघाले, पण तिनं मला थांबवलं. "तुला सहन होत असलं तर थांब."

"त्यांना नाही होणार. आत्ताच चक्कर येत होती."

लल्ली मध्ये पडली. "अनपेक्षित काही घडल्यावर चक्कर सहजपणे येतेच; पण ती थांबेल."

होय. लल्लीबरोबर थांबले तर कितीतरी निरुत्तर प्रश्नांना उत्तरं मिळू शकतील. बाळू, सारिका दोशी, फॉरेन्सिकबद्दल कितीसं कळलंय तुला?

"DNA मॅच झालेला नाही." बाळकृष्णानं उदासपणे सांगितलं. "बोटांचे ठसेही नाहीत. मारेकऱ्यानं हातमोजे घातले होते. डंबेल्सवर अपेक्षेप्रमाणे वडिलांच्या ठशांखेरीज काही नाही."

"आणि सुरी?" लल्लीनं विचारलं.

"काही नाही. धुतलेली स्वच्छ."

"मरणोत्तर तपासणी अहवालात बलात्काराचा पुरावा नाही. मला हे विश्वास ठेवायला कठीण वाटतंय."

जाधव थोडा अस्वस्थ झाला. "थोडा गोंधळ आहे. पॅथॉलॉजिस्टच्या अहवालात मयत मुलीला लैंगिक संबंधांची सवय होती असं म्हटलंय. गायनाकॉलॉजिस्टनंही मुलीनं मृत्यूपूर्वी संबंध केला असल्याचं सांगितलंय. पण फॉरेन्सिकचा रिपोर्ट नाही म्हणतोय. ते तर अगदी प्रगत तंत्रज्ञान वापरतात."

"म्हणजे आमच्या काळाच्या मानानं, होय ना बाळू?"

"दर आठवड्याला काही नव्या तपासण्या होत असतात. आता आम्हाला हे सगळं कसं कळावं? पण त्यांना शुक्रजंतू मिळाले नाहीत."

"हा बाप का मुलीचा? हल्लीचा आहे फोटो?"

"होय, होय. पोलिसांनी काढलेला. खुनानंतरचा."

"सारिका एकुलती एकच होती. तिच्या आईबापाचं वय काय असेल?"

बाळकृष्णानं हातातल्या वहीत पाहिलं. "पन्नाशीच्या आतच. लग्नानंतर बऱ्याच वर्षांनी ही मुलगी झाली. आता दोघंही पूर्ण ढासळून गेलीत. त्यांच सारं आयुष्य या मुलीतच गुंतलं होतं."

"सोळा वर्षांची शाळकरी मुलगी. सुरक्षित जीवन जगणारी, पण तरी लैंगिक बाबतीत अनुभवी."

"आईबाप ते नाकबूल करत आहेत. आई तर हिस्टेरिकच झाली आणि आम्ही पुरावे दिल्यावर वडीलही मारामारीवर उतरले."

"साहजिकच आहे."

लल्लीनं आईवडिलांचे फोटो टेबलावर ठेवले. "तुम्हाला बराच तपास करावा लागेल, पण उत्तर इथंच आहे. केस तशी सरळ आहे."

"सरळ? काही नाही आमच्याकडे. मुलीनं खुन्याला घरात घेतलं. ती त्याला ओळखत होती. कदाचित त्याची वाटच पाहत होती ती. खून पूर्वनियोजित आहे. खुन्यानं हातमोजे बरोबर आणले होते."

"नाही नाही. हातमोजे घरात होते."

"घरात नव्हते. कसे असतील? आणि असले तरी ते त्याला कसं कळणार?"

"तू आता फार महत्त्वाचं विधान केलं आहेस या केसमध्ये. बाळ्या, आता शोध पुरावे."

मी आणि बाळकृष्ण लल्लीकडे बुद्धूसारखे बघत राहिलो.

लल्लीनं एक सुस्कारा टाकला. "घरात हातमोजे नव्हते. *का बरं नव्हते?*"

मला कळलंच नाही काही. जुन्या पद्धतीच्या तीन खोल्यांच्या बिऱ्हाडात

हातमोजे ही न लागणारीच वस्तू आहे जवळजवळ. हां, आता घरातल्या कुणाला काही सांसर्गिक आजार असला किंवा बागेत मातीत काम करावं लागत असेल तर गोष्ट वेगळी!

"बाळू, तू त्या बापाचे हात पाहिलेस? मला वाटतं फॉरेन्सिकवाल्यांनीही पाहिले नसावेत."

"त्याचे हात? नाही बा."

लल्लीनं वैतागून आपले हात झटकले. "हातावर डाग होते? नाही ना? म्हणजे तो हातमोजे वापरीत होता. त्यानं एवढ्यातच केस रंगवले असावेत. हा फोटो घेण्याच्या थोडं आधी. तूच बघ आता. पंचावन्न वर्षांच्या प्रौढाला केस आणि मिशा रंगवण्याची आणि डंबेल्सने व्यायाम करायची एवढी काय जरूर होती? जरा त्याच्या मनात शिरण्याचा प्रयत्न कर आणि ते मोजे शोध. त्याचा 'मेडिकल' इतिहास बघ जरा. मग कळेल तुला की फॉरेन्सिकवाल्यांनी असा नकारार्थी अहवाल का दिला ते! सौ. दोशींशी बोलून बघ. बाळ्या! या जोडप्यानं सारिकाच्या जन्मापूर्वी मूल होण्यासाठी किती काळ प्रयत्न केले होते ते विचार. जरा सोळा वर्षांपूर्वीच्या काळात जा."

मला काही कळलं नाही, पण बाळकृष्ण जाधव धावतच घराबाहेर पडला. लल्लीनं पुन्हा सुस्कारा टाकला. "छे! या तांत्रिक गोष्टींवर या लोकांचाही किती अंधविश्वास असतो एकूण! अहवालावर अवलंबून राहायचं एवढंच. मग तो होकारार्थी असो की नकारार्थी, की संपलं. तपासणीत बलात्कारानंतर स्पर्म्स सापडले नाहीत म्हणे. का, सांग बरं?"

"का?" मी आज्ञाधारकपणे विचारलं.

लल्ली हसली. "तुला हे सारं विलक्षण वाटत असेल हे लक्षातच राहत नाही माझ्या. एक गोष्ट लक्षात घ्यायला हवी की बलात्कार करणाऱ्याचा किंवा जो कोणी तिच्याबरोबर असेल त्याच्या DNA चा पुरावा मिळाला नाही. म्हणजे स्पर्म्सचा काऊंटच कमी असू शकतो किंवा त्यानं संततिप्रतिबंधक शस्त्रक्रिया करून घेतली असेल..."

मी थबकले. "असंही असेल? तुला काय म्हणायचंय...?"

"लक्षात घे, सौ. दोशींना पहिल्यांदा दिवस जायलाही खूप काळ जावा लागलाय. मग ते कारण आधी शोधायला हवं."

"हे मात्र फार होतंय." मी पुटपुटले.

लल्लीनं खांदे उडवले. तिचा चेहरा दगडी झाला होता. "असं होतं अनेकदा."

पुढच्या आठवड्यातल्या वर्तमानपत्रांनी मंगेश दोशी प्रश्नांची उत्तरं देताना पोलिसांना सहकार्य करीत असल्याचं छापलं होतं. "त्यानं कबूल केलंय." बाळकृष्ण

म्हणाला. एवढ्यानं खरं तो संतुष्ट व्हायला हवा होता, पण छे, तो आणि सॅव्हिओ लल्लीकडे गंभीरपणे पाहत उभे होते.

"हे नाही चालायचं. तो सुटेल लल्ली." बिस्किटाचा तुकडा मोडत सॅव्हिओ जोरात म्हणाला.

"का बरं! तुम्हाला कबुलीजबाब मिळाला ना? आणखी काय हवं?" मी विचारलं. जरा जोरातच.

तिघांनीही माझ्याकडे पाहिलं. "कबुलीजबाब मिळालाय पोलीस कोठडीत. त्याचा फारसा उपयोग नाही." सॅव्हिओ.

हे फारच चमत्कारिक झालं. "ते हातमोजे शोध आधी. मग फॉरेन्सिक काय म्हणतात ते पाहू."

कालांतरानं हातमोजे सॅव्हिओने मिळवले, पण पुन्हा ते कुठे मिळतील हे लल्लीनंच सांगितलं.

सॅव्हिओ– तोही आता आमच्या घरातलाच एक झाला होता.

तो अधिकृतरीत्या इथं राहत नव्हता, पण असे चार दिवस काही ओळीनं गेले नाहीत की सकाळी उठून स्वयंपाकघरात जाताना त्याच्या तंगड्या कोचाच्या बाहेर ताणून तो निजलेला मला दिसला नाही. त्याच्या आकाराच्या माणसानं खरं तर सोफ्यावर झोपूच नये. जाधवच्या फाईलमध्ये ते फोटो मी पाहिले. त्याच सुमारास पंधरा दिवसांपूर्वी मी त्याला प्रथम भेटले होते.

सकाळी सहा वाजता अर्धवट झोपेत उठून स्वयंपाकघरात जातान त्या सोफ्याबाहेर आलेल्या पायांशी मी कडमडले. ही पहिली भेट. फारशी आदर्श नव्हे. मी किंचाळले, त्यानं उडी मारली. आम्ही एकमेकांकडे बघत राहिलो. तेव्हापासून भेटतोच आहोत.

सॅव्हिओ– सहा फूट दोन इंच, गच्च बांधा. गच्च हाच शब्द. म्हणजे ठासून भरलेला. कामाचा माणूस. आत्याच्या संपर्कात कसा, कधी आला, कल्पना नाही. पण आला तो चिकटलाच. मांजरीसारखा नीटनेटका आणि चपळ. कुठल्याही जागेचा अंदाज चटकन येणारा. आत्याच्या खूप उपयोगाचा. बाहेरच्या जगात तो इन्स्पेक्टर सॅव्हिओ डिसा. पण 'डिसा' लक्षातच नाही कुणाच्या आता. आम्ही एकमेकांच्या मार्गांत येत नाही; पण या केसमध्ये बरंच काही समजून घ्यावं लागत होतं सगळ्यांनाच. तसा तो बोलका नाही. आम्ही एकाच वयाचे– म्हणजे तेहतीस वर्षांचे. त्रेसष्ठ वर्षांच्या स्त्रीच्या आगेमागे राहण्यात त्याचा नेमका काय हेतू असावा ते मलाही कळत नाहीय. त्याचं स्वत:चं म्हणून काही आयुष्य असल्याचं दिसतच नाही, पण त्याऐवजी तो लल्लीकडे कधी कधी नखरे करून दाखवतो. तिच्या प्रकृतीची वगैरे काळजी घेतो. लल्ली त्याच्यासाठी खास बिस्किटं बनवते. मस्तच असतात ती. चविष्ट.

वेळोवेळी सॅव्हिओला भेटायला मुली दारात येतात. लल्ली त्यांना चहा देते. त्या सॅव्हिओबद्दल बोलायला येतात पण आल्यावर स्वत:बद्दलच बोलत राहतात. मग लल्ली मोठ्या खुबीनं त्यांना घालवते. "त्यांना फक्त कोणी तरी चांगला श्रोता हवाय." मी लल्लीला म्हटलं. "म्हणूनच सॅव्हिओ हवा असतो त्यांना. मला तरी दुसरं काही कारण दिसत नाहीये."

गेल्या महिन्यापुरती आमची सॅव्हिओपासून सुटका झाली. तो दूर ट्रेनिंगसाठी गेलाय. कसलं ट्रेनिंग? मी विचारलं लल्लीला तर ती म्हणते, सगळ्याचंच. स्वसंरक्षणाचं. मला हसू आलं. हा डोंगरमाणूस माणसात येतोय की काय? जाण्यापूर्वी त्यानं मी लिहीत असलेलं पुस्तक कुठपर्यंत आलंय याची चौकशी केली होती. मला आश्चर्यच वाटलं. मी असं काही करतेय हे त्याला माहीत असेलसं वाटलं नव्हतं. अर्थात तो वाचतोही, हे मला तरी कुठे माहीत होतं?

लल्ली म्हणजे वादळच. तिच्याबरोबर असताना तो नम्र, गप्प, सहनशील असे. मला कधी कधी वाटायचं की सॅव्हिओ या खून, बलात्कारांच्या बाबतीत थोडा कमी उदासीन असता तर मलाही या बाबतीत इतका रस वाटला नसता. त्याच्या चपट्या पावलांनी जमीन कधी सोडलीच नाही. किंकाळ्यांच्या बाबतीत तर त्याची कवटी पार साऊंडप्रूफ होती. तो रागाचा पारा उतरवायचा, उत्तेजित झालेल्यांना थंड करायचा. वळणं सपाट करायचा, स्वर्गाची त्याची कल्पनाही चारही बाजूंनी हवाबंद केलेली पेटी अशी असावी.

त्या संतबाबांच्या सनसनाटी केसमध्ये हेच घडलं. लल्लीनं त्याला अडकवणं हा चमत्कारच होता. प्रेसनं त्या केसची संपूर्ण माहिती काढण्यासाठी ठणाणा केला होता. पण सॅव्हिओनं तोंडही न उघडता त्याला बेड्या घातल्या होत्या. आणि ती वर्षा खोत खुनाची कथा? खोतांच्या घराच्या मागच्या अंगणातून प्रेत खणून काढलं तेव्हा समस्त संभावित पार्लेकरांच्या तिरकस मेंदूलाही मुंग्या आल्या होत्या. सॅव्हिओ तिथं रात्रभर खपत होता. तिथल्या वस्तू, झाडं हलवीत होता. पुन्हा दुसऱ्या जागी झाडं लावीत होता. दुपारपर्यंत बाग पुन्हा जशीच्या तशी. मी एकदाच त्याचं भान सुटलेलं पाहिलं. राजा रविवर्माच्या केसमध्ये. खुन्याच्या हातात बेड्या घालताना त्याला ते काम सुधरेनाच. त्यानं त्याची मनगटं इतकी वाकडीतिकडी केली की हाडं मोडल्याचा आवाजही आम्ही ऐकला.

आता अशा सगळ्या भाऊगर्दीत माझ्या पुस्तकातल्या पानांवर लक्ष एकाग्र करणं थोडं कठीणच होतं. शिवाय मला लल्लीवर अवलंबून तिच्या पदराला लोंबकळत फिरण्याची सवय लागली होती. शालेय जीवनाच्या पुस्तकी परिघातून मी बरीच दूर आले होते आणि माझी त्याबद्दल मुळीच तक्रार नव्हती.

माझा टाईपरायटर आठवडाभर गप्पच आहे हे लक्षात आल्यावर आज सकाळी

लल्लीनं विचारलं, "हं, तुझा तो खलनायक एव्हाना कुठवर आलाय घरंगळत?"

मी तोवर कडू कॉफीचा एक वाफाळता कप तयार करून घेतला होता. खणातून माझं हस्तलिखित काढून मी डोळे बारीक करून त्यावरून नजर फिरवली. शेवटी वैतागून, बंदिस्तपणाला त्रासून मी तरातरा घराबाहेर पडले नि धाडकन दरवाजा पाठीमागे लावून घेतला.

आत्ता, भर उन्हात कथेतल्या प्रेताची वाट कशी लावावी ह्या चिंतेत मी आहे.

हिरवळीवर बारीक पावसाचे तुषार शिंपडले आहेत.

ते प्रेत पावसात सडून वाहून जाऊ द्यावं आणि आपण तिथून चालतं व्हावं. त्यासारखी शहाणपणाची गोष्ट नाही. पाऊस कोसळणारच आहे आता. मळकट ढगांच्या गर्दीमागचा सूर्य चमकतोय. पाऊस खूपच कोसळेल. आमच्या बागेतही. दुपारपासून आहेच तो कमीअधिक. शब्द तेवढे भिजलेत पार.

मी तेच केलं. पाऊस आला तेव्हा मी पळत सुटले. खरं म्हणजे डोक्यावरचं एक ओझं उतरल्यामुळे हलकी होऊन वाहतच आले.

घरी पोहोचेपर्यंत माझा सगळा उत्साह वाहून गेला होता. व्यसनी माणसाला दारू हवीशी वाटावी तसा मला एकांत हवा होता. नशीब, घरी पोहोचेपर्यंत मला कुणाशी बोलावं लागलं नाही. चौकसराव ठिकाणावर नव्हते; तशी जादाच प्रेमळ फातर्फेकर मंडळीही. लिफ्टमधून बाहेर पडल्यावर मला माणसांचे आवाज ऐकू आले.

लल्ली परतली होती. मला सोबत होती.

ती हिला होती.

डॉ. हिला ड्रायव्हर ही लल्लीच्या मित्रमंडळापैकी माझी आवडती व्यक्ती. तसे सगळेच लक्षवेधक; पण फक्त शब्दार्थापुरते. हिला खरंच *छान* होती.

हिला बालरोगतज्ज्ञ होती. लल्लीहून वयानं थोडी लहान आणि शक्य तेवढी तिच्याहून वेगळी. ती तिच्या एका पेशंटसारखीच होती; गुबगुबीत, गोरीगुलाबी. कधी आनंदानं निथळणारी तर कधी दुःखीकष्टी. आज ती दुःखात होती. वेदनांनी तिचा आवाज चढला होता. ते थोडं विनोदीच वाटत होतं. "मी रडणार नाही." ती म्हणत होती.

मी खोलीत आले तेव्हा ज्या मोठ्या पुरुषी रुमालात तिनं तोंड खुपसलं होतं त्यातून वर पाहिलं.

"माझे काका, फ्रामरोझ गं! गेली चाळीस वर्षं एका भूतबंगल्यात इतरांपासून दूर त्यांनी गाडून घेतलं होतं स्वतःला. ते वारले. कुणाला कळलंही नाही. आता हा कुणाचा दोष?"

मी उत्साहानं ऐकू लागले. काहीतरी वेगळं ऐकायला मिळेल. हिलाच्या गप्पा

नाही तरी असतातच रंजक. या म्हाताऱ्या दुबळ्या काका-मामांकडे सांगण्यासारखं खूप असतं. या पारशाला तर गिधाडांनीच बोलावणं धाडलं असणार. शेजाऱ्यांनी दार फोडलं असेल तेव्हाच कळलं असावं.

"मला बोलावलं शेजाऱ्यांनी. मलाच का? कुटुंबीय होते मी त्यांची म्हटलं तर. अर्थात, तसे दोन पिढ्यांतले इतरही लोक होतेच की. मी तेव्हाच त्यांना हे सांगायला हवं होतं. पण नाही झालं माझ्याच्यानं."

"होतं असं." आम्ही म्हणालो. तिला तेच अपेक्षित होतं,

"होय ना. अरे देवा! त्यांनी सांगितलं की फ्रामरोझ वकील वारलेत तेव्हा हाच उद्‌गार निघाला माझ्या तोंडून. किती वाईट वाटलं मला."

"अगदी औपचारिकच." आत्या पुटपुटली.

"ते मरू दे गं; पण मूर्खपणाचंच. मी फोन ठेवूनच द्यायला हवा होता. आधी ऐकून तर घे. त्यांना मरून चार दिवस झाले होते. त्यांच्या कामवाल्या बाईला आधी कळलं हे. त्यांचा वकील मात्र अशा सुरात बोलत होता जणू ह्या उशिराला मीच जबाबदार आहे. त्यांची पुतणी होते ना? मला आधीच ह्याचा वास यायला हवा होता."

हिलाचा चेहरा काळवंडला होता. थोडावेळ ती आपल्या पायांची नखं न्याहाळीत बसली, पण तिनं डोकं वर केलं तेव्हा चेहऱ्यावर संताप होता तिच्या. तिनं खालच्या आवाजात बोलायला सुरुवात केली. हे तर तिच्या नेहमीच्या खिदळत्या स्वराहून फारच वेगळं वाटलं.

"फ्रामरोझकाकांबद्दल सांगू का? ऐका. परळच्या जुन्या चाळी कधी आतून पाहिल्यास? नव्या इमारती नव्हेत. जुन्या, कौलारू चाळी, खाली दुकानं आणि वरून चारी बाजूंनी फुगलेल्या, पडायला आलेल्या चाळी. अशा चाळीत वाढले मी. दिवसाही तिथं इतका अंधार असायचा की आपलं पाऊलही दिसत नसे. रात्री, रस्ते शांत झाले की तिथं काही जिवंतपणाची खूण दिसायची. म्हणजे आपटण्या धडपडण्याचे आवाजच. भिंतींचं ढासळणं कळायचं. कौलं तुटायची, खाली पडायची, लाकूड कुजायचं, फळ्यांवरच्या उंदरांचा आवाज वाढायचा. मारामाऱ्याही. सकाळी जमिनीवर लाकडाचा भुसा पडलेला दिसायचा. तिथं झोपलं तरी छातीतली धडधड वाढायची. कारण घर कोसळतंय हे कळायचं, पण जायला दुसरी जागा तर नसायची. सकाळी रोज पेपरमध्ये वाचायला मिळायचं. 'इमारत कोसळून चार ठार' आणि सगळ्या कुटुंबाच्या चेहऱ्यावर हास्य फुलायचं – ती *आपली* इमारत नव्हती म्हणून. अजून तरी आपण आहोत.

आमची ती एकुलती एक रस्त्याकडची काळपट कष्टी खिडकी. तिथं नेहमी उभी असणारी एक व्यक्ती माझं बालपण व्यापून आहे. माझे वडील. आम्ही

उठण्यापूर्वीपासून ते खिडकीत असायचे. आम्ही शाळेतून आल्यावरही. तिथे बसून ते बाहेरच्या अंधारात जाणाऱ्या रस्त्याकडे बघत राहत.

दिवसामागून दिवस. घरात उजेड यायचा तो त्याच बारक्याशा खिडकीतून आणि तो त्यांनी अडवलेला असायचा. ही खूप जुनी गोष्ट आहे. मी दहा वर्षांची असेन तेव्हा. नंतर ते खिडकीपर्यंतही जाईनात. तिथंच कोपऱ्यात खोकत बसायचे. पुढे पुढे तर ते बिछान्यातून उठेनासेच झाले.

फ्रामरोझनं माझ्या वडिलांची ही अवस्था केली.

माझे आजोबा चांगले धनाढ्य होते. फ्रामरोझनं त्यांना फसवलं. बुडवलं. माझ्या आईवडिलांना त्यांच्या लग्नाच्या दिवशीच कळलं की ते निर्धन झालेत. आजोबांनी स्वत:च्या बंदुकीनं स्वत:वर गोळी झाडून घेतली. माझे वडील एका रात्रीत बहिष्कृत ठरले. अफवा आणि बेअब्रू त्यांना चिकटलीच. एखाद्या न जाणाऱ्या दुर्गंधीसारखी. लवकरच जवळचे पैसे संपले. घर गेलं, नोकरी, व्यवसाय गेला. नेमकं तेव्हाच मूल येऊ घातलं होतं – म्हणजे मी!

फ्रामरोझनं जे काम सुरू केलं ते आजोबांच्या सावकारांनी पूर्ण केलं. आईच्या नातेवाइकांनी तिला नाकारलं. अखेरीस बाबांना गिरणीत मजुराची नोकरी मिळाली .

बाबांची सर्वांत आधीची आठवण आहे ती त्यांच्या खोकल्याची. आज कळतंय, तो कापडाच्या सूक्ष्म तंतूंमुळे झालेला खोकला होता. त्यामुळे त्यांची फुप्फुसं जाड रबरी पिशव्यांसारखी झाली. त्यांना पुरेसा श्वासच घेता येईना. तेव्हा 'अस्थमा' म्हणायचे त्याला.

त्यांच्या चाळिशीपूर्वीच या खोकल्यानं त्यांना मोडून काढलं. त्यांना जिना चढवेना. मुलांशी बोलतानाही धाप लागायची त्यांना. आम्ही एकूण पाचजण होतो. मी त्यातल्या त्यात हुषार होते. माझ्या बहिणी आईला लोणची-पापड करायला मदत करायच्या. ती घरोघर जाऊन ते विकायची.

पंचेचाळिसाव्या वाढदिवसानंतर बाबांनी घर सोडलंच नाही. ते घरातच कुठल्यातरी अंधाऱ्या खोलीत प्रार्थना, स्तोत्रं म्हणत बसत. कधी आईला थोडीफार मदत करीत, कधी नुसतेच बघत राहत. ते जाण्यापूर्वीच आम्ही मुलं त्यांना विसरून गेलो होतो. त्यांची निव्वळ सावली उरली होती.''

हिलानं नाक उडवलं आणि संतापानंच आमच्याकडे पाहिलं. ''मी हे कुणाला आजवर सांगितलं नाही. माझ्या नवऱ्यालाही नाही. बाबा गेल्यावर आम्ही त्यांचं नावही कधी काढलं नाही. आता खिडकीतला प्रकाश अडवायला ते नव्हते म्हणून खोलीत अधिक उजेड येत होता. एवढीच त्यांची अनुपस्थिती जाणवली तर. आईनंही त्यांचा उल्लेख केला नाही. पण ती गेल्यावर तिच्या ट्रंकेतल्या खजिन्यात मला तिची लग्नातली साडी आणि तिच्या घडीत हा फोटो मिळाला. बाबा त्या

फोटोत किती तरुण, उमदे आणि देखणे दिसत होते. अर्देशिर, शूर, धाडसी नायक. त्या दिवशी मी बाबांसाठी प्रथम टिपं गाळली. नंतर मी तो फोटो जाळून टाकला. त्या चेहऱ्याची आठवण घेऊन मला जगायचं नव्हतं.''

लल्लीनं तिच्या खांद्याला हळुवार स्पर्श केला आणि मग तिला थकेपर्यंत मुक्तपणे रडू दिलं. मी चहा केला. सॅव्हिओपासून वाचवलेला बिस्किटांचा डबा होताच भरलेला.

हिला करुण हसली, चहा पिता पिता. ''शहाण्यांच्या जगात असं काही घडतं याची कल्पनाही करवत नाही, हो ना?''

''आता खरं सांग, तू इथं काय सांगायला आली होतीस?'' लल्ली म्हणाली.

हिला तिच्या खळखळत्या मूडमध्ये परतली. जोरानं हसली. म्हणाली, ''श्रीमंती.'' ती खिदळली. ''रांडेच्यानं सारी संपत्ती माझ्या नावानं ठेवलीय.''

■

२

हिलानं सगळं नेमकं सांगितलं नव्हतं. फ्रामरोझ वकीलाचा रोख रकमेवर विश्वास नव्हता. त्यानं हिलाची बहुतेक संपत्ती वेगवेगळ्या नामवंत ट्रस्टमध्ये गुंतवली होती. ''म्हणजे ती अस्पृश्यच आहे.'' खास ब्राह्मणी स्वरात हिला म्हणाली. ''पण गिधाडं गोळा व्हायला अजून वेळ आहे. तरी त्यानं मला थोडी मौजमजा करायला पुरेशी रोकड ठेवलीय. प्रशस्त बंगला, दागिने आणि रोल्सराईस गाडी.''

माझ्या तोंडून नकळत बाहेर पडलेल्या चीत्काराला लल्ली आणि हिला हसल्या. ''तुला गाड्यांची एवढी आवड आहे हे नव्हतं मला ठाऊक.'' हिलाची चेपलेली मारुती ८०० झटका देऊन सुरू करताना लल्ली म्हणाली. ''रोल्सराईस म्हणजे नुसती 'गाडी' नाही.'' मी थंडपणे म्हटलं.

हिलाची स्टाईल म्हणजे चेपलेली लाल मारुती ८००. रोल्सराईस ठेवणं हिलाचं काम नाही. ती ती विकून कॅशच करणार. माझ्या मनात आलं.

''पुष्कळ पैसे येतील तिचे.'' माझं मन वाचीत असल्यासारखी लल्ली म्हणाली. मला नाही आवडलं. माझे गाल फुगले, पण मनात आलं, कुठलं मॉडेल असेल ते? फ्रामरोझ बाकी कितीही दुष्ट असो, त्याची आवडनिवड उत्तम होती हे नक्की.

मी कधी घेतली तर फँटम २००३– मागे बिजागऱ्या असणाऱ्या मागच्या दारांची, खास बड्या लोकांची रोल्सराईस घेईन. प्रतिष्ठितांना तेच शोभतं. (तुम्ही ओळखालच. पाच एक उंची आणि फिट बसणारे 'मनोलो ब्लान्हिक'चे उंच टाचांचे बूट. तोपर्यंत चपलाच घालणार मी).

काही गोष्टींनी तुमची पाठ एकदा पुरवली की त्या सोडतच नाहीत. रोल्सराईस पुन्हा सकाळी बोलण्यात आलीच.

पाऊस पडत होता. आता ऑगस्ट महिन्यात आणखी कसली अपेक्षा असणार? अगदी सूडकऱ्यासारखा पाऊस. जमिनीवर तळी साठलेली. मी जर कधी कोट्यधीश

झाले तर आधी सगळ्या खिडक्या बंद करून लिंपून घेईन आतून. मी स्वयंपाकघराकडे मोर्चा वळवला, माझा कॉफीचा मग भरून घेतला, वर्तमानपत्रांची पेंढी खाकोटीला मारली आणि डायनिंग टेबल शेजारच्या खुर्चीत पोत्यासारखी धपकन कोसळले. लल्ली तिथंच बसली होती. ताजी, टवटवीत, टोस्टसारखी कुरकुरीत. तिचा कामाचा अर्धा दिवस उलटला होता. सकाळच्या सात वाजताच. म्हणजे घरातल्या कामांचा. घराबाहेरच्या तिच्या कामांना काळवेळ नसतोच.

अशा सकाळी मला स्वत:लाच काहीतरी शिक्षा करून घ्यावीशी वाटते. मी तेच केलं. पेपरमधलं पेज थ्री वाचायला घेतलं. तुम्ही ते वाचत नाही असं म्हणू नका.

प्रत्येकजण पेज थ्री वाचतोच. तुम्ही अमानवी असाल तर गोष्ट वेगळी. जगातली स्पर्धा कळत राहावी म्हणून तरी. दिवसाची सुरुवात उत्तेजक व्हावी म्हणून. त्यातलं ते साखरेत घोळलेलं कडू कारलं जिभेला वेगळीच तिखट, तुरट चव देऊन जागं करा. तुमचा मेंदू आरोळी ठोकून झेप घ्यायला तयार होतो. दहा सेकंदांत तुम्ही पहिली उडी ठोकलेली असते. आता दिवस अंगावर घ्यायला तुम्ही चित्त्यासारखे तयार.

मानववंशशास्त्रातली ही पहिली पायरी. लोक अंगावर यायला टपलेले असतात. आधी तू की आधी मी तुझं नरडं धरणार, ही वृत्ती म्हणजे हे तिसरं पान.

मी हे लल्लीला सांगितलं.

''हं. आणखी थोडा विचार कर यावर. एखाद्या छोट्या अमेरिकन शहरातलं विद्यापीठ तुला याबद्दल पीएचडी देईलही एक दिवस.''

मी तिच्याकडे लक्षच दिलं नाही. मी पेपर पाहत होते. तिसऱ्या पानावर सहा वार लांबीचे पाय होते. त्यांच्या टोकाला दूर ब्रॉन्टेसॉरससारखं दूर एक डोकं दिसत होतं. ज्याला आजच्या एका प्रसिद्ध नटीचा चेहरा होता. पेज थ्रीवर नेहमी असतं तसलंच दृश्य.

एक बाब जरा वेगळी. गडद निळ्या रंगाच्या चमकत्या बॉनेटमध्ये तिनं स्वत:ला गुंडाळून घेतलं होतं. शीर्षक होतं, *'कल्पनेची भरारी' – कमनीय चरणसुंदरी सोनिया सोराबजी वाहनांची पाहणी करीत आहे. लिलावात बोली बोलणाऱ्यांनो सावध!*

त्याखालच्या दोन सेंटिमीटर्स उंचीच्या प्रिंटमधून कळलं की डॉ. हिला ड्रायव्हर यांनी त्यांच्या ऐतिहासिक रोल्सराईसचा काल लिलाव केला असून एका अनामिकानं ती विकत घेतली आहे. *किती किंमत आली या प्रश्नाला मात्र डॉ. ड्रायव्हर यांनी 'समाधानकारक' एवढंच उत्तर दिलं.*

लल्लीच्या नाकाला सुरकुत्या पडल्या. ''मला नाही वाटत हिलानं कमी पैशात गाडी विकली असेल. तुला काय वाटतं?''

"नाही. पण मी कल्पनेनं हिलाला तिच्या मॉव्ह रंगाच्या पोशाखात, पट्ट्यांची पँट, टोकदार गॉगल्समध्ये पाहू शकते. खाली लिहिलं असेल "सैतान पुन्हा दौऱ्यावर." ती फँटम व्ही या मॉडेलचीच आहे ना गाडी? थांब हं. त्याहीपेक्षा जुनी 'सिल्व्हर डॉन' अरे देवा! नखशिखांत खानदानी ब्ल्यू सिल्व्हर डॉन हे जातिवंत वाहन तिनं विकलं?"

"किती पैसे आले त्याची कल्पनाच नको. तू सुचवायचंस तिला. तो सूट घालून बॉनेट पांघरून फोटो काढून घ्यायला– या सोनियासारखा. तिला आवडलं असतं."

"आणि सोनियापेक्षा चांगली दिसली असती. बघ ना या पानावर"

लल्लीनं सुस्कारा सोडला. मी माझ्या रोजच्या कंटाळवाण्या कामाकडे वळले.

"बरं. गाडीचं पुरे. आज काय करायचंय?"

टेबलाशी स्पगेटी खात बसलेल्या फेलिक्स रेगोच्या फोटोकडे पाहून मी आकर्ण हास्य केलं. फोटोग्राफरने अशी रचना केली होती की तो एखाद्या क्रूर कळसुत्री बाहुल्यासारखा दिसावा, हनुवटीवर स्पगेटी चिकटलेला.

"तो गुन्हेगारीवरच्या कथा लिहिणारा कोण गं?" लल्लीनं विचारलं.

"*मेकॅबर मॅकरोनी*, तू वाचतेस त्याचं लिखाण?"

"नाही, पण तू वाचतेस ना?"

"निव्वळ ते गुन्हा कसा शोधतात ते पाहायला."

"अर्थातच."

अशावेळी मला तिचा अगदी संताप येतो. चांगलं लिहितो तो. रक्त-अश्रू-घाम यांचं लिखाण. मी तिला पटवायचा प्रयत्न केला. घाईघाईनंच.

"हो तर. बेस्ट सेलर असतात ना त्याच्या कथा? नि त्यातल्या सुंदऱ्या?"

सहा चेहरे माझ्याकडे संशयाने पाहू लागले. त्यांचा सर्वांचा बहुधा आंतरिक सौंदर्यावर विश्वास असावा. अंतराळवीर होण्याचं स्वप्न तर प्रत्येकाचंच. या वर्षाचा परवलीचा शब्द *'सुखरूप'* हा असणार. गेल्यावर्षी तो *'धार्मिक'* असावा. आपण सुखरूप परतणार यावर प्रत्येकाचा अढळ विश्वास. ते सगळे विशीत होते आणि अशा एखाद्या गंडांतराला तोंड द्यायला सज्ज झाले होते. ते सगळंच उदासवाणं होतं.

आणि मग मला असं काही दिसलं की माझी उदासीनता दूर पळाली. भारताची प्रशंसा करणाऱ्या एका अमेरिकनाचा मोठा फोटो पेपरमध्ये मधोमध छापला होता. *'स्त्रीवादी कार्यकर्त्यांची भारतप्रशंसा.' "मी ऐकलं होतं की भारतात विधवांना जाळतात."* मेग कॉनेली म्हणत होती, *"पण मी इथं आल्यावर पाहिलं की इथे तर परदेशात जन्म घेतलेली एक विधवा इथं प्रधानमंत्रिपदाची निवडणूक लढवतेय, न जाळली जाता."*

"हे जरी अतिच करतेयस."

"मी करत नाही. पण हे कबूलच करायला हवं की अगदी 'पेज थ्री' साठीही हे जरा जास्तीच होतंय."

फोन वाजला. हिला फोनवर होती. तिनं पेपर पाहिला का विचारल्यावर मी माझे शब्द गिळले. "पाहिला असशीलच. आज संध्याकाळी काय करताय? काही असलं तर रद्द करा. तुम्ही माझ्याबरोबर तो बंगला बघायला यायचंय. चार वाजता. नक्की हं, लल्लीला सांग." आणि प्रतिक्रिया ऐकण्यापूर्वीच फोन ठेवला.

हिलाच्या लाल मारुतीला आणखी एक पोचा आला होता. "खळी गं तिच्या गालावरची." हिलानं हात हलवून ती घालवल्याचा आविर्भाव केला. मला मागच्या सीटवर कोंबलं. 'सिल्व्हर डॉन'च्या विरहाचं तिला एवढंसंही सोयरसुतक दिसलं नाही.

साहसी ड्रायव्हिंगचं कौतुक असेल त्यांना आवडेल असा तो प्रवास. हिला सारख्यांना ड्रायव्हिंग म्हणजे पोत्यात पाय अडकवून धावण्याची शर्यतच वाटते. आम्ही जाताना एका सँट्रोचा रंग खरवडला आणि एकदोघींचे हेडलँप्स फोडले; तोवर आम्ही हायवेवर पोहोचलो नि सिग्नल तांबडा झाला.

"बसा आता आरामात. वाहतूक पोलिसांचं नाहीतरी प्रेमच आहे माझ्यावर." ती हसून म्हणाली.

हिलाला ड्राईव्ह करताना पाहिलं असतं तर फ्रामरोझनं जन्मात गाडी तिच्या हाती दिली नसती.

हायवेनं मालाडला पोहोचल्यावर आम्ही पश्चिमेकडे वळलो. मला समुद्राचा वास आला. वाटलं, नारळीवनातलं खाजगी समुद्रकिनारा असलेलं ठिकाण असावं त्या बंगल्याचं. तिथं एक बोटही होती. म्हणजे रात्रभर चांदण्यात डॉल्फिन्सच्या संगतीत गाणी गायची. बागेकडे जाणाऱ्या वाटेवर रुपेरी घंटा आणि शिंपा लावलेल्या होत्या. बंगला म्हणजे एक किल्लाच होता. माझ्या उत्सुकतेनं सीमा गाठली होती.

हिला एका अरुंद गल्लीत वळली. गल्लीच्या टोकाला झाडी होती. आश्चर्य म्हणजे नेहमीच्या सवयीची असल्यासारखी गाडी त्या झाडीत शिरली. सराईतपणानं. झुडपांनी वाट दिली आणि आम्ही एका खडबडीत रस्त्यावर आलो. दोन्ही बाजूंनी उंच झाडं नि त्यावर चढलेल्या वेलींची गर्दी, गाडीचा वेग मंदावला तशी खिडकीतून अनेक डोकी डोकावली. एकमेकांवर आपटत घासत. आता बहुधा कुठल्याही क्षणी माझ्या पावलांखालच्या गाडीच्या गंजलेल्या तळातून अळंबी उगवलेली दिसली तर आश्चर्य नव्हतं.

एकदाचा गाडीला रस्ता सापडला. एव्हाना मला संशय येऊ लागला होता की

त्या गाडीला टिकून राहण्यासाठी स्वत:चा मेंदू फुटला असावा. *गाडीला नुसता रस्ता सापडलाच नाही, तर ती त्यावर नीट टिकून होती.* (ही करामत हिलाला स्वत:हून कधीच जमली नसती.) टोकदार वळणं घेत, डोलत, झिंगत आम्ही टेकडीवर पोहोचलो. तो एक कडाच होता आणि रस्ता त्याभोवती वळणं घेत होता. वाट काढताना आम्ही कितीतरी झाडं तुडवली.

हिला या झाडाझुडपात मधोमध येऊन थांबली आणि तिनं धाडकन दार उघडलं.

"काय विनोद करतीयेस की काय?'' मी किंचाळले.

उत्तरादाखल लल्ली घाईनं हिलामागून उतरली. थोडक्यात चुकलं, नाहीतर हिला झाडाच्या मोठ्या खोडातून आरपार गेली असती.

तिथं भिंत होती. असायलाच हवी होती. रागीट लाल भिंत, सहा फुटांहून अधिक उंच आणि एखादी फौज बाहेर अडवून धरील इतकी रुंद मजबूत. तिच्यावर रुतवलेल्या काचा टोकदारपणे चमकत होत्या, सूर्यकिरणात रक्तात माखल्यासारख्या लाल झाल्या होत्या. त्यातच एक छोटंसं दार होतं. हिला दोन्हीकडून घासत, अंग चोरून कशीबशी आत गेली. आम्ही मागोमाग. हिलाने आपला काका इतका लहानखुरा असल्याचं कधी सांगितलं नव्हतं, पण कसाही असता तरी त्याला याहून मोठा दरवाजा तिथं बसवणं शक्यच नव्हतं. मी माझं खरचटलेलं कोपर कुरवाळत आणि काट्यात अडकलेला दुपट्टा सोडवून वळले आणि मोठ्ठा आ वासला.

संध्याकाळच्या बदलत्या रंगात एक लाल विटांनी बांधलेला प्रचंड चौरस माझ्या समोर उभा ठाकला होता. फ्रामरोझ वकीलचा बंगला. ही मागची बाजू. हीच मला थक्क करायला पुरेशी होती. पुढचा दर्शनी भाग कसा दिसतो हे पाहायला मला मग थांबवलंच नाही. घराकडे जाण्याचा दुसरा रस्ता अर्थातच होता. फ्रामरोझनं रोल्सराईस थोडी तरी वापरली असणारच. पण आता तो भाग एका प्रचंड रोडरोलरनं व्यापला होता. म्हणूनच घराला वळसा घालून आम्हाला यायला लागलं होतं.

तो एकमजली गडद लाल रंगाचा बंगला होता. एखाद्या माथेफिरू स्थापत्यविशारदाने मुंबईतील बिश्टिशकालीन गॉथिक बांधणी अभ्यासून बांधलेला. त्याचं छप्पर कौलारू, उभट, उंच होतं आणि घराला असंख्य खिडक्या होत्या. त्यावर कडी म्हणजे वर एखाद्या मूर्खाच्या हॅटसारखे उंच, पसरट कमानीचे कोन आलेले. त्यावर वातकुक्कुट वाऱ्यानं झोके घेत कुरकुरत होते. चौतीसपर्यंत खिडक्या मोजल्यावर मोजणं सोडलं. त्या काळातील (की कालरूपच) काळ्या रंगानं रंगवलेल्या. त्यांच्या काचा गोट्यांसारख्या जाड नि तशाच हिरव्या. धूळ जमून इमारतील पडझडीची कळा आली होती. सूर्यास्ताच्या वेळच्या काळोखाच्या लपक्यांनी ती

धडधडतेय, अंगावर घाणेरडे डाग पाडणाऱ्या आकाशाला कष्टांनी दूर ठेवण्याचा प्रयत्न करतेय असं वाटलं.

लल्लीचं तोंड उघडं पडलं, तर हिलाचं उजळलं.

मी अंगावरचा शहारा लपवू शकले नाही. हे सारं पाहून कुणी आनंदित होऊ शकतं ही कल्पनाच करवत नव्हती.

"अहाहा! बोलती बंद झाली ना? अंहं. बोलूच नकोस. चल आत."

त्या उभ्या पायऱ्यांवरून आम्ही हिलामागोमाग गेलो.

"मी इथं चाकांच्या खुर्चीसाठी रस्ता बांधणार आहे." हिलानं मागे वळून सांगितलं.

"म्हणजे इतके दिवस राहणार आहेस इथे?" लल्ली म्हणाली, पण हिलानं ऐकलं नाही.

आश्चर्य म्हणजे सगळे दिवे लावलेले होते. (बाहेरून आम्हाला आत वटवाघळं असतील असंच वाटलं होतं.) हिलानं दिवे लावण्यापूर्वीही एक गुलाबी प्रकाश तिथं होता, पण त्यामुळे त्या उंच भिंती अधिकच भयाण वाटत होत्या. बंगला हवेशीर होता. फर्निचर काही नव्हतंच. म्हाताऱ्यानं अगदी शेवटच्या काठीपर्यंत सगळं मरताना विकलं असावं. तो मेला तरी कशावर? "त्यानं तुला असा रिकामा बंगला ठेवला?" मी कुजबुजले. त्याचाही प्रतिध्वनी आलाच.

"फर्निचर ठेवलंय स्टोअर्समध्ये. ते त्यानं कसं ठेवलंय ते बघच तू. अगदी काल घेतल्यासारखं. मोठ्ठा पियानो. कल्पना कर. प्रचंड पलंग, आरसे लावलेले आणि सोनेरी वर्ख चढवलेले." हिला खुशीत सांगत होती. "मी दोन खोल्यांहून मोठ्या फ्लॅटमध्ये कधी राहिले नाही. *तीही* चैनच वाटायची मला.

"तू या बंगल्याचं हॉटेल करणार आहेस?"

"किंवा हॉस्पिटल?"

"हट्. वेडी की काय? मी राहणार इथे!"

मी चाटच. हिला हिमतीचीच बाई.

"तुम्ही दागदागिने आणि रोल्सराईसपूर्वी घर पुरतं बघावं असं मला वाटतं" हिलानं म्हणाली.

आम्ही आधी तळमजल्यावरच्या खोल्या आणि मग जिना चढून वरच्या खोल्या पाहिल्या. तरी वरच्या व्हरांड्यानंतर मी थांबले. फ्रामरोझच्या आठवणीनं पुन्हा एक थंडगार सणक अंगातून गेली. त्याच्या खालच्या बंद खोल्यांत काय ठेवलं असावं ते पाहण्याची उत्सुकता लागून राहिली. हिलानं आम्हाला घराच्या मागच्या बाजूला नेलं नाही. तिथं स्वयंपाकघर, कोठीच्या खोल्या, असंच काहीबाही होतं. तिथं उंदीरही होते.

परत येताना आम्ही गप्पच होतो. लल्लीनं एक दोन गमतीच्या गोष्टी सांगितल्या पण आमच्या आवाजातही एक संशय होताच. हिलाच्या चेहऱ्यावर एक करुण हास्य होतं.

आम्ही हिलाचा उत्साहभंग केला असं मला वाटत राहिलं. लल्लीला असं काही वाटायचं नाहीच. ते नाहीच वाटलं. ''हिलाला प्रदर्शन करण्यासारखं काहीतरी मिळालं.'' ती म्हणाली. मला आश्चर्य वाटलं आणि 'बायकांचं पान' आठवलं.

हिला कसलं आणि कसं प्रदर्शन करणार आहे ते आम्हाला कळायला ऑगस्ट उजाडला.

■

३

आठएक दिवसांनी हिलाच्या 'कृपादृष्टीची बरसात' आमच्यावर झाली. ती म्हणजे एक परीकथाच होती. आठवड्याअखेर अतिशय नम्र भाषेत तिचं आर्जवी आमंत्रण. आठ दिवसांत फारसं सूर्यदर्शन झालंच नव्हतं. त्यामुळे आलेल्या उदासीनतेत तिच्या आमंत्रणानं जिवंतपणा आला. मी उत्साहाने कामाला लागले. लल्ली आधीच एक खोट्या सहीच्या केसमध्ये गुंतली होती, त्यामुळे हिलाच्या भूतबंगल्याविषयी चर्चा करायला आम्हाला वेळच झाला नव्हता.

त्यानंतर पंधरा दिवसांनी संध्याकाळचं वर्तमानपत्र विकत घ्यायला मी स्टॉलवर पोहोचले तेव्हा ओळखीचा एक गुबगुबीत चेहरा आडवा आला. तो फँटम सूट घातलेला नव्हता, तरी हिलाला मी ओळखलं. *'इन्स अँड आऊट'* या (१५० रु. एका प्रतीला) मासिकावर तिचा उत्फुल्ल चेहरा छापला होता. हा पैसा बोलतोय बरं! मी तिथून सटकले.

मी घरी पोहोचले तेव्हा लल्लीनं हॅन्स ग्रॉसच्या *'क्रिमिनल सायकॉलॉजी'*मधून वर डोकं काढून पाहिले (हे हिचं 'हलकंफुलकं' वाचन) "हिला..."

"माहीत आहे, मी पाहिला अंक. पण एका मासिकाला १५०रु. मला नाही परवडले."

"तिनं आपल्याला हाऊस पार्टीला बोलावलंय."

मला हे पचवायला थोडा वेळ लागला. त्या कबरीत? अर्थात तिनं त्याचं रूप पालटून टाकलं असणार. नाहीतर मुखपृष्ठावर कसा येईल तिचा फोटो?

"जरा बस खाली आणि नीट सांग काय बरळतेस ते! आम्ही दोघी येऊ असं म्हटलंय मी तिला."

मी लल्लीला *इन्स अँड आऊट*बद्दल नीट सांगितलं. पार्टीच्या कल्पनेनं तर मलाच झेंडू फुटला होता. या अशा जबरीच्या जवळिकीइतका धाक मला कशाचाच

वाटत नाही. कुठल्याही बंद जागेचीच मला भीती वाटायला लागते. हिलाची होमिओपॅथिक औषधं चालवून घेतली मी, पण *हाऊसपार्टी?* ही सारी कल्पनाच मूर्खपणाची आहे. मध्यमवर्गीय बाईला घरात कोंडून ठेवण्याची पिढ्यान् पिढ्या चालत आलेली. विचारपूर्वक आखलेली पद्धत. हलक्या मनाची! "मला माहीत आहे." लल्ली म्हणाली. (मी तोंडातून अवाक्षर काढलं नव्हतं) "हिलासाठी ही खूपच मोठी बाब आहे. मी तिला मदत करणार आहे. तुझ्या सबबी तू तिला फोनवरून कळव. आत्ताच. आणि हो, पार्टी म्हणजे नेहमीचे मित्र आणि नातेवाईक नव्हेत. 'वेगळ्याच लोकांना एकत्र आणायचंय,' असं म्हणाली ती. आहे की नाही गंमत? स्फोट होणारच. वेगवेगळ्या पेशाची माणसं. म्हणजे भाजीवाला, बेकर, वाढपी, दुकानदार, न्हावी असे नव्हेत आणि त्यात तो जुना प्रसिद्ध अलिफ बे. जा जा, तिला कळवून टाक. तुझा पर्याय शोधायला तिला वेळ मिळायला हवा."

मी लल्लीकडे पाहून तोंडं वेडीवाकडी केली. "माझी नवी केप्री घालायचा चान्स शेवटी आलाच. कधी भरणार आहे ती घटका?"

"पुढच्या आठवड्यात. सतत तीन दिवस. अलिफ बेसाठी तो चांगला ड्रेस फुकट नको घालवूस. मी भेटलेय त्याला. स्वत:ला बरंच काही समजणारा लठ्ठ केसाळ गोरिला आहे तो!"

"त्याची पर्वा नाही. बुद्धिमान किती आहे पण तो!"

मी रागानंच तिथून बाहेर पडले.

कितीतरी वर्षं अलिफ बे माझा हिरो होता. त्याच्या नावाइतकाच गूढ. तो कधी मुलाखती, फोटो देत नसे. त्याचं लेखन प्रसिद्ध व्हायचं. पुस्तक बाहेर पडण्यापूर्वीच त्यातले उतारे छापण्याची प्रकाशकांत स्पर्धा लागे. गेल्या दहा वर्षांत त्याचं एकही पुस्तक बाहेर आलं नव्हतं. पण गेली पाच वर्षं त्याचं सर्वांत उत्तम पुस्तक लिहून पूर्ण झाल्याची अफवा सतत गरम होती. माझ्या मते गेल्या पन्नास वर्षांतला अलिफ बे हा एकच असा लेखक होता, ज्याला लेखनाचा पूर्ण अर्थ कळला होता.

त्याच्यासारखा तोच!

त्याच्या दिसण्याचा लेखनाशी काय संबंध? आणि एका माथेफिरू लहरीत मी विकत घेतलेल्या ड्रेसचा तरी? तुम्ही पाच फूट एक इंच उंचीच्या असता, दिवस सूर्यप्रकाशित असतो. तेव्हा पँट घालून तुमचे गुडघे जमिनीपासून सहा फुटांवर असल्याचं नाटक तुम्ही कराल? मी पुन्हा कॉफी करून मग भरून घेतला आणि माझी मतं स्वत:शी तपासू लागले.

हिलानं आम्हाला गुरुवारी संध्याकाळी बोलावलं होतं. मंगळवारी लल्लीला शॉपिंगची उबळ आवरेना. हल्ली शहरात दर आठवड्याला उघडणाऱ्या एका चकाचक मॉलमध्ये आम्ही गेलो. लल्ली शॉपिंगमध्ये अगदीच अडाणी. तिला काय

घ्यावं हे ठरवताच येत नाही. निर्णय घेता न येण्यापायी ती वैतागते हे मी पाहिलं. एरवी प्रत्येक बाबतीत तल्लख असणाऱ्या या माझ्या आत्यामधलं हे न्यून मला नव्यानं समजलं. तिनं हिलासाठी कर्णफुलं घेतली, नाजूक मीनाकारीची. रोल्सराईसमधून फिरताना ती फारशी शोभली नसती हे माझं मत. तरी पण बरी होती एकूण.

मी लल्लीसाठी एक नारंगी दुपट्टा- आजच्या फॅशनचा घेतला. माझ्या पाकिटाचा अंदाज घेऊन. तिनं घालायच्या ठरवलेल्या ब्राँझ रंगाच्या ड्रेसला तो मॅच होत होता. हिलाच्या घरासाठी मी एक नक्षीदार भांडं घेतलं आणि बिल-काऊंटरकडे वळलो. तिथं ती क्यूमध्ये माझ्यामागे शांतपणे उभी राहिली. क्षणभरच. दुसऱ्या क्षणाला मी मागे वळून पाहिली तर ती अदृश्य झालेली. असं झालं की माझं डोकं फिरतं. आधी जांभया आल्या. एकदम आठवलं, तळागाळातले सर्व प्रकारचे गुंड आज आत्याच्या जिवावर उठले असतील.

मॉलचे चारी मजले दोनदा विंचरून काढल्यावर मला अत्तरांच्या काउंटरजवळ तिची रुपेरी प्रभावळ दिसली. अत्तरांचे दोन फाये नाकाशी लावून तिनं डोळे मिटले होते. वासांच्या धुंदीनं की निर्णय घेण्यासाठी कोण जाणे! मला दोन्ही वास सारखेच तिखट वाटले. लल्लीनं डोळे उघडून विक्रेतीकडे पाहत खेदानं डोकं हलवलं. "तो गंध नाही हा." ती म्हणाली.

त्या पोरीनं खांदे उडवले. "तुम्हाला कदाचित नेमका वास आठवत नसेल. तुम्हीच म्हणालात ती जुनी गोष्ट आहे, म्हणून नसेल आठवत."

"मला कायम आठवतं सगळं." लल्ली फणकारली आणि वळली.

विक्रेतीनं थक्क होऊन माझ्याकडे पाहून खांदे उडवले.

मी पुन्हा बिल-काउंटरशी आले. तिथं पिअर्स ब्रॉस्ननचा पूर्णाकृती कट-आऊट होता. त्रासच डोळ्यांना. मी लल्लीकडे पाहिलं. काळजीनंच. अत्तरांच्या काउंटरवर काहीतरी होतं खास. तिला भिडलेलं. तिच्यातला जेम्स बॉंड जागा झाला होता. थोडी हेलावली होती ती.

"अगंबाई! बघ तरी इकडे कोण आहे ते!"

एक अंधुक परिचित आवाज, पूर्णपणे अपरिचित चेहरा- पण तरी कुठेतरी माझ्या माहितीचा.

माझ्या मेंदूचा कुठलातरी भाग नशिबानं जागा झाला. "मीनल...?"

"मला वाटलं तू मला ओळखणार नाहीस."

"नव्हतंच. मागच्या वेळी आम्ही भेटलो होतो तेव्हा ती सडपातळ, रसिक, स्टायलिश, थोडी छचोरही वाटली होती. तेव्हापासून आजपर्यंतच्या काळात तिची सर्वार्थांनी वाढ झालेली दिसत होती. तिच्या केसांच्या नावानं काळ्यापांढऱ्या खिचडी रंगाचा भला मोठा ढीग होता. तिनं घातलेल्या खादीच्या कुडत्यातून ती चारी दिशांनी

ओथंबून सांडत होती. खाली कळकट पांढरट सलवार. पट्ट्यांच्या नक्षीदार सँडल्सच्या जागी मोजडी. हातात सिगारेट नव्हती पण पुरेपूर स्त्री-स्वातंत्र्यवादी कार्यकर्ती. नखाबोटांवर सिगारेटच्या खुणा होत्याच. झोळीतून तिनं पाकीट काढून एक शिलगावली आणि माझी तपासणी सुरू केली.

"मग? काय करतेस हल्ली?"

"हेच. इकडे तिकडे."

"अजून मूर्ख पोरांना शिकवणं चालू आहे?"

"नाही. तुझं काय?"

"मी ना?"

तिनं डोळे फिरवले म्हणजे आता व्याख्यान सुरू. माझ्या चेहऱ्यावर ती भीती ठळकपणे छापली गेली असावी. कारण ती एकदम थांबली. "मला जायला हवं. मंडळी खोळंबली असतील. बाय."

माझं वागणं तिला उद्धटपणाचं वाटलं की काय कोण जाणे, पण मला नाहीच आवडत ती.

"तुझी मैत्रीण?" लल्लीनं विचारलं. मला कळलंच नाही.

आम्ही बॅगा उचलून निघालो. पावसात भिजायच्या तयारीनंच. तेवढ्यात मी एकावर धडकले.

तो झटकन बाजूला झाला आणि त्यानं क्षमा मागितली. मी वर पाहिलं. पण तो माझ्या मागच्या लल्लीकडे पाहत होता. ती पायाखालची तळी चुकवीत शूरपणे पार्किंग लॉटकडे निघाली होती.

मग तो माझ्याकडे वळला.

प्रश्नार्थक प्रकाशाची एक तिरीप त्याच्या डोळ्यात तरळली. जणू त्या झोतात तो माझ्या आत्म्याचाच फोटो घेत होता.

आणि तेवढं करून तो गेला.

मी वळलेही नाही. मला कळलं होतं ही नजर मी जन्मात विसरणार नाही. मी ओलसर कपड्यांनिशी गाडीत शिरले. हातात ह्याऽऽऽ बॅगा.

"काहीतरी घडलंय." लल्ली म्हणाली.

"काय?"

"तुझ्या बाबतीत."

मी खांदे उडवले. पण काहीतरी घडलं *होतंच.*

लल्ली अपेक्षेनं थांबली.

"तो माणूस गं. कसा वेगळाच पाहत होता तो!"

"वेगळा दिसला तुला?"

''नाही. दिसला ठीक, पण पाहत होता वेगळ्याच प्रकारानं. होता तसा चांगला दिसायला. चाळिशीचा, चेहऱ्यावर रेघा, पण चेहरा *उजळलेला.*''

लल्ली हसली. रागच येईल अशी.

''तसं नाही.'' मी चिडून म्हटलं. ''तेवढं कळतं मला. तो असा बघत होता- कसं सांगू? जणू माझ्या आत्म्यात डोकावत होता तो.''

पण ती ऐकतच नव्हती. तिचे डोळे दूर कशावर तरी खिळले होते.

फियाट एकदाची, रस्त्यावरच्या कुत्र्यानं अंगावरचा पाऊस झटकावा तशी थडथडून सुरू झाली.

गुरुवार अपेक्षेपेक्षा लवकरच आला. मला डेडलाईन गाठायची होती. माझी आर्थिक स्थिती अचानकपणे सुधारली होती. लुलू आली होती. मी दुर्लक्ष करत असलेल्या सर्व गोष्टींबद्दल ती चिंता करत असे; पण तिच्यामुळेच वर्तमानपत्रातील माझा स्तंभ चालू ठेवण्याइतकं साहित्य मला मिळत होतं. संपादकाला प्रथमच माझं पटत होतं. *'लुलूची दैनंदिनी'* माझी आर्थिक अडचण सोडवत होती. दर आठवड्याला सहाशे शब्दांचा लेख द्यायचा करार झाला होता, दर गुरुवारी सकाळपर्यंत. पण ह्या आठवड्यात गुरुवारच्या दुपारपर्यंत काही लिहिलं नव्हतं. लल्लीला तिच्या खोटी सही करणाऱ्याची चिंता पडली होती. माझं जेमतेम चार वाजेपर्यंत लिहून झालं पण दोघींना घराबाहेर पडायला पाच वाजले.

संध्याकाळच्या सोनेरी उन्हात आम्ही हिलाकडे पोहोचलो. या वेळी आम्हीही थाटातच पोहोचलो. समुद्रकिनाऱ्याच्या समोर नागमोडी गुळगुळीत रस्त्यानं, समुद्राकडे पाठ करून. फ्रामरोझचा बंगला टेकडीच्या पायथ्याशी होता म्हणूनच रस्त्यांची डागडुजीही झालेली होती. उंच लोखंडी फाटक तेच होतं, पण त्यावरचे खिळे, पत्रे काढून टाकले होते. मधून मधून असलेली नक्षीदार पट्टी मात्र लखलखीत करून ठेवली होती. भिंती दुधी पांढऱ्या रंगात रंगवल्या होत्या. त्यावर लालपिवळ्या बोगनवेलीचे झळाळते तुरे लटकले होते. मला ते इतके आवडले की लोकांना दूर ठेवण्यासाठी ती तटबंदी होती हेही विसरले.

खुद्द सगळ्या बंगल्यालाच एक नजाकतदार झालर लावल्यासारखी वाटत होती. जिची आधी कल्पनाही आली नसती. रंगांच्या बुद्धिपुरस्सर वापरामुळे बंगल्याचा रुक्ष, तटस्थ आविर्भाव नरम पडला होता. तो विटांचा लाल रंग घालवून, आता दिलेल्या राखी रंगाच्या भिंती संध्याकाळच्या जादुई प्रकाशात देखण्या दिसत होत्या. मोतीबिंदू झालेल्या काचांच्या तिरक्या कद्रू भिंती जाऊन त्याजागी उंच उभ्या फ्रेंच गवाक्षांतून पाझरणारा मुक्त प्रकाश आतल्या खोल्या उजळत होत्या, भिंतीलगत रुंद आरामखुर्च्या होत्या, खिडकीतून बसायला, छान उशांनी सजवलेल्या, फरशा

खिडकीतून येणारे ढळत्या सूर्याचे किरण आरामखुर्च्यांवर पडलेले. मी पुस्तकं तेवढी आणली नव्हती त्यावर बसून वाचायला.

फाटकावर *'अर्देशिर व्हिला'* ही नक्षीदार आणि मुद्दाम जुनी वाटावी अशी पाटी लावली होती. ही हिलाची वडिलांना श्रद्धांजली. दुसऱ्या गिअरमध्ये कुरकुरणाऱ्या फियाटमध्ये बसून रस्त्यावर नजर टाकणं थोडं दुरापास्तच होतं, पण होतं छान. तुम्ही घ्यालच समजून. मागच्या भेटीतली ती झुडपांनी भरलेली टेकडी नाहीशीच झाली होती. *'गृहसजावट'* सारख्या मासिकांच्या मदतीनं बाग सजवली होती. आखीवरेखीव हिरवळीच्या मध्ये मध्ये मुद्दाम लावलेली रंगीबेरंगी हिरवट झाडं. दारापुढची जागा तेव्हा बटबटीत वाटली होती, ती आता शोभिवंत वाटली. तिथले स्तंभ आता मुळीच अंगावर येत नव्हते. मागच्या भेटीत मला विनोदी वाटलेलं त्यांच्यावरचं शिंपल्यांनी मढवलेलं छप्पर संध्याकाळच्या प्रकाशात झगमगत होतं. रात्री ते दिव्यांनी लखलखलं. पोर्सेलिनच्या दिव्यामुळे ते नाजूक स्वरात गुणगुणत असल्यासारखंच वाटलं. बंगल्याविषयीचा माझा त्रयस्थपणा मावळला. सारी हवाच उत्सुक वाटत होती. आता दार उघडलं आणि हिलाची भाची बाहेर आली.

"बर्फ आणलात?" ती ओरडली आणि मग आम्हाला बघून गप्प झाली.

"सॉरी हं. मला वाटलं तुम्ही बर्फवालेच." तिनं स्पष्टीकरण दिलं. "स्वयंपाक्याला टनावारी बर्फ हवाय. मला वाटलं बर्फाचाच ट्रक आला." तिची नजर फिरतफिरत लल्लीची फियाट टेकडी चढून अजून धापा टाकीत होती तीवर गेली. तिनं माझ्या म्हाताऱ्या आत्याला कोपरं उडवूनच पार्किंगची जागा दाखवली. मी गाडी पार्क करून आल्यावर वरूनच ओरडून विचारलं, "तुम्ही चढू शकाल ना? लिफ्ट पाहिजे होती खरं तर!"

या भाचीच्या – रमोनाच्या – संगतीत सगळा दिवस गेल्यावर हिला वादळानं झोडपल्यासारखी दिसू लागे. त्याचं कारण मला समोर दिसू लागलं. रमोना अशा युवा पिढीची प्रतिनिधी होती की ज्यांना प्रत्येकच प्रौढ माणूस डोक्यानं अंमळ मंद वाटतो.

"धाप लागली?" मी जिना चढून आल्यावर तिनं विचारलं. मी अनवाणी यावं अशी तिची इच्छा होती. म्हणजे लाद्यांचा गरमपणा मला कळला असता. तिच्या मागोमाग आत आल्यावर मला स्टेनग्लासमधून आलेला रंगीत प्रकाश जाणवला. थोड्या वेळात त्यांचा रंगीबेरंगी गालिचाच जमिनीवर उतरत्या किरणांनी घातला असता. काचा मात्र खऱ्याखुऱ्या हव्यात, उगीच काचेचा आभास देणाऱ्या प्लॅस्टिकच्या नव्हेत, सगळीकडे असतात तशा.

तिथला अष्टकोनी पोर्च मागच्यावेळी आम्ही आलो तेव्हा बाहेरच्या प्रकाशानं झळाळलेला मी पाहिल्याचं मला आठवत होतं; आता तसं काही जाणवलं नाही,

भल्यामोठ्या व्हरांड्याच्या सगळ्या कमानीवर ठेवलेल्या मोठाल्या कुंड्यांतून कसल्यातरी गडद हिरव्या वेलींनी प्रवेशद्वारं चहुबाजूंनी झाकून टाकली होती. ज्या शेलाट्या खांबांनी अष्टकोन बनला होता, त्यावर तळ्यांनी ट्युलिप्सचा आकार दिला होता ज्यामुळे सिलींग आणखी उंच भासत होतं. पुढची छोटी खोली प्रकाशमान होती. मला इथंच राहायला आवडलं असतं. तिन्ही दिवस. पण आम्ही रमोनाच्या ताब्यात होतो. ''हिलामावशीनं तुम्हाला वरच्या मजल्यावरच्या खोल्या द्यायला नको होत्या. जिन्यानं वरखाली करताना दमाल तुम्ही.''

''मी ट्रेकिंग करते नेहमी.'' लल्लीनं थाप मारली.

''तुझ्या मावशीनं सांगितलं नाही वाटतं? आम्ही आत्ताच कांचनगंगेहून येतोय ते?''

यजमानपदाच्या गांभीर्याला न शोभेलशी पण तिच्या सतराव्या वर्षांच्या आसमंत सुगंधित करणाऱ्या बालीश मूर्खपणाला शोभेलशी, रमोना हसली. रुंद पायऱ्यांचा जिना किंचित वळत गेला होता. कठड्याच्या नाजूक दांड्यांना मधल्या गोल स्तंभानं आधार दिला होता. जिन्याच्या मधल्या वळणावर स्वच्छ काचेची छोटी प्रेक्षणीय खिडकी. पुढे जिन्याचे दोन भाग होऊन व्हरांड्याकडे गेलेले. अगदी खालच्यासारखेच.

आम्हा शेर्पांना मागे टाकून रमोना पुढे धावली. ''डावीकडची दुसरी आणि तिसरी खोली तुमची.'' ती ओरडली. ''हिलामावशी स्वयंपाक्याशी बोलतेय. तुम्ही आल्याचं सांगते मी तिला.''

कॉरिडॉरमध्ये वळताना मी एका प्रचंड लाफिंग बुद्धावर आदळले. या बुद्धांनी मला शहाराच येतो. फ्रामरोझनं हे डझनानी घेतले असावेत. पॅसेजच्या शेवटी तसाच दुसरा एक दुष्टपणानं मला पाहत होताच.

माझी खोली छान होती. पश्चिमाभिमुख. खिडकीतून सूर्यास्त दिसत होता आणि जमिनीवर जांभळट सावली पडली होती. तिथं दुसरं दार होतं ते गच्चीत उघडत असावं. एवढ्यात उघडून पाहणं बरं दिसलं नसतं.

हिलानं आम्हाला दिलेल्या खोल्यांत म्हाताऱ्या फ्रामरोझच्या वेळचं मूळ रूप फारच थोडं उरलं होतं. आर्किटेक्टनं खोलीला नवं रूप देण्याचा प्रयत्न केल्याचं स्पष्टच होतं. खोली खोट्या खोट्या चंद्रताऱ्यांनी भरली नव्हती किंवा अगदी मोहेंजोदरोतून उत्खनन केलेलीही वाटत नव्हती.

मला तर वाटलं होतं की एथनिक टच म्हणून मातीच्या भिंती, त्यावर वारली चित्रकला (भिंती शेणानं सारवलेल्या), बांबूचे पडदे, गवताच्या चटया आणि फर्निचर म्हणून तिलोनिया बाजारातल्या वेताच्या ठेंगण्या खुर्च्या असणार तिथं; पण त्याऐवजी जमिनीवर उत्तम मोझेइक फरशा होत्या. फ्रामरोझचीच आवड. भिंतीच्या खालच्या भागात हस्तिदंती गुलाबांची सजावट, माझ्या खोलीत टेबलावर कागदांची

चळत, दोन पेन्सिली आणि दोन बॉलपेनं, पलंगाशेजारी बुकशेल्फ, त्यात नव्या अभिजात, लोकप्रिय नव्या कोऱ्या पुस्तकांची चळत. अलिफ बेचं उत्तम पुस्तक *'द थॉट सायकलिस्ट'* त्यात होतं. त्यानं सही करून हिलाला दिलेली, कोरी, न वाचलेली प्रत.

मी ते हातात घेऊन त्यातल्या पहिल्याच परिच्छेदातील रत्नं हुडकतेय तेवढ्यात रमोना आत घुसली.

"तुमच्यासाठी चहा मागवू?"

चहा? यावेळी? आठ वाजत आले होते. म्हणजे जेवण कॅन्सल की काय?

"मागवू म्हणजे? बंगल्यात स्वयंपाकघर नाही?"

रमोनाला माझी दया आली. तिनं माझे दोन्ही हात प्रेमानं धरले. "स्वयंपाक, धुणीभांडी आणि घरकामाच्या सगळ्या बाबी विसरून तुम्ही तीन दिवस पूर्ण आराम करावा अशी आमची इच्छा आहे."

"मग तू करणार चहा?"

तिचा चेहरा आक्रसला. तिनं माझे हात सोडले. फक्त म्हणाली, "आमच्याकडे स्वयंपाकी आहे. शेफच खरं तर. चहा हवाय की नको?"

"नको. अलिफ बे शिवाय कोण येणार आहे?

"तो! तो काही इतका महत्त्वाचा नाही. कोण येणार आहे ओळखा पाहू. रफीक खान!"

"म्हणजे तो नाचणारा- नर्तक? जाझ, ब्रेकडान्स आणि तसलेच नाच करीत असतो तो?"

"पाहिलं म्हणजे ते सगळे डान्स एकच नाहीत. तो त्यांचं मिश्रण नाचतो. त्याचा तो वेडवून टाकणारा ताल तुम्हालाही लवचिक बनवतो. तुमच्या स्नायूंना वेगळी दिशा दाखवतो. मी तेवढ्यासाठी मस्त ड्रेस शिवलाय. नक्षीदार गोल गोल डिझाईनचा. बघायचाय?"

अर्थातच. रमोना नाचत गेली. आली. क्षणात रुपेरी कापडाचे काही तुकडे हिरेमाणकांचे खडे जडवलेले– घेऊन आली.

"ममीनं त्याला बाह्या शिवायला लावल्या." ती दु:खानं म्हणाली. पंखासारख्या प्रचंड मोठ्या झालरी लावलेल्या दोन्ही बाह्या मागच्या बाजूला घड्या केलेल्या होत्या. "तुम्हाला काय वाटतं? मी घालू का ड्रेस? तो जरा जास्तीच..." तिच्या डोळ्यात चिंता होती.

"अर्थातच. घाल." मी थोडं जास्तीच उत्साहानं म्हटलं. मला माझा ड्रेस आठवला. विशेषत: त्यातल्या केप्रीज. मी पर्स उघडून एक सोनेरी नक्षीचं फुलपाखरू काढून तिच्यापुढे धरलं. "त्यावर शोभेलसं वाटलं तर हेही घे." रमोनाच्या वयाची असताना अशाच प्रसंगासाठी मी ते घेतलं होतं.

ती आनंदानं किंचाळली आणि लगेच तो ब्रूच तिनं छातीवर लावला.

"पण तुम्हाला स्वत:ला नकोय का तो? त्याचे डोळे किती छान आहेत."

होतेच मुळी!

"ही लाच आहे बरं! आता तुमच्या पाहुण्यांविषयी सांग. सगळ्यांविषयी सगळं बरं का. न विसरता!"

ती हसून कॉटवर बसली.

"पहिल्या म्हणजे तुम्ही आणि लल्ली. तुम्ही मैत्रिणी आहात,

"थँक्स."

"रफीक खान मी सांगितलाच. त्यानं 'डान्स थेरपी' शोधलीय अपंग मुलांसाठी. आणि डॉ. साने आहेत. तुमच्या नाहीत ओळखीचे? जिमी अंकलचे मित्र होते ते. मला आता जिमी अंकलसुद्धा फारसे आठवत नाहीत. माझ्या लहानपणीच वारले ते."

हिलाचा नवरा जमशेद, मोटार अपघातात दहा वर्षांपूर्वी वारला होता. बरीचशी छोटीमोठी कर्जं ठेवून आणि स्वत:चा विमा न काढता.

"डॉ. साने काही तितकेसे कंटाळवाणे नाहीत. मी भेटलेय त्यांना. पण त्यांची बायको मात्र...! झगझगीत वगैरे. मी तिला आधी भेटलेली नाहीये. ती मंडळी आज रात्री यायची आहेत. बरोबर त्यांची दोन मुलं. मला नाही आवडत मुलं. छोटी बाळं मला फारच आवडतात; पण ही मोठी मुलं आहेत. त्यांचा त्रासच होतो."

त्या मुलांच्या कल्पनेनेच रमोना थांबली. तिला पुन्हा जागं करून बोलतं करायला मला तिला कितीतरी हाका मारायला लागल्या.

"शिवाय फेलिक्स रेगो येणारेत. ऐकलंय तुम्ही त्यांच्याविषयी? त्यांची पुस्तकंही खूप खपतात. लोकप्रिय लेखक आहेत ते."

आमच्यासारख्या सामान्यांपुढे या नामवंतांबद्दल बोलताना रमोना संकोचली. मग म्हणाली. "थ्रीलर्स लिहितात ते. मी नाही वाचत. तुम्हाला माहीतच असेल. दोनदोनशे रुपये किंमत एकेकाची. पुस्तकांवर एवढा खर्च करण्याइतका पैसा इथं आहे कुणाकडे?"

तेही खरंच. *मिस्टिक मर्डर,* किंवा *ब्लडस्टेन्स अ‍ॅण्ड बकार्डी,* किंवा *स्यूअर्स ऑफ सरकेस* यावर पैसे घालवणं चुकीचंच.

"शिवाय श्रीयुत बजाज येणारेत. त्यांच्या बायकोचा काल फोन आला येऊ शकत नसल्याचा, तिची मीटिंग आहे वाटतं कसली तरी कलकत्त्याला. पण ते येणार आहेत. तेही जिमी अंकलचे मित्रच. भयंकरच श्रीमंत. घोडेबिडे बाळगणारे. मला तेवढंच माहीत आहे."

"अलिफ बे. तेही लेखकच ना? मला सांग त्यांच्याबद्दल."

"अगं, लेखक कसले? फेलिक्स रेगोसारखे तर नाहीतच! कोणी वाचत नाही त्यांचं. हिलामावशीनं त्यांना बोलावलंच का कोण जाणे! दया येऊनच असेल. तुम्हाला माहीत आहे ना हिलामावशी. कडक इस्त्रीचे शर्ट घालून फिरतात म्हणूनही असेल."

मी कुठल्या विभागात मोडते याचं मला औत्सुक्य वाटत राहिलं. माझं फुलपाखरू एव्हाना विसरलं गेलं होतं.

"आणि हो! लोला लव्हीना, त्यापण यायच्या आहेत. माहीत असतीलच."

"नाही. रमोना, लोला लव्हीनासारखं तर नावही ऐकलेलं नाही मी. ते रचलेलं नाव आहे. ती काय मॉडेलबिडेल आहे वाटतं?"

"नाही हो. ती चिली. ती मॉडेल आहे. तिला तुमच्या शेजारी ठेवलंय आम्ही." तिच्यापुढे कुणाचेही पाय झाडाच्या खोडासारखे वाटतात. ती चिली. मला ठाऊक होतीच. कुणाला नसेल? ती शेलाटी, डौलदार, वळणदार आणि चमकदार दिपवणारीच होती. मला माझ्या केप्रीजची आठवण येऊन उदास वाटलं.

"मावशी म्हणते ती चांगली आहे; पण तसं काय, काहीतरी घोटाळा होईपर्यंत ती प्रत्येकाबद्दलच म्हणते आणि काही झालंच की स्वत: तिथून पळ काढते. म्हणजे असं डॅडी म्हणतात." तिनं घाईघाईनं कोणतीही कृतघ्नतेची छटा येऊ नये म्हणून पुस्ती जोडली. "असो, तर चिली येणार आहे."

एक चपललंबचरणा, एक जाझ नर्तक, एक बल्लवाचार्य, एक घरगुती पण डॉक्टर, एक अधाशी स्तंभलेखक, एक प्रसिद्धिविन्मुख लेखक आणि ते गूढ बजाज. वीकएन्डसाठी नमुने बरेच होते. लोला लव्हिनाचं मात्र स्पष्टीकरण मिळालं नव्हतं.

"ती स्त्रीवादी आहे. हिलामावशीच्या मते काहीतरी स्वत्व असणारी स्त्री." हिलानं पेज थ्री वरची भाषा मनोभावे आत्मसात केली होती एकूण. हिला येऊन आमच्यात सामील झाली. धापा टाकीत आणि धडपडत. "इथं आहात का तुम्ही? नशीब. मला आता ऐनवेळीच्या ड्रिंक्सची काय सोय करावी याचा प्रश्न पडलाय. तुम्हाला माहीत आहे ना मला मुळीच नाही आवडत हे प्रकरण. शक्य असतं तर दारू म्हणून मी घरात येऊ दिली नसती, पण तो बल्लव ऐकायला बसलाय! तरी अस्सल दारू- हार्ड ड्रिंक्स त्याला कमीच लागली. वाईन्स मात्र हव्यातच. मोसेली, कार्डोनाय, कधी ऐकली होती ही नावं? आपण फार सुसंस्कृत वर्गाचे प्रतिनिधी आहोत आणि पेज थ्री वर वाईन पिताना आणि चीज चघळताना आपले फोटो येणार आहेत. तुम्हाला वाटेल की साधं अमूल नाहीतर क्राफ्ट चीज मागवलं असेल म्हणून, तर त्यानं काय काय मागवलंय ते एकदा पाहाच. याक. न धुतलेल्या मोज्यांचा वास येतोय एकेका चीजला. आमचा स्वयंपाकी 'फाँड्यू' करणार आहे.

तो म्हणतो त्याला 'न्यूजव्हॅल्यू' आहे. मी सांगितलं नव्हतं? फेलिक्स रेगो हा आपला खाद्य वार्ताहर आहे बरं का. ? 'हाऊस-पार्टी'च्या कल्पनेचाच मी आता धसका घेतलाय. आता थोडेच तास उरलेत तो गोंधळ घालायला. सानेमंडळी रात्रीपर्यंत येतील. 'उशिरा' म्हणालेत ते; म्हणजे मध्यरात्र होणार बहुधा.''

''होय? पण हिला, हे जरा अतीच होतंय ना? तुझा विचार नको का करायला त्यांनी. मग सकाळपर्यंत घरीच राहायचं त्यांनी.''

हिलानं वैतागानं खांदे उडवले. ''चल लल्लीला शोधू. शत्रू येईपर्यंत एकत्र दुःख करू. रमोना, त्या ड्रिंक्सच्या बाटल्या व्हरांड्यात आहेत त्या स्वयंपाकघरात ने गं. तूच ढोसून पायऱ्यांवर पडलेली दिसू नकोस म्हणजे झालं.''

रमोना पळाली. खिदळतच. लल्लीनं हिलाला शांत केलं आणि आम्ही तिच्या खोलीत छानशा निळ्या पांढऱ्या नमद्यावर पसरून पोटभर कुचाळक्या केल्या.

''मला आधी सांग, तुला 'खाद्य वार्ताहर' कशाला हवाय?'' मी म्हटलं ''आणि असले जगावेगळे खाद्यप्रकार तरी? पेज थ्री च्या इतकं आहारी का जायचं आपण? मुळात आपण पेज थ्री ची माणसं नव्हेतच.''

''आता त्या क्लासमध्ये मोडण्यासाठी मी इतकं करतेय असं वाटतं तुला? मी काय खेड्यातून येऊन अचानक श्रीमंती आलेल्या नवधनिकांसारखी आहे? कसंही करून त्या श्रीमंतीचं आचरट प्रदर्शन करायला उतावीळ झालेली?''

''त्यासाठी तर मग तुझ्याकडे 'जाकुझी' हवी आणि फ्रामरोझचा क्लास आपल्यावर थोपायला नकोच कुणी. त्यानं तर रोल्सराईस विकलीस तेव्हाच तुझ्या नावानं दातओठ खाल्ले असतील.''

''अगं हा स्वयंपाकी,'' हिला म्हणाली, ''त्याला हे ठिकाण जगाच्या खाद्य-नकाशावर यायला हवंय.''

''पेज थ्री वरून?'' माझा विश्वासच बसत नव्हता. ''आधी हा नकाशा आहे कुठं? कोणी केलाय?''

''स्वयंपाक्याच्या डोक्यात आहे तो. त्याला वाटतं आपण खातो, करतो ते जिन्नस म्हणजे आपली अन्नसंस्कृती नव्हेच. विशेषतः वर्तमानपत्रातल्या खाद्यविभागातून सांगितलेले पदार्थ. आपल्या खऱ्या संस्कृतीचं विडंबन करतात ते. ते विचारात घेतात ते पदार्थ म्हणजे ज्यांच्या किमती तीन, कधी कधी चार आकड्यात जातात तेच फक्त. किंवा मॉडर्न नाव असलेल्या उंदराच्या बिळात काढले जातात ते. ट्रूफल त्यानं याच तत्त्वासाठी रद्द केलं. फेलिक्सला ते आवडलं नाही म्हणा. तो म्हणतो की १५००० रु. किलो किमतीची बुरशी खाणं हेच नैतिकदृष्ट्या चुकीचं आहे.''

''चांगलाच रंगीन दिसतोय की.'' लल्ली.

''होय ना. आहेच तो तसा. त्याला स्वयंपाकीच म्हणायचं, शेफ नाही, असाही

त्याच्या आग्रह आहे. पाहुण्यांमध्ये मिसळणार नाही ही अट आहे त्याची. तो मला म्हणत होता, फ्रेंचांकडे बघा. त्यांच्या अन्नाचा किती सन्मान करतात ते. आपण का नाही करू शकत तसा?"

"फ्रेंचांचं नाही माहीत, पण हा स्वयंपाकी स्वतःच खोटारडा दिसतोय मला तरी. मग फाँड्यू तरी कशाला? तोही आपल्या संस्कृतीचा भाग नाही आणि मी खात्रीपूर्वक सांगते की ते अगदी घाणेरडं लागतं."

हिला घाईघाईनं उठलीच.

"मग ते अगदीच थोडं कर म्हणून सांगते त्याला, फेलिक्स रेगोपुरतंच. त्यानं मुद्दाम सांगितलंय त्याते करायला. फेलिक्सनं सांगितलेला बाकीचा मेनू इतका वाईट नसावा अशी आशा आहे. अगं चांगली दोन पानी यादी आहे ती!"

"आणि हे गांडूळ तसलं जेवण जेवणार आहे रोज?"

"आपणसुद्धा! तो म्हणतो की स्वयंपाक्याची परीक्षा त्यावरूनच होऊ शकते. स्वयंपाक्याला काय हवंय ते मी बघणं आवश्यकच आहे त्यामुळे!"

"काय ते?"

"हा बंगला हे खऱ्याखुऱ्या भारतीय अन्नाचं ठिकाण व्हावं. घरगुती अन्नाचं."

"तू त्या स्वयंपाक्याला अगदी वाहून घेतलंस." लल्ली फटकन म्हणाली.

"त्याला भेटेपर्यंत थांब. तो म्हणजेच मेजवानी आहे एक. पण तुला आधी त्याच्याशी बोलायची फारशी संधीच मिळणार नाही. बजाज, फेलिक्स आणि अलिफ बे आसपास असताना आणि उज्ज्वला साने! अर्रर्रर, तिला भेटलं पाहिजेस तू!"

"आणि चिली? काय गं हिला, ह्या चिलीत काय एवढं विशेष आहे?"

"ओह, चिली माझं बाळ आहे. माझी सगळी बाळं मला विशेषच." मनातल्या मनात मी चिलीला एखादा चटकन बरा न होणार बाळआजार व्हावा अशी आशा केली; म्हणजे अगदी जिवावरचा नव्हे. त्यानंतर ती किती चांगली दिसेल याचा मी विचार करत होते.

"आणि लोला लव्हिना? इतकं अस्सल खोटं नाव कशाला?"

दोघी माझ्याकडे मठ्ठपणे बघत राहिल्या. "पण तुझी ओळख आहे ना तिच्याशी?" दोघी एका सुरात.

मी वैतागून खांदे उडवले. सगळ्यांनाच ही खोट्या नावाची बाई माझ्यावर का थोपायची होती कुणास ठाऊक!

"त्यादिवशी मॉलमध्ये तू बोलत तर होतीस तिच्याशी. मी अत्तरांच्या काउंटरवर गुंतले होते तेव्हा."

अरे देवा! *मीनल!*

"तिनं नाव बदललंय."

"साहजिकच!"

"पण लोला लव्हिना? हे काय नाव?"

"काय झालं? लव्हिना तिच्या आईचं नाव आहे."

"तू ओळखतेस तिला?" आता थक्क व्हायची माझी पाळी.

"नाही. पण तिची माहिती आहे."

"मग मीनलमध्ये मला माहीत नाही असं काय आहे?"

"जाऊ दे. तुला ते तिच्याकडून ऐकावं लागणारच आहे कित्येकदा. तशीच आहे ती." लल्ली थोड्या दुष्टपणानेच म्हणाली असं वाटलं मला. "सांग हे सगळं तुला करायलाच हवं होतं का? ही हाऊसपार्टी तरी कशासाठी?"

हिलाचा चेहरा दगडी बनला. "मी ते देणं लागते या लोकांचं. लल्ली, तू बरोबर ओळखलंस. त्यांना मी सहनही करू शकत नाही. फक्त रफीक आणि फेलिक्स आणि अर्थात ती गोड पोर चिली सोडून, पण हे देणं आहे ते द्यायलाच हवं."

हे स्पष्टीकरण विलक्षण. पण लल्लीच्या डोळ्यांत एक बुद्धिमत्तेची चमक जाणवली.

"स्वयंपाक्याची कल्पना ठीक आहे. ठिकाण नवं असलं की लोक तिथं काहीही खायला तयार असतात. मग चांगलंच जेवण का देऊ नये? गुंतवणूक म्हणूनही चांगलीच आणि हिला, बंगला तर सुंदरच आहे."

"आहे ना? शिवाय रोल्सराईस आणि दागिने! विसरू नकोस."

"मला आनंद झाला ऐकून." लल्ली शांतपणे म्हणाली.

नवल म्हणजे हिलाचे डोळे भरून आले आणि एकदम उठून ती खोलीबाहेर गेली. मला वाटतं अचानक आलेल्या या श्रीमंतीनं तिला तिच्या आईबापांनी सोसलेल्या हालअपेष्टा आठवून मन नव्यानं कडू झालं असावं. ही हिला नेहमीच्या नाचऱ्या, हौशी हिलापेक्षा किती वेगळी होती! तिचं दुःख अधिक खोलवरचं होतं.

थोड्या वेळानं हिला आम्हाला बंगला दाखवायला घेऊन गेली. स्थापत्यशास्त्र्यानं जिथं जिथं शक्य होतं तिथं तिथं भिंतीला भोकं पाडून काचा, शिंपले, आरसे जे मिळेल ते बसवलं होतं. त्यामुळे पूर्वीच्या गुदमरवणाऱ्या एकसुरी भिंती चांगला वाटत होत्या. "रिया नेगी! तू ऐकलंच असशील तिचं नाव. तिच्या नावाची हवा आहे सध्या." हिलानं आम्हाला ज्ञान पुरवलं.

"निदान तिनं तुला वास्तुशास्त्र किंवा फेंगशुईच्या लफड्यात तरी नाही अडकवलं. म्हणजे वाऱ्याची साधनं, बांबूचं बोनसाय किंवा कोपऱ्यातले ते जोकर्स!"

"हुषारच आहे ती. मात्र बिलाची आठवणही काढू नकोस, पण आयुष्यात एकदाच करायचं म्हणून. त्या कंजुषाचा पैसा उडवता आला मला. बघा, त्याच्याकडे

सगळं उत्तम फर्निचर होतं; पण झाकून ठेवलेलं. स्वत: एका एवढ्याशा खोलीत राहिला वरच्या. खरं तरी वाटतंय?''

हॉल छान, सोयीस्कर होता. जेवणाच्या खोलीच्या प्रदर्शनी दिखाऊपणापुढे तर विशेषच. निळ्या पार्श्वभूमीवर बारीक सोनेरी नक्षीनं भिंतींना थोडा मृदुपणा आला होता. हिला म्हणाली की ते फ्रामरोझनंच करवून घेतलं होतं. मखमलीवर सोनेरी नक्षीच्या उशा मात्र नव्या होत्या. 'त्या कोचांना शोभेशीच खोली असायला हवी होती म्हणे. का कोण जाणे? निळी, पण बेडरूमचा निळा रंग नव्हे.' म्हणजे नेमका कसा असं विचारल्यावर तिनं माझ्याकडे फक्त दयार्द्र होऊन पाहिलं. उत्तर नाहीच. मला काय करायचंय म्हणा. या निळ्या रंगाला ती काय म्हणाली माहीत आहे? व्हॅनगॉग ब्ल्यू. कल्पना कर तू!''

मी केली. चांदणी रात्र. निळ्यात जांभळा रंग नकळत मिसळलेला. कडेला सोनेरी धुकं. हो तर. मला आवडेल अशा घरात राहायला.

आम्ही हिलाबरोबर घर पाहत फिरलो. एक खोली कुलूपबंद होती. ''ती लायब्ररी. सगळी जुनी, त्यांची पुस्तकं. सकाळी उघडेन मी. अजून मी हातही लावला नाही कशालाही तिथं.'' तिनं एकदम झटकूनच टाकलं. घराचा मागचा व्हरांडा, तिथल्या झाडांच्या कुंड्या काढून रिकामा केला होता. स्वच्छ मोकळा. फिरायला म्हणजे शतपावली करायला मस्त जागा. टोकाला काही खुर्च्या होत्या. हिला ज्याला स्टुडिओ म्हणते त्या प्रचंड खोलीवरून आम्ही गेलो. ती रफीक खानची खोली. लाकडी नक्षीदार जमिनीची खोली. मग एक स्वयंपाक्याची खोली. हे तिनं अगदी कुजबुजत सांगितलं. 'एसी'ची गुणगुण होतीच. त्याच्या मोठेपणानं ती बहुधा दिपलीच होती. त्याची खोली एकटीच तेवढी एसीवाली. टोकाला स्वयंपाकघर. आत्ता बंद पण आत आमचं जेवण तयार होतं.

स्वयंपाकघराच्या शेजारच्या लहानशा खोलीत आमचं बुफे जेवण झालं. स्वयंपाकी आलाच नाही तिथं. वाढण्यासाठीची छोटी खिडकी गच्च बंद होती. आम्ही आमची ताटं घेऊन व्हरांड्यात गेलो आणि पावसाकडे पाहत जेवलो. लोखंडी खुर्च्या पाहताना मध्ययुगीन यातनाघरासाठीच्या वाटल्या पण आश्चर्य म्हणजे सुखकारक निघाल्या.

स्वयंपाक साधा पण चविष्ट होता. दहा वर्षांपूर्वी लुधियानाच्या रस्त्यावरच्या धाब्यासारखं जेवण वाटलं. वांग्याचं भरीत, उडदाची घट्ट डाळ, भाकरी, लस्सी याहून उत्तम बेत कुठला नव्हताच. (वस्तूंची अगम्य विशेषणं मात्र मी आमच्या खाद्यवार्ताहरांवर सोपवली होती.) वांग्याच्या धुरकट मसालेदार वासानंच भूक खवळली होती.

हिलाचा मूड चांगला झाला होता आणि ती भाचीच्या नव्या बॉयफ्रेंडच्या

चौकशीत गुंतली होती. रमोना तर खुशीतच तरंगत होती. आताच्या या म्हाताऱ्या कंपनीला तिनं माफ केलं असावं. तिशीपासून मृत्यू येत नाही यावर तिचा विश्वास बसत चालला होता.

"चिलीला बोलावलं नसतंस ना, तर सगळा बेत अगदी उत्तम होता." ती फुस्कारलीच.

या काळ्या यादीत मी लोला लव्हिनाचंही नाव घुसवलं असतं, पण मरू दे. इथं मला उदार असायला काहीच हरकत नव्हती. अलिफ बे संपूर्ण तीन दिवस होता ना माझ्यासाठी!

का कोण जाणे, पण मंगळवारी मी ज्याच्यावर धडकले होते तो माणूस मला सारखा आठवत होता. डोळ्यांची आठवण येऊन अंगावर शहारा येत होता आणि नवलही वाटत होतं. म्हणजे आनंद वाटत होता की भीती?

तिथल्या गप्पांमधून मी गळलेच.

भुरभुरत्या पावसाच्या आवाजात मोहनिद्रा घातल्यासारखे आम्ही बसून होतो. वर गेलो तेव्हा दहासुद्धा वाजले नव्हते.

"स्वयंपाकी उघडील दार सान्यांसाठी." हिलानं जांभई देत म्हटलं. "मी त्याच विंगमध्ये आहे." हिलानं तो बुद्ध असलेल्या बाजूला बोट दाखवलं. काळा प्रचंड बुद्ध, वर्डस्वर्थच्या शिखरासारखा. स्वत:ची अंत:प्रेरणा असल्यासारखा.

कपडे धुण्याचा आणि हेअरस्टाईल करवून घेण्याचा आज रात्रीचा कार्यक्रम रमोनानं लांबणीवर टाकला. "माझे केस आहेत तसे त्याला नाहीच आवडले तर तो बसवील हवे तसे." तिनं डौलात सांगितलं.

जाझडान्सरलाही त्याची जागा दाखवून द्यावी लागते कधी कधी.

■

४

मी लवकर उठले. फारच लवकर. नव्या जागी राहिल्यावर मला नेहमीच असं होतं आणि डोकेदुखी कोळिष्टकासारखी दिवसभर चिकटून राहते. पहाटेच्या अंधुक उजेडात मी डोळे बारीक करून माझ्या घड्याळात पाहिलं. मी ठरवून डोळे मिटून घेतले आणि आवाज बाहेरच ठेवून पुन्हा स्वप्नात गुंगण्याचा प्रयत्न केला; पण आवाज येतच राहिले. त्यांच्याशी झगडण्याला कंटाळून मी त्यांच्याकडे लक्ष दिलं.

"काय हवंय तुला?" मध्यमवयीन पुरुषी आवाज. दुसरा हसला. "मला काहीही नकोय. आपण पूर्वी भेटल्याचं विसरूया. इथं पुन्हा अनोळखी होऊ." असं म्हणत रांगडेपणानं, गंमत वाटून तोही हसला,

"हां. हां. तसं नव्हे. मी काहीही अगदी आनंदानं करीन. मनापासून."

"मी विकाऊ वस्तू नाही." आवाज कडक, बारीक, भीतिदायक. आवाजात संताप आणि दुखावलेपण.

"हे बघ. मला तसं म्हणायचं नव्हतं. तुला स्पष्टच सांगतो, आता मला कुठलाही धोका पत्करायचा नाही. त्यानं मी बरबाद होईन."

एक तणावपूर्ण शांतता. मग पुरुषाचा आवाज. झोंबणारा. "ते तू डोक्यातून काढून टाक. माझ्या बाबतीत म्हणशील तर, डॉक्टर, तसं कधी घडलंच नाही. माझा काही संबंध नाही त्याच्याशी याउप्पर. ज्यांच्याशी होता ते मरण पावलेत सगळे. संपलंय सारं. तू मला पूर्वी कधीही भेटला नाहीस."

एव्हाना स्वप्नं संपून झोपेनं माझा ताबा घेतला. एक नकोसं जडावलेपण. उजाडताच मी ते झटकून टाकलं.

सहा वाजत आले होते. मोतिया रंगाच्या बाथरूममध्ये गरम पाण्याचा शॉवर ही माझी गरज होती. शिंपल्याच्या आकाराच्या आरशात मलाच मी कधी नव्हे इतकी प्रफुल्ल दिसत होते.

किरमिजी शर्ट घालून मी बाहेर आले. रात्रभर पाऊस पडल्यानं सकाळ ओलीचिंब दिसत होती. दोरीवर कपडे कसे तरी वाळत टाकावेत तसे राखी ढग दिसत होते.

मी काळजीपूर्वक दार उघडलं. पलीकडे दुसरी खोलीच असू नये एवढीच अपेक्षा. दार उघडलं ते गच्चीत. मी हर्षानं धावले. त्या विशाल गच्चीची जमीन फ्लॅगस्टोनची होती. गच्चीला नक्षीदार कठडा. वर रॉट आयर्नचं रेलिंग मजबूत, बसण्याइतपत रुंद. पायाखालची गुळगुळीत, गार उंचवट्यांची जमीन अनवाणी पायांना सुखद वाटत होती आणि खाली थेट समुद्रच.मी कठड्यावरून वाकून पाहू लागले. लाटांपर्यंत पामची झाडं कठड्याला घासत होती. त्यांचा हिसहिस करणारा आवाज म्हणजे थकलेल्या समुद्राचे नि:श्वास वाटत होते.

''गुड मॉर्निंग.''

आलेल्या अडथळ्यानं वैतागूनच मी वळले आणि त्याला बघून माझं तोंड उघडं पडलं. तो तोच– मंगळवारचा माणूस होता.

माझ्या डोळ्यांत चमकून गेलेली ओळख त्यानं जाणली असावी, कारण तो म्हणाला, ''अगदीच काही अनपेक्षित धक्का नाही म्हणता यायचं. तुम्ही इथं येणार असं मला वाटलंच होतं.''

आता हे अनपेक्षित नव्हतं का?

आम्ही पावसाबद्दल मामुली काहीतरी बोललो.

मग एकदम, थोडं संकोचानं तो म्हणाला, ''मला आवडलं तुमचं पुस्तक!''

याहून आनंदाचं आणखी काय असू शकतं? ही औपचारिक नम्रता नव्हती तरी माझा विश्वास बसला नाही. खरंच यानं वाचलं असेल का माझं पुस्तक? किती झालं तरी माझं *'लेडिज कंपार्टमेंट'* हे पुस्तक चर्चेचा विषय नव्हतंच आणि त्यानं जे सांगितलं होतं ते आधीही, अधिक प्रकर्षानं सांगितलंही गेलं होतं.

''तुम्ही उगीच मृदू, नम्र नाही वाटत त्यात. पण तरी तुमची निष्पापता लपतही नाही.''

नेमकं वर्णन.

मी त्याच्या प्रेमातच पडत होते. हाच अलिफ बे असेल?

''आणि त्याची गंमत म्हणजे मनाला श्रीमंत करणाऱ्या वेगवेगळ्या गोष्टी.'' हा अलिफ बे च असणार. पावसाळ्यातल्या सकाळी न्याहारीच्याही आधी वर्डस्वर्थची उदाहरणं देणारा दुसरा कोण असणार? त्याच्या *'द थॉट सायकलिस्ट'* बद्दल आता विचारलं तर मूड जाईल का ह्याचा?''

''कॉफी?'' त्यानं माझी विचारशृंखला तोडीत विचारलं.

''हो, अवश्य, कुठली तरी भयानक इन्स्टंट कॉफी मिळेल आता.''

''मुळीच *नाही.*'' डंख मारावा तसा तो मागे वळला. '' 'पोपायान'. हाताने

भाजलेली, ताजी दळलेली कॉफी. टणक, तरी मृदू. अधूनमधून तीव्र सूर लावणारी. फिल्टर कॉफी अर्थात. त्यावर दोन इंची फेसाचा थर *आणि* स्टीलच्या ग्लासात दिलेली.''

''कोण आहात तुम्ही?'' मी कौतुकानं विचारलं. तो खरा नव्हताच की काय? बाकी ह्या सकाळी काहीच खरं नव्हतं. ''सगळ्यांचा स्वप्नपुरुष?''

तो उपरोधिक हसला. ''पुन्हा नीट विचार करा. मी स्वयंपाकी.''

स्वयंपाकी?

नकाशाबहाद्दर, पोटावर प्रयोग करणारा, फाँड्युचं आग्रही अवडंबर माजवणारा हाच *तो*?

माझं तोंड उघडं पडून खालचा जबडा जमिनीला टेकला असावा. कारण त्याच्या आवाजात संशय होता. ''कॉफी तुम्हाला गच्चीवर आणून देऊ का बाईसाहेब?'' त्याचे डोळे दूर कुठेतरी पाहत असलेले.

''इतकं काही मनाला लावून घ्यायला नको. मी फाँड्युचा विचार करीत होते इतकंच.''

''पण स्वयंपाकी असण्यात चुकीचं काय?'' तो वेगळ्याच आवाजात म्हणाला, ''माझे काही चांगले मित्र कुक आहेत.''

''पण माझे नाहीत.'' मी निघाले. ''एखादा माझा मित्र होऊ शकेल असं समजण्याची चूक मी आत्ताच केलीय,''

''ओह! खाली स्वयंपाकघरात चला आणि तुमची कॉफी घ्या.'' तो शांतता प्रस्थापित करण्याच्या स्वरात म्हणाला. ''सकाळी मला प्रचंड भूक लागते. अस्वलासारखीच म्हणा ना!''

''कुणाला नाही लागत?'' मी त्याच्या मागोमाग घराच्या बाजूच्या वर्तुळाकार जिन्यावरून उतरू लागले. तोंडावर मध्येच येणारे पावसाचे थेंब मजेदार वाटत होते. काल जिथं जेवलो त्या व्हरांड्याशेजारी आम्ही आलो. खुर्च्या तिथून अदृश्य झाल्या होत्या.

''माझ्या घरी तुमचं स्वागत.'' तो म्हणाला. पहिला मजला उतरल्यावर स्वयंपाकघरात शिरणाऱ्या एका छोट्या पॅसेजमध्ये आम्ही आलो.

मी मोठ्ठा श्वास घेतला. हे खरं स्वयंपाकघर. ज्याच्यासाठी जीव पाखडावा असं. तो माझ्याकडे पाहून हसला. दोन्ही भिंतींना मिळून 'एल'च्या आकाराचा ओटा. मागच्या पुढच्या फळ्यांवर काचेच्या बरण्यांच्या रांगा. खोलीच्या मधोमध एक साधंसं लाकडी बाक, त्याचं लाकूड जुनं, गाठाळ, दाणेदार, त्याला शोभेसं स्टूल शेजारीच. नेमक्या उंचीचं, रुंद.

''हिलानं हे विकलं नाही म्हणून बरं झालं.'' त्यानं बाकावर बोटं आपटली. ''स्वयंपाकघरातली माझ्या दृष्टीनं सर्वोत्तम वस्तू हीच.''

कॉफी उत्तम होती. मात्र ग्लासऐवजी मी मग घेतला. गरम धातूनं ओठ भाजायला नकोत.

"थांबा."

त्यानं माझ्या हातातला मग काढून घेतला आणि कपाटातून दुसरा काढून हातात दिला. हा राजस निळ्या रंगाचा आणि आतून गुळगुळीत काळाभोर होता.

"हा मॅच होतोय तुमच्या शर्टाला."

मग आधीचा माझ्या हातातला मग त्यानं स्वत:साठी भरून घेतला आणि आम्ही न बोलता त्या वाफाळ पेयाचे घुटके घेऊ लागलो.

कडक, दाट, पक्व, नेमकी विशेषणं अचूक वापरली होती त्यानं. ती तीव्र चव मात्र बरीच होती.

पहिल्या शोधक घोटानंतर कॉफी पिताना मला एक अनिर्वचनीय आनंद जाणवला. मी वर पाहिलं आणि हसले. जीवन किती छान आहे!

ह्याचं लग्न झालं असेल? असावं.

"नाही." तो म्हणाला.

मी कुठे विचारलं होतं? मला जरा रागच आला.

"तुम्ही काय नाही?" मी तिरकसपणा केला.

"काही नाही. मनातला विचार ओठावर आला इतकंच."

खोटारडा.

त्यानं माझा कप भरला.

"त्या फाँड्युचं काय?"

"हिला म्हणत होती तुम्ही करणार आहात म्हणून."

"आणि?"

मी चाचरले. पुन्हा कॉफीवर बोलावं हे उत्तम. फाँड्युच्या चवीबद्दलचं माझं मत सांगितलं तर रक्तदाब वाढून एखादी शीर तुटायची याची.

"नीट केलं तर फाँड्यु घाणेरडं लागत नाही." तो म्हणाला. "ती एक साधी, सात्त्विक डिश आहे. अंडी, लोणी, थोडं चीज, विरघळू द्यायचं नि मऊ होईपर्यंत घोटायचं."

"मला वाटलं होतं तो पूर्वापार चालत आलेला फ्रेंच पदार्थ आहे. मला फ्रेंच येत नाही आणि खाण्याच्या संदर्भात मी फारशी सुसंस्कृतही नाही."

"हं. खाद्यसंस्कृती. त्यासाठी शेफ हवा. ते सुसंस्कृत मानले जातात. त्यांचं फाँड्यु घाणेरडंच लागतं. मी आपला साधा स्वयंपाकी. माझं फाँड्यु छान लागतं."

"मला वाटलं, तुम्हीच अलिफ बे."

"काय?"

“कारण तुम्ही माझं पुस्तक वाचलंत.”

“स्वयंपाकी या सगळ्याच्या पलीकडे असतो वाटतं?”

“कसं बोललात? पण हे घर वेगळंच आहे नाही? गच्चीला वेगळ्या खास फरशा पाहिल्यात? मस्तच ना? जणू खास एकट्यासाठीच मोठी फरसबंदी.”

“हं. पाहिलीय मी. मोठी मोकळी फरसबंदी एकट्यासाठी असली तरी त्यात कौतुकाचं काही नाही. मी राहिलोय पूर्वी अशा ठिकाणी.”

आणखी एखादी नस दुखावली की काय?”

“फक्त त्याला आम्ही फुटपाथ म्हणायचो. फरसबंदी नव्हे. मुंबईला व्हीटी स्टेशन आणि क्रॉफर्ड मार्केट यांच्यामधली जागा आठवा. तिथं मी सहा वर्षं राहिलोय. १९७२ ते १९७८. फुटपाथवासीच होतो मी.”

तो खरं बोलत होता. मला काय बोलावं ते कळेना.

“बांगलादेश युद्धाच्या वेळी तुम्ही लहान असाल. मुक्ती म्हणे! त्या फूटपाथवर राहत होतो. तेव्हा एक प्रकारची मुक्ती होतीच. ते पहिलं ठिकाण होतं जिथे सारख्या किंकाळ्या ऐकू येत नव्हत्या. तिथं येण्यापूर्वी सहा महिने आम्ही नुसते पळत होतो. इथून तिथे. त्याकाळात फक्त किंकाळ्याच ऐकल्या मी आणि गोळीबार. त्या फूटपाथवर पोहोचल्यावर मग इतर आवाज ऐकले. रस्त्यावरचे, वाहतुकीचे, रेल्वेगाड्यांचे, बोलण्याचे. एकतीस वर्षांपूर्वी पासून आजपर्यंत निर्वासित, चांगला शब्द आहे. फूटपाथ हे माझं वसतिस्थान होतं. आधाराचं. तिथून मी चटकन बाहेर पडू शकली नाही. विश्वास ठेवा, ते सगळं तितकंसं छान छान नसतं.”

तो पुन्हा माझा मग घ्यायला आला. आमच्या बोटांनी एकमेकांना निसटता स्पर्श केला. “मी तुम्हाला पुन्हा कधीतरी सांगेन त्याबद्दल. मला अलिफ बे समजण्याच्या गोंधळातून बाहेर पडलो तर.”

तो क्षण सरला...

मी स्वत:ला *'दि थॉट सायकलिस्ट'* मध्ये गाडून घेतलं. तेवढंच विषयांतर.

“किती माणूसघाणा आहे तो!” मी दहा मिनिटांनी समारोप केला “कसा आहे तो? कुणाला त्याचं खरं नावही माहीत नाही. बाकी त्याच्यासारख्याला हे रोजचंच असेल, सारी केवळ माया!”

“तुमचा विश्वास बसेल? तो जाहिरातीच्या व्यवसायात आहे.”

“छे. काहीतरीच.”

“नक्की. ती आफ्टरशेव्हची जाहिरात? ती अलिक बेचीच आहे. ओ! गुडमॉर्निंग मॅडम.”

हिला आली होती. फुलाफुलांच्या हाऊसकोटमध्ये भुतासारखी दिसत होती. “तुझं काम सुरू झालं? चहा दे आधी, मी जिवंत राहायला हवी असेन तर.”

''रंगली रंगलीयट? अर्ल ग्रे? फॅमिली मिक्चर नं. अकरा?''

''देवा रे! चहा. चऽऽऽहा, कुठलाही.'' आणि ती जडपणे शेजारी उभी राहिली.

''मग त्यासाठी टी बॅग हवी. पण इथं तू बॉस आहेस. तेव्हा रंगली रंगलीएट उकळून देतो. हळूहळू पी. गिळू नकोस.''

''मला वाटलं होतं तू कुकसारखाच वागशील. नोकरांचा प्रश्न मला आल्यापासून होताच. उर्मट सगळे. दादागिरीच प्रत्येकाची.'' ती माझ्याकडे वळली. ''तुमची भेट झाली एकूण. हा तारक घोष. स्वयंपाकी– जेवण नेहमीचं पण चवदार असावं म्हणून हा. १८ वर्षांचा असल्यापासून ओळखतेय त्याला. माझ्या आईचा मित्र. खरं म्हणजे माझ्या आईचा ब्लॅकमेलर म्हणायला हवं. कारण त्यानं तिच्या सगळ्या पाकक्रिया तिच्याकडून गोड बोलून काढून घेतल्या आहेत आणि आता मला मॅडम म्हणतोय.''

''शिस्त आहे ही मायबाप!''

''न्याहारीला काय आहे?''

''न्याहारी साडेनऊला. आत्ता सव्वासात वाजलेत.''

''बनवायला वेळ लागतो.''

''ब्रेकफास्टला वेळ नाही लागत.''

हिलानं थोड्या खेदानंच खिशातून एका कागदाचा तुकडा काढला.

''मी म्हणतच होते की लोकांना ब्रेकफास्टला काय हवं ते विचारणं मूर्खपणाचं होईल. आता तुला हे देताना मलाच कसंतरी वाटतंय.''

''उद्यासाठी ठेव ते. आज त्यांना मी देईन ते खावं लागेल.''

हिला संशयानं पाहत राहिली.

''सौ. सानेंना ब्रेकफास्ट बिछान्यातच हवाय. ट्रेमधून नेता येईल असं काहीतरी?''

''तिला म्हणावं, ऊठ आणि आधी दात घास. ही काही ती भिकारडी पश्चिम नाही. तिला कडुलिंबाचं दातवण दे.''

''तूच सांग जा तिला. अरे... अरे! थांब. मीच नेते तो ट्रे!''

''नाही तिला खाली यावं लागेल. अगदी मरायला टेकलीय का ती? तिला म्हणावं ऑम्लेट गार झालं की चव जाईल त्याची.''

''म्हणजे ऑम्लेटच मिळणार का आम्हाला? मग तुला कशाला बोलावलंय?''

''ऑम्लेट तुमच्यासाठी नाही. फक्त मुलांसाठी. सूफ्ले ऑम्लेट आणि घरी केलेला अननसाचा मुरंबा.''

''उकडलेली अंडी हवीतच हं.'' हिला उत्सुकपणे, ''पोरं सगळं केचपमध्ये बुडवून खातात. तुझ्या सूफ्ले ऑम्लेटला ती त्यांची टोकदार नाकं मुरडतील.'' तारक तिखट स्वरांत म्हणाला, ''मुलं मी देईन ते खातात.''

त्यांनी खरंच खाल्लं. हिलानं त्यांच्या आईचं कौतुक केलं. सान्यांच्या मुलांना पँट्रीत खायला घातलं. तारक त्यांना तिथंच सोडून गेला. त्यांनी भराभर दुधाचे मग्ज रिकामे केले आणि आपल्याला मिळालेली बक्षिसं पाहू लागली. अर्पितासाठी बीटरूट कोरून केलेलं गुलाबाचं फूल आणि दर्शनासाठी गाजर कोरून केलेलं रेल्वे इंजिन.

"एका अक्षरानं तक्रार करायची नाही." तारकनं ताकीद दिली होती. "ह्याला हेच का नि मला तेच का?" मी नंतर पाहिलं तेव्हा अर्पितानं इंजिन लाटलं होतं दर्शनकडून आणि दर्शन गुलाबाचं फूल चघळत होता.

फेलिक्स रेगो, अलिफ बे, रफीक खान आणि चिली उशिरानं येणार होते. मी ब्रेकफास्टसाठी गेले. कुकनं सौ. सान्यांना कितपत माणसाळवलं होतं ते पाहायचं होतं मला. ती अजून खाली आली नव्हती. लल्ली एका जाडजूड माणसाशी बोलत एका टेबलाशी बसली होती. मी तिच्या वाटेला गेले नाही.

जेवणघरात एका बाजूला छोटी लंबवर्तुळाकृती टेबलं मांडली होती. इतरवेळी एव्हाना तिथं ऊन आलं असतं. पण पावसाळी हवेमुळं उदासवाणा उजेड तिथपर्यंत पोचत होता. मी खिडकीबाहेर डोकावले. खिडकीच्या लोखंडी झालरीवर त्या भडक हिरव्या रानटी वेलींहून काहीतरी चांगलं असायला हवं होतं. "इथं जिरेनियम हवीत." मी म्हटलं. तारकच्या डोळ्यांत प्रकाश दिसला.

त्यानं माझ्यासाठी खुर्ची आणली. मी कशाला कशाला म्हणायच्या बेतात असतानाच त्याचं लक्ष नसल्याचं मला जाणवलं. तो ब्रेकफास्ट देण्यात मग्न होता. टेबल भराभर भरत होतं. शेवटी एक मोठं डेझीचं फूल मधोमध ठेवून तो दूर झाला.

मी टाळ्या वाजवायच्याच बाकी ठेवल्या. प्रत्येक गोष्ट सुंदर दिसत होती. मी फक्त संत्र्याचा रस तेवढा ओळखला. मी तो चाखतमाखत पीत राहिले.

"ड्रिंक्स ठीक होती ना?"

"हं, यंदाचा मोसम संत्र्यांना उत्तम आहे. रसाळ, गोड, मोठाली संत्री, हवीहवीशी. त्यांचा चवदार स्वर – आपलं सुगंध..."

त्याला जोरात हसू फुटलं. एक खुर्ची जवळ ओढून तो वेगळे वेगळे पदार्थ मला समजावून सांगू लागला. तिथल्या फळीवर ॲस्परेगसचे कळे म्लान होऊन पडले होते. ते खाल्ले जाणं आवश्यक होतं. त्यांची नाजुक टोकं किंचित अशा खळीदार लांबट काचेच्या भांड्यातल्या लोण्यात बुडवून खायचे. आहा! मी एक खाल्ला मात्र पुढे मला थांबताच येईना.

मग त्यानं एका छोट्या मातीच्या परळावरचं झाकण काढलं. सुरेख! पांढऱ्या चाफ्याची फुलं. आपलं सोनेरी अंतरंग दाखवण्यासाठी त्याने पाकळ्या मागे वळवलेल्या.

'सायसाखरेतलं अंडं!' तो अस्सल फ्रेंचमध्ये म्हणाला, फुस्! हे मीही करीन.

पण चमचाभर खाल्ल्यावर कळलं की अंडं असं कधीच नव्हतं लागलं. साय, लोणी, इतकं उंची, नेमकं. मी सुखानं स्वादिष्ट फ्रेंच ब्रेड त्याबरोबर कुरतडत राहिले. त्याला बरं वाटलेलं दिसलं आणि तो काय करतोय ते लक्षात यायच्या आत त्यानं तो ब्रेड तिथून उचलून नेला.

मी थोडी वैतागलेच. माझ्या खाण्याच्या मर्यादा अशा दुसऱ्या कोणी आखलेल्या मला नाही आवडत. मी एक जोरदार भाषण मनात तयार केलं. पण तो परत आला तो बरंच काही घेऊन. मी विसरलेच मग सगळं. एका शुभ्र रुमालानं झाकलेला एक क्रॉइसंट त्यानं उघडला. हा दुकानात मिळतो तसला नव्हता, आतून आंबटसर लागणारा मायक्रोवेव्हमध्ये केलेलाही नव्हता. गंध दरवळणारा, वाफाळ, त्याच्या वरचा थर काढल्यावर तर अधिकच घमघमला. त्याच्याबरोबर लोणी आणि मार्मालेड ठेवलं होतं पण त्यामुळे त्याची मूळ चव बिघडलीच असती.

ब्रेड मला अगदी निवडक, चवदार, नरम लागतो. मग त्या वेगवेगळ्या बारकाव्यांनी युक्त अशा ब्रेडच्या स्लाईसेस! असा ब्रेड, असे क्रॉइसंटस् मिळणार असले तर त्यासाठी पुढचा आठवडाभर उपाशी राहायला मी तयार होते, पण त्यानं लटक्या नाइलाजानं हात उडवले. मग एक उंच कप आणला. त्यात वर दोन इंची क्रीम होतं. फेस नव्हे. त्याला किंचित व्हॅनिलाची डूब दिलेली. कॉफीवर बुडबुडे येत होते. मखमलीसारखी नितळ मऊ. नाजूक सुगंधाची, जिभेवर चॉकलेटची एक रुचकर चव ठेवणारी कॉफी!

''मोचा चॉकलेटा. चांगल्या सुटीची उत्तम सुरुवात!''

माझ्या ते शँपेनसारखं डोक्यातच गेलं.

लल्लीसमोर बसलेल्या जाडजूड माणसानं हाक मारली, ''तारक, माझ्या मित्रा!'' मी आत्याकडे पाहिलं. तिनं आपण त्या गावचेच नाही असं मला झटकून टाकलं आणि तिच्या कॉफीकडे वळली (ही बहुधा प्लेन कॉफी असणार!) अच्छा म्हणजे ते डॉ. साने, लल्लीच्या दृष्टीने पूर्णत: बोअरिंग. ते मनापासून स्वयंपाक्याला बोलावीत होते. तारकनं असाहाय्यपणे माझ्याकडे पाहिलं.

डॉ. सान्यांनीही माझ्याकडे पाहून ते त्यांचं तेलकट हास्य केलं.

''मी श्री. घोषना सांगत होतो की त्याने अस्वस्थ होऊ नये. माझ्या पत्नीला उशीर होतोय, पण तो स्त्रियांचा हक्कच आहे. या अविस्मरणीय न्याहारीला तिला उशीर होतोय, हे खेदकारकच आहे.'' ते गडगडून हसले. ''मुलांचं बरोबरच आहे. ती केव्हाच खाऊन समुद्रावर गेलीत. काहीही करा तुम्ही, मी सांगितलंय त्यांना. सुट्ट्या आहेत, मजा करा.''

तारकनं स्वत:साठी ताजी कॉफी आणली. ह्या वेगानं दुपारपर्यंत त्याचं हृदय शुद्ध कॅफेनच पंप करीत राहणार बहुतेक.

उज्ज्वला साने एकदाची आली. गोरीपान राखी डोळ्यांची, चाळिशीची स्त्री, घट्ट पांढऱ्या मखमली पँटमधून बाहेर सांडणारी आणि वर हॉल्टरनेकचा ब्लाऊज घातलेली. कपडे तिला नीट बसत नव्हते. म्हणजे तिला त्यांची सवय नसावी. बराच मेकअप आणि खूपसं रूज लावलेलं. तिनं थेट, न चुकता स्वयंपाक्याकडे जाऊन कॉफीची मागणी केली. अगदी ओळखीची, नेहमीची असल्यासारखी.

"कॉफी- अगदी स्वर्गीय कॉफी हवीय मला." ती म्हणाली आणि बाहेर पाहू लागली. जणू चांगली तालीम करून आलीय. फक्त आवाज खाली आणायला विसरली. आपल्या गोटीसारख्या डोळ्यांनी साऱ्या खोलीचं निरीक्षण केलं. तिनं माझ्याकडे दुर्लक्षच केलं. लल्लीकडे बघून न हसता मान हलवली. हिलाची नजर पकडून दोन बोटांनी तिला अभीष्टचिंतन केलं. मग सगळ्यांकडे एक हास्य फेकून स्वयंपाक्याचा दंड धरून त्याला खिडकीत घेऊन गेली.

डॉ. साने प्रेमानं हसले. त्यांनी खुर्ची माझ्याजवळ ओढली आणि सर्वत्र नजर टाकली. कुणीही हात न लावलेली लोणी आणि मार्मालेडची भांडी त्यांच्याकडे अपेक्षेनं बघत होती. ते उठले, हिंडू लागले. कुठूनतरी अर्धा बॅगेत नावाचा ब्रेड घेऊन आले. मधोमध कापून त्यात लोणी आणि जॅम भरून त्यात दात गच्च रोवले.

सौ. सान्यांनाही खाणं मिळालं होतं. तिनं आपल्या प्लेटवर जोराचा हल्ला चढवला होता. आवाजाची पट्टी सतत वाढत होती. तोबरा भरलेला असल्यानं श्री. सान्यांना बोलणं शक्य नव्हतं. त्यामुळे नम्रपणानं त्यांनी माझ्याशी बोलणं टाळलं आणि मी त्यांच्या पत्नीच्या बोलण्याकडे कान दिला.

"किती कंटाळवाणं! मेली रूमसर्व्हिसही नाही. ब्रेकफास्ट बेडमध्ये मिळू शकत नाही. खरं तरी वाटतं?"

"खरंच?" आश्चर्य म्हणजे तारकचा आवाज अगदी मऊ होता.

"हिला नेमकी कशाविषयी सांगत होती कोण जाणे! पंचतारांकित चैन म्हणे. सगळं एवढं घाईनं ठरलं. तिला बिचारीला तसल्या राहणीची सवय नाही म्हणा, तिला कुणीतरी सल्ला द्यायला हवा."

"आता असलं कोण सांगणार?"

उज्ज्वलानं खोलीभर बोट फिरवलं. तिच्या विश्लेषणानं सगळंच रोडावताना दिसलं. (एव्हाना खाण्याचे बहुतेक पदार्थ दृष्टिआड गेले होते.) हिला ऐकण्याच्या आवाक्यात असल्यानं तोंडावर तिचं ते तिला नव्यानं सापडलेलं आकर्ण हास्य थापून होती. मला त्याची आता सवय होत होती.

"फेलिक्स रेगो कुठाय?" सानेबाई किंचाळल्या. "त्यानं ह्या न्याहारीबद्दल लिहायला हवं."

"तुम्हाला नाही आवडलं?" कुकच्या आवाजात एक भीतिदायक सूर ऐकून मला तरी बरं वाटलं.

"ठीक होतं, पण काही विविधता नव्हती त्यात."

तिनं एक मोठा लचका तोडून घेतला. "उकडलेली अंडी, ब्रेड, लोणी, जॅम घरातले नोकरसुद्धा करू शकतात." ती खडूसपणे हसली. हिलानं आम्हाला उद्यासाठी ब्रेकफास्टचा मेनू निवडायला सांगितलाय. काय हवं असेल ते. बिचारी! इतकी साधी आहे. मला कल्पना नव्हती का हा स्वयंपाकी म्हणजे इथलाच कुणी इडली डोसावाला पोऱ्या असेल. मी उद्या काय मागते ते पाहूनच त्याला हार्टअ‍ॅटॅक येणार आहे."

"असं काय हवंय तुम्हाला?"

"काँटिनेंटल, क्रेप्स सुझेटी. तुला माहीत आहे? मश्रुम्स. आम्ही गेल्या उन्हाळ्यात युरोपमध्ये होतो ना..."

"अस्सं."

तिनं आपली प्लेट खुर्चीवर ठेवली आणि सगळ्या कुमकीनिशी स्वयंपाक्यावर चाल करून गेली. "आता मला सांग तू काय देणारेस?"

"कधी?"

ती घशात हसली. स्वयंपाकी थक्कच.

डॉ. सान्यांचं सँडविच संपलं होतं. माझ्या दिशेनं किंचित झुकून ते डुलत आपल्या पत्नीकडे गेले. त्यांना हवा मात्र होता स्वयंपाकीच.

उज्ज्वला सानेंनी आपल्या मुद्दाम कोरलेल्या भुवया उंचावल्या आणि माझ्या दिशेनं मोर्चा वळवला. हिला केव्हाच पळाली होती आणि आता सर्व्हिंग-खिडकीतून स्वयंपाकघराच्या कोपऱ्यात चहाचे घोट गिळताना दिसत होती.

"हाय! मी ऐकलंय तुमच्याबद्दल."

काय ते ऐकण्यासाठी मीही उत्सुकता ताणली.

"आपण माणसं अखेर कशाच्या पाठीमागे असतो? आम्ही याचीच चर्चा करीत होतो. हिलाला फेलिक्स रेगोनं धक्का देण्यापूर्वी तुम्ही का येत नाही आमच्यात?"

"पण करायचं काय?"

"स्वयंपाकघरात जाऊन स्वयंपाक्याला थोडं घाबरवू या. जेवणापूर्वी थोडा स्वतःला सुधार म्हणावं. मला हिला फार आवडते. तिचं सगळंच टोकाचं असतं म्हणा; पण मनानं चांगली आहे ती."

"टोकाचं काय आहे तिच्यात?"

"अहो सगळे पारशी तसेच असतात. आता तर तिला फारच कठीण जात असेल. मेनोपॉज भयंकर असतो एकेकदा."

"तुम्हाला फार त्रास झाला वाटतं?"

तिनं माझं बोलणं ऐकलंच नाही. रमोनानं आत घुसायला नेमका हाच मुहूर्त साधला. सानेबाईंनी आवश्यकतेपेक्षा जास्तीच प्रेम दाखवीत तिला अडवलं. रमोना तिच्याकडे बघून नम्रपणे हसली पण शक्य तितक्या घाईनं बाहेर पडली. जाताना लल्लीकडे पाहून 'ताबडतोब' अशी खूण करून तिला बोलावून घेतलं. माझ्या लक्षात आलं होतं, लल्लीच्या भूतकाळातली काहीतरी काहीतरी महान घटना रमोनाला कळली होती आणि त्यामुळे ती तिच्या भजनी लागली होती.

"ती रमोना. हिलाची भाची." मी सांगितलं. उज्ज्वलानं कपाळाला आठ्या घातल्या. खरंच, ही सानेबाई म्हणजे तरुण माणसांना आपल्या गोड क्रौर्यानं वागवणाऱ्यांपैकीच एक होती तर. सिगारेटचं थोटुक फेकावं तसं विचार न करता एखादा शब्द फेकून सतरा वर्षांच्या उसळत्या तारुण्याची चमकती ठिणगी मालवून टाकील अशी. मला तिच्या मुलीची दया आली; पण तिची अर्पिता वयात यायला अजून काही वर्षांचा अवकाश होता.

सानेबाईंचं लक्ष दुसरीकडे वेधण्यासाठी मी तिच्या हातातल्या ब्रेसलेटचं कौतुक केलं. बारीक चांदीच्या साखळीत अगदी बारीक बाटली अडकवली होती. "ती ना, आमच्या शिमड्स नावाच्या स्विस मित्रांनी दिलेली भेट आहे." ती खुलली. "गेल्या वर्षी महिनाभर आम्ही एकत्र होतो."

स्वित्झर्लंड हा सहनशील देश आहे.

मग ती पुन्हा हिलाचं संरक्षण ह्या विषयाकडे वळली. "आपण नं, हिलासाठी काहीतरी करायला हवं. मी त्याला सांगत होते. देखणा आहे नाही तो?" मि. सानेंनी पकडून ठेवलेल्या तारककडे पाहून तिनं भुवया उडवल्या. मी त्याला पूर्वी पाहिलंय कुठेतरी. अजून आमची ओळख झाली नाही. तो कुणी उद्योगपती आहे बहुधा. काय व्यक्तिमत्त्व आहे नाही? अगदी आकर्षक. मला ठाऊक आहे. उद्योगपती– आता आठवलं मला..."

"अहो नाही..." मी तिला अडवलं. काहीशा खुनशीपणानं. "तो स्वयंपाकी आहे..."

तिच्या चेहऱ्यावरच्या आपुलकीची जागा संशयानं घेतली.

"मला आधी तरी सांगायचंत." ती थंडपणे म्हणाली आणि निघून गेली. शिवाजी पार्कवरच्या बहुतेकांना स्वयंपाकी हा सभ्य गृहस्थ वाटत नाहीसं दिसतं.

बाहेर आवाज नुसते वाहत होते. त्यात हिलाचा स्वागतपर आवाज सर्वांत मोठा. एक गाडी निघून गेली. खोलीतलं बोलणं अचानक थांबलं. तीन पुरुष आणि एक स्त्री आत आली.

बाई माझ्या ओळखीची. माझी मंगळवार दुपारची मैत्रीण. नव्यानं पुन्हा लोला लव्हिना म्हणून ओळखीची झालेली.

पहिला माणूस मी चेहऱ्यानं ओळखत होते. अतिशय बांधेसूद. हा नर्तक किंवा सर्कशीतलाच असू शकतो. तो दोन्ही होता. नृत्याचं शास्त्रशुद्ध ज्ञान आणि स्नायूंवर विलक्षण ताबा या बाबतीत उच्च पातळीचा. रफीक खान. रमोना तोंड उघडं टाकून अनिश्चयानं उभी होती.

दुसऱ्या माणसाची नजर रमोनावर. बांधल्यागत. रमोनाला मात्र रफीक खानखेरीज दुसरं काहीच जाणवत नसावं.

मी पुन्हा दुसऱ्या माणसाकडे पाहिलं आणि त्याला ओळखून थोडी निराश झाले. अलिफ बे.

पण मी ओळखत होते तो अलिफ बे हा नव्हता. त्याचा धूर्त, खरंतर क्रूर चेहरा पेज थ्री वर नेहमीच असायचा. वाळवंटातल्या देवानं शिक्षा द्यावी तशी त्याची मतं अवतरणांत दिली जायची. त्यानं कितीतरी जाहिराती लिहिल्या होत्या. अर्थात, हाच अलिफ बे आहे हे कुणाला माहीत नव्हतं. पेज थ्री वर दिलेल्या माहितीनुसार तो फक्त ब्रेड खाऊन राहायचा म्हणे!

आज आव्हानात्मक वाटावं अशा वेषातही (चुरगळलेला कुडता, मळकट पायजमा, चप्पल) त्याचं ते व्यक्तिमत्त्व लोपलं नव्हतं. मला एक जाणवलं, तो म्हणजे केवळ लेखक नव्हे, त्याची दुसरी अस्मिताच मला भेटणार आहे. तरी पण, आफ्टरशेव्ह लावून वा न लावता, तो अलिफ बे तर होताच आणि त्याच्याबरोबर त्याच्या अगदी उलट लोला लव्हिना.

एका बिछान्यापेक्षा आणखी बऱ्याच गोष्टी दोघांच्या एकत्रच होत्या. कितीतरी कपडे. अलिफ बे थोडा अधिक केसाळ होता. तरीही ती दोघं प्रतिबिंब किंवा सारख्या कपड्यांतल्या जुळ्यांसारखी दिसत होते. मीनल – आता तिला लोला म्हणावं लागणार – तिनं मला पाहिल्यावर किंकाळी फोडली. विजयानं की सुटकेनं कोण जाणे. पण माझ्या दिशेला पाऊलही टाकलं नाही. कदाचित ते जोडलेच गेले होते, ती त्याच्या दंडाला जणू वेलक्रोनं चिकटवली गेली होती.

तिसरा माणूस, एकेकजण गाळण्याच्या या प्रक्रियेतून फक्त फेलिक्स रेगोच असणं शक्य होतं. आमचा खाद्यपरीक्षक आणि स्तंभलेखक जबरदस्त सुटीच्या मूडमध्ये होता. मोठाल्या फुलाफुलांची बर्म्युडा, पांढरा टी शर्ट पुढून तरी कोराच होता. (मागच्या बाजूला त्याच्या खास सॉसची कृती छापली असावी) त्याचा लहानसा लांबुळका चेहरा शोधक वाटत होता. तो नोट्स घेत होता.

हिला पाहुण्यांचा मानपान बघत होती. उज्ज्वला साने अदृश्य झाली होती. रफीक खान तितकासा मोकळा झाला नव्हता. त्याच्याइतका डौलदार माणूस इथं थोडा अस्वस्थच वाटत होता. तो सामानाविषयी काहीतरी बोलला. रमोना त्याला अत्यंत भक्तिभावानं वर घेऊन गेली.

“इथं कुणी तरी आहे बरं का, ज्याला तुमच्या लिखाणाबद्दल बरंचसं विचारायचंय.” हिला अलिफ बे ला म्हणाली.

त्यानं माझ्याकडे एकदा पाहिलं आणि बहुधा मी त्याच्या निवडीत बसत नाही असं ठरवून टाकलं असावं.

“मी माझ्या पुस्तकांची चर्चा करीत नाही.” त्यानं फटकारलं.

“जनावर कुठला!” फेलिक्स रेगो खुशीत निरीक्षण करीत होता. “हल्ली त्याचं वाचतंय कोण?”

“सगळे तुमचंच वाचत असतील बहुतेक. मला वाटतं.”

तो हसला, हे न आवडल्यागत. एक कान खाजवत. हे नम्रतेचं निर्देशक असावं. “तुम्हाला यासाठी अलिफ बे ठारही करील. त्याचा मत्सर तसा व्यवच्छेदक आहे.”

“मनातल्या खोलवरच्या एखाद्या गंडाचा निर्देशक?”

त्याने ते गिळून टाकलं. “मी माणसाच्या स्वभावाचं जवळून निरीक्षण करतो. माझ्या कामामुळे मला करावंच लागतं.”

मी संशयी कटाक्ष फेकला पण लेकाचा गंभीर होता फारच. डॉ. सान्यांनी अलिफ बे पासून लोला लव्हिनाला बाजूला काढलं होतं. आता ती श्वासाचीही उसंत न घेता सतत बोलत होती आणि डॉक्टर्स पेशंटचं ऐकत नसताना दिसतात तसे ते दिसत होते, अर्धवट ऐकलेल्या शब्दांवरून मला कळलं, संभाषण कमरेभोवतालीच चाललेलं. सल्लामसलत चालू होती.

अलिफ बे व्हिस्की घेत लल्लीकडे लक्ष देऊन होता. लल्ली वैतागली होती आणि आपला कंटाळा झाकण्याचा किंचितसाही प्रयत्न करीत नव्हती. एव्हाना उज्ज्वला साने परतली होती. किंचित वेगळी दिसत होती. चेहऱ्यावर आणखी एक थर चढला होता. हिरवी आयशॅडो लावल्यानं राखी डोळ्यांना वेगळाच रंग आला होता.

तिच्या येण्यानं तिथं किमयाच घडली. माझ्या शेजारच्या फेलिक्स रेगोनं एक मोठा श्वास घेतला आणि त्यानं निश्चयपूर्वक पुढे पाऊल टाकलं. अलिफ बेच्या ग्लासातली व्हिस्की सांडली. लोला लव्हिनानं तिचं कमरेसंबंधीचं विवेचन अर्ध्यावर सोडलं आणि डोळे आकुंचित केले.

सानेबाईनं बाकी सर्वांकडे दुर्लक्ष करून माझ्यावर चाल केली. तिची उघडी पाठ अपेक्षेप्रमाणे फेलिक्स रेगोची नजर वेधीत होती. झटका बसल्यासारखं मला जाणवलं, फेलिक्सच्या कल्पनेतील प्रमुख पात्र उज्ज्वला सानेच होती. वर्चस्व गाजवणारी, एखाद्या मांजरीसारखी वाटत होती. अधिकाधिक शरीर उघडं टाकीत ती त्याच्या वाङ्मयीन प्रतिभेला कुरवाळत होती. ती रेगोमयच झाली होती.

त्याच्या मेंदूत डोकावणारे शब्द मला सहज कळत होते. *काळ्या धुमाऱ्यातून चमकणारे दात, यज्ञात अर्पण केलेल्याची मान, भुवयांवरचे खारट घर्मबिंदू, सनातन वासानं फुलवलेले पंख, नाकाचा उंचावलेला पूल, मृदू ओठांचं शिल्प, छोटंसं उघडलेलं गुलाबी मुख...*

फेलिक्सनं उज्ज्वलाबरोबरची खेळी काळजीपूर्वक खेळायला सुरुवात केली. मी त्यांना तसंच सोडून रफीक खानला गाठलं. बिचारा पाण्याबरोबर वाहत जाणाऱ्या एखाद्या मोठ्या पानासारखा खोलीच्या मध्येच हरवून उभा होता. "आता काय करायचं? थांबायचं की काही खायला येणार आहे?"

मी सँडविचेस देऊ केली पण रमोना त्याच कामावर होती. रफीक थोड्या भीतीनंच फेलिक्सकडे पाहत होता.

"तू त्यांच्यासारखी बोलत नाहीस. तुझ्याशी आणि डॉ. हिलाशी मी बोलू शकतो. बाकीचे माझ्या विद्यार्थ्यांसारखे आहेत. बोलण्यात हुषार पण नृत्याच्या नावानं शून्य."

"मीही नाही नाचत. नृत्यातलं मला काही कळत नाही."

"गरजही नाही. कळत नाही तर सोडून दे. पण कळत नसताना कळतंय असं समजणं वाईट. डॉ. हिलानं बोलावलं म्हणून मी आलो. मी ताल देतो एक, दोन शुरू. बस. ही सगळी माणसं मोठीमोठी पुस्तकं वाचतात, लिहितात सुद्धा. मी तर एस.एस.सी.ही नाही. फक्त नृत्य करतो."

"तुमचा कार्यक्रम मी प्रत्यक्ष पाहिलेला नाही. फक्त दूरदर्शनवर."

"मग आज पाहा. मी डॉ. हिलासाठी शिवतांडव सादर करणार आहे. जाझमध्ये माहीत असायची गरज नाही. पाहा. कळेलच तुला."

"हिलाची आणि तुमची जुनी ओळख आहे? ती माझ्या आत्याची मैत्रीण."

"आत्या देखणी आहे नाही? चंदेरी केसवाली ना?"

तो खिडकीशी लल्ली लोला लव्हिनाबरोबर बोलत होती तिकडे पाहत असल्याचं मला कळलं. पण लल्लीच्या चेहऱ्यावर सौंदर्यापेक्षा वैतागच जास्त होता; पण रफीकला काय म्हणायचंय ते मला बरोबर कळलं. लल्ली जेव्हा संतापते तेव्हा एक मुखवटा धारण करते. मग तिच्या चेहऱ्यावरच्या रेषा नाहीशा होतात. ती तिथून सुटण्यासाठी इकडेतिकडे पाहत होती.

"ती दुसरी बाई फार प्रसिद्ध असावी. गेल्या आठवड्यात *'मिड-डे'*मध्ये फोटो होता तिचा. आता ती कधीही नृत्याच्या वर्गात येईल किंवा अजून पाच किलो वजन वाढेपर्यंत थांबेलही. तुम्ही विचारलंत, मी डॉ. हिलाला खूप दिवस ओळखतोय का म्हणून. होय. पण आणखी जुनी ओळख असती तर बरं झालं असतं."

चला, म्हणजे रफीकलाही आशा होती. रमोनानं आणखी सँडविचेस त्याला

दिली. सँडविचेस देतानाचा भाव जणू ती त्याची आरतीच करतेय. रफीक हसला. नेहमीचं तयार आणि पॉलिश्ड, पण त्रयस्थ. ''तुम्ही पण नृत्य करणार?''

''हो, नक्कीच!'' पुन्हा दोघांचं हसणं.

''सगळ्यांनी नाचायचं.'' भरल्या तोंडातून शब्द आले. ''एकदा रफीकला स्टेजवर उड्या मारताना पाहा, मग सांगा एवढं काय आहे त्यात ते. मी सुद्धा नाचतो. मॅडोना, बाबा सेहेगल यांच्यासारखं!''

''नाही नाही. मला तसं नव्हतं म्हणायचं.''

''तुम्ही नाही हो. अजून लहान आहात तुम्ही. माझी सर्वांत धाकटी बहीण तुमच्याएवढी आहे. तुमच्या वयात सगळी मुलंमुली नाचतातच. शिकायची गरजच नाही. ताल तर रक्तातच असतो, पण चाळिशीपन्नाशीपर्यंत दगडासारखं बसून राहायचं आणि अचानक नाचायची फॅशन आहे म्हणून माझ्याकडे येऊन 'मला नाच शिकवा.' म्हणायचं म्हणजे फार हो. हत्तीसारखं खाऊन हंसासारखं नाचायची अपेक्षा यांची. मला सांगावंसं वाटतं, घरी जा, टीव्ही पाहा, किटी पार्ट्या करा पण मला सोडा. मला पुरेसं झालंय आता हे. पण करायचं काय? पोटापाण्याचा प्रश्न आहे ना!'

जणू चावी द्यावी तसा उज्ज्वलाचा आवाज हॉलमध्ये घुमला, ''खरंच! फिटनेससाठी नृत्यासारखं दुसरं काही नाही. मी रफीक खानना मला शिकवायला सांगणार आहे. मी अगदी एका दिवसात शिकू शकेन. मी वर जाऊन कपडे बदलून येते. मग कसे नाकारू शकतील मला ते?''

''पाहिलंत?'' रफीकनं विचारलं.

■

५

"तुला एकटीला भेटण्यासाठी मी जीव टाकीत होते, पण अलिफ बे इतका पझेसिव्ह आहे ना?"

आता सहज पाहणाऱ्याचंही नेमकं उलट मत झालं असतं. पण सांगणार कोण? ती आसुसून अलिफ बेकडे पाहत होती. त्यांची नजरानजर झाल्यावर तिनं आपल्या बोटांचं चुंबन घेऊन ती त्याच्याकडे उडवली. त्यानंही तेच केलं. लोलानं विचारलं. "त्याला भेटायचंय? मी ओळख करून देते."

"आम्ही भेटलोय, पण थँक्स. हे लोलाप्रकरण काय आहे? दोन दिवसांपूर्वी तर तू मीनल होतीस."

ती हसली. आपली ती कळकट डेनिमची बॅग चाचपली (तिचा तो अपरिहार्य हिस्साच होता.) आणि त्यातून ५५५ सिगारेटचं पाकीट काढलं.

हा स्त्री-पुरुषातलाच फरक असावा. पुरुष कितीही रासवट असले तरी सिगारेट पेटवण्यापूर्वी समोरच्याला देऊ करतात. बायका कधीच नाही. तिनं जोरदार झुरका मारून धूर हवेत सोडला.

"तुला असल्या गोष्टी आवडतात हे माहीत नव्हतं मला. म्हणजे पार्ट्या आणि तसलंच सगळं." ती म्हणाली.

" असल्या म्हणजे ऑर्गीज् ,रेव्ह पार्ट्या? मग हो. माझी तीच आवड आहे."

"तू जरासुद्धा बदलली नाहीस. कधी तू गांभीर्यानं घेशील कोणती गोष्ट?"

"तू मात्र गंभीरपणे बदलली आहेस. निदान तुझं नाव तरी."

"ओ! ते होय? तेवढंच फक्त. मी जे काही भोगलंय त्यामानानं ते काहीच नाही. लल्लीनं सांगितलं तुला, होय ना?"

"काय ते? लल्लीनं काही नाही सांगितलेलं."

"तिनं मला वाचवलंय."

ह्यात काही नवीन नव्हतं, पण तिचं लक्ष विचलित झालं होतं. अलिफ बे एव्हाना पिऊन झिंगला होता, फेलिक्सकडे असूयेनं पाहत होता. "मला जायला हवं." ती म्हणाली. "तो जरा खाली आला, की मी तुझ्या खोलीत येईन आणि मग खूप गप्पा मारू आपण. अच्छा!"

मी काही म्हणायच्या आधीच ती गेलीही. अलिफ बे ला समजावीत बोलताना मी तिला दाराशी पाहिलं. तिनं त्याला नक्कीच माणसाळवलं होतं.

त्या भरलेल्या खोलीत अचानक मला एकाकी वाटू लागलं. *'हे खरं की मी इथं तिथं जाऊन लोकांसमोर विदूषकासारखा नाचलो. मी इथं आलोच कशाला?'*असं म्हणणाऱ्या रफीकसारखं मलाही वाटलं की माझी भाषा कोणीच बोलत नाही इथं. मी या ठिकाणी आलेच कशाला?

लल्ली केव्हाच निसटली होती. मला माहीत असलेली लल्ली गच्चीवर जाऊन समुद्र बघत बसेल. या असल्या भयंकर, संतापजनक, परक्या लोकांसमवेत तीन दिवस काढायची कल्पनाच त्रासदायक होती.

विटून मी स्वयंपाक्याच्या शोधात धावले. तो खिडकीबाहेर टक लावून बाकावर बसला होता. माझ्या पावलांच्या आवाजानं त्याचे डोळे हसून बारीक झाले आणि त्याचा कडक चेहरा थोडा सैलावला.

"चहा हवाय?"

"नको."

"मग कॉफी? लिंबूपाणी?"

"अगदी 'क्रेप सुझेटी विथ कॉइन्ट्रू' सुद्धा नकोय."

तो हसला.

"भयंकरच आहे ना ती?"

"प्लीज. आता तूही... नको रे. फेलिक्सला बाधा झालीच आहे आणि मला नीट कळलं असेल तर अलिफ बेसुद्धा..."

"ओ! तो त्यातून केव्हाच बाहेर आलाय."

"काय?"

"जाऊ दे. हे बघ. मला तुला काही दाखवायचंय."

पण त्याच्या कोपराशी असलेल्या कशानं तरी माझं लक्ष वेधलं. ते एक मातीचं भांडं होतं. वेगळ्याच आकाराचं, हँडल असलेलं. छानसं, उथळ, छोटंसं, टोकदार आणि कुणीही जीव टाकावा असा सुरेख लाल रंग.

आधी सांगायला हवं, मला स्वयंपाकाची आवड नाही पण भांड्यांची खूपच. माझ्या सामानात पुस्तकं सोडली तर सर्व प्रकारची भांडी, दगडी, लाकडी, काचेची, एनॅमलची आणि इतरही न ओळखता येणाऱ्या धातूंची भांडी आहेत. एकटे उरलेले

नक्षीदार मग्ज, सुंदरसे कप्स, सेटमधून एकटं उरलेलं काहीतरी, वाटेल ते.

तारक म्हणाला, "माझं बरोबर होतं तर." काय ते सांगितलंच नाही उलट मलाच विचारलं, "माझ्याबरोबर चहा घेशील? माझ्याकडे एक सरप्राईज आहे."

मी हसले, "मला चहाला बोलवायची ही युक्ती छान आहे. इथं फक्त खाणंच चाललंय."

"आपणच फक्त. बाकीची गर्दी जेवेल डायनिंग रूममध्ये; पण आपण निसटू. एक खास जागा दाखवतो मी."

"आणि तुझी गंमत?"

"पाच वाजता गच्चीवर ये. ठरलं."

"मला तर त्या पैशांसाठी हावऱ्या रोमन्सपैकी एक असल्यासारखं वाटतंय."

"मला नाही वाटत रोमन्स तसे असतील. पण त्यांचं वर्णन– हावरेपणाचं चांगलं केलं होतं. तेव्हाही सारं बातमी कोण कशी देतंय यावरच अवलंबून असणार!"

"म्हणजे फेलिक्स रेगोसारखं?"

"फेलिक्स रेगोसारखंच. व्हाईट सॉस मधला जागतिक भ्रष्टाचार!"

त्यानं शेगडीकडे एक धगधगती नजर टाकली. म्हणजे मला जायला हवं.

"तुला स्वयंपाकाला उशीर होतोय. मग, पाच वाजता!"

"जाऊ नको ना. मला वाटलं तिथं उंदीर आहे. आता नाहीत फारसे, पण एखाद्या धान्याच्या गुदामाची अवस्था होती इथं. म्हणून अजून शंका येते. एक राखी सावली गेली आताच. बरं, तू काय शोधत आली होतीस?"

"थोडा निवांतपण. ज्या क्षणी मी येथून निघेन, लोला लव्हिना मला तिचं आत्मचरित्र सांगणार आहे."

"घ्या. मी तुला चहाच्या वेळी माझं सांगणार होतो."

साधेच शब्द, पण मी सावध झाले. हे सगळं मला पेलवणारं नव्हतं.

"ओ! इथं आहेस तू?" लोला मागून म्हणाली. "लल्ली म्हणालीच तू स्वयंपाकघरात सापडशील म्हणून."

अशा काही काही वेळी मला आत्याचाही गळा दाबावासा वाटतो.

लोला लव्हिना मांडी घालून माझ्या कॉटवर बसली होती. माझ्याकडे पाहून तिच्या कपाळाला आठ्या पडल्या होत्या आणि क्राकाटोआ ज्वालामुखीसारखी ती फुस्कारत आणि धूर सोडीत होती. "तू खूप थकलेली दिसतेस." ती म्हणाली. ते ऐकून तर मला मी एखादी पुराणवस्तू असल्यासारखं वाटायला लागलं. "तुझ्यावर बरेच कठीण प्रसंग येऊन गेल्याचं ऐकलं." मी नाकारलं नाही. त्यामुळे तिनं चालूच ठेवलं. माझा आत्मविश्वास जागवण्यासाठी.

"तुझी नोकरी गेली नं?"

"दुसरी मिळाली पण."

"तुझ्या मित्राशीही फाटलं म्हणे. हो? जीवन हे असंच छळवादी असतं."

"चला, तुला माझी माहिती कळली, आता तुझी सांग मला."

तिनं दुसरी सिगारेट पेटवली.

"कुठून सुरुवात करू? किती मागे जाऊ? बघूया हं. एक वर्षापूर्वी, बरोबर?"

"जवळजवळ!"

"मला वाटतं या एका वर्षात खऱ्या अर्थानं मी जितकी जगले तेवढी माझ्या सगळ्या उरलेल्या आयुष्यात जगले नव्हते. माझं गुरू भागवतशी लग्न झालं होतं. तुला ठाऊक आहे गुरू?"

"थोडासा."

"हं. तर मी लग्न केलं. चार वर्षांनी माझ्या लक्षात आलं. अंधुकच. हे सगळं सुरू झालं ते त्याची आई आमच्याबरोबर राहायला आली तेव्हापासून..."

तिची कर्मकहाणी सुरू झाली. गुरू तिच्याशी लपंडाव खेळतोय हे तिच्या लक्षात आलं. तिनं त्याला सरळ विचारलं. त्याची आई मध्ये पडली. तिच्या सह्या घेतल्या कशावर तरी; पण काय ते वाचूही दिलं नाही. तिला उपाशी ठेवलं, मारलं, झोडलं. तिच्या आईवडिलांची मदत झाली नाही. 'आता लग्न झालंय तुझं!' ते म्हणाले. ती जन्मठेपेचीच शिक्षा होती. रोजच्या रोज तिला रॉकेल ओतल्याची, जळत्या काडीची, स्टोव्ह फुटल्याची, विष पाजल्याची दृश्यं दिसू लागली. त्यानं एक दिवस तिचं मनगट मोडलं. त्या दिवशी सकाळ होताच ती पळाली. पोलिसात गेली. त्यांनीही काही मदत केली नाही, पण तिची तक्रार नोंदवून घेतली. तिचं स्टेटमेंट देऊन झालं आणि अपेक्षेप्रमाणे तिचा नवरा पोलिसचौकीत आला. त्यानं तिला तिथंच शिव्या घातल्या. तिला मारण्याचा प्रयत्न केला आणि जबानी फाडण्याचाही. त्यानं तिच्यावर झेप घेतली तेव्हा पोलिसांनी त्याला धरलं.

ती मोकळी झाली. अजून सुरक्षित नव्हती पण त्या घरी तिला आता जावं लागणार नव्हतं.

पण मग जायचं कुठे?

एका सामाजिक कार्यकर्तीनं तिची एका वकिलाशी ओळख करून दिली. त्यानं तिला राहायला जागा शोधून दिली. तिला सहज घटस्फोट मिळेल असं सांगितलं. सगळं ऐकून घेतलं. तिनं त्याच्यावर विश्वास ठेवला. तिच्या केसवर बरेच दिवस काम चालू होतं. त्या काळात...

"माझ्यावर उपचार करणारी म्हणाली, मी त्याच्या प्रेमात पडलेय. पण ते शक्य नव्हतं. आमच्यात कुठलंच साम्य नव्हतं. तो तसा फारसा शिकलेलाही नव्हता.

अर्थात कायद्याची पदवी होती त्याची, पण ते खरं शिक्षण नव्हे. ती वेगळीच बाब असते. मी तेव्हापासून उपचारांसाठी जायचं थांबवलं. ते प्रेम नव्हतंच. पण दारू होती.''

प्रत्येक वेळी ती त्याच्याशी बोलायची, तो तिला दारू द्यायचा.

''मला सवय नव्हती. देवा रे! मी कधी दारूला स्पर्शही केला नव्हता. पण तो मला प्यायला लावायचा, जबरदस्तीनं नाही पण आर्जवानं, पुन:पुन्हा सांगून. मग तो म्हणेल तसंच घडू लागलं. कळतंय ना? त्याच्या वर्चस्वाखाली होते मी.''

''प्रत्येक वेळी प्यायल्यानंतर मी जागी व्हायची ती हॉटेलमधल्या खोलीत. हे असं तीन महिने चाललं.''

दारू पीत नसल्याच्या काळात ती काय करायची हे मी तिला विचारलं नाही, पण हळूहळू ती खूपच प्यायला लागली आणि वेगवेगळ्या हॉटेलात जात राहिली. प्रत्येक वेळी जागं होताना वेगळं हॉटेल आणि वेगळा पुरुष.

''त्यानं तुला नशेत ठेवलं होतं?''

''म्हणजे ड्रग्ज? कोण जाणे, पण माझ्यावर नेहमीच झापड असायची. मेंदू कामच करीत नव्हता माझा. मला काही कळायचंच नाही.''

तिचं भोगणं संपलं नव्हतं. तिनं प्रतिकार केला तेव्हापासून तो वकील तिला कोंडून जाऊ लागला. एकदा ती बाथरूमची खिडकी फोडून निसटली पण पुन्हा अडकली. यावेळी त्यानं तिला कॉटला बांधून दोन दिवस व रात्री तसंच ठेवलं. शेवटी पोलिसांनी दार फोडलं.

''लल्ली नसती तर मी मेलेच असते.''

लल्लीचा या साऱ्या हृदयद्रावक कथेशी काय संबंध हे माझ्या अजून लक्षात आलं नव्हतं. ती त्या दार फोडणाऱ्या पोलिसांबरोबर असती तर, पण असलं काही ती आता तरी करीत नाही. तिच्या मारामाऱ्या आता थांबल्यात. मला लल्लीचाच संताप येऊ लागला. तिच्याबद्दल बोलावंसंही वाटेना.

पुढे काय झालं ते मी लोलाला सांगू दिलं नाही. अगदी निर्दयपणानं. ते शेवटी बहुधा गुंतागुंतीचं शरीरशास्त्रच असणार. ते डॉ. सान्यांवर सोपवणं श्रेयस्कर.

''मग तुला अलिफ बे कुठे भेटला?

तिनं तिची काळीपांढरी आयाळ चाचपली.

''छान आहे नाही तो?'' ती गुणगुणली. ''आधी थोडं कठीण गेलं, पण आता मी शिकवलंय त्याला. आमचं कसं जमलं माहीत आहे? तुला कल्पनाही येणार नाही पण *जेवणातून* जमलं.''

''आँ?''

''अन्नामुळेही इतकं उत्तेजित व्हायला होतं. मी एका मित्राकडे स्वयंपाक करीत

होते तेव्हा तो तिथं आला. मला तो कोण आहे ते माहीत होतं, पण आम्ही भेटलो नव्हतो. तो हिंडत स्वयंपाकघरात आला नि झालं. माझा बासमती भात त्याला बिछान्यात खेचायला पुरेसा होता. सध्या निदान आम्ही दोघे एकटे असेतो तो थांबतो तरी!''

''म्हणून तू तुझं नाव बदललंस?''

''बदलावंच लागलं. बापरे! मला पळायला हवं. अलिफ भुकेला असेल नि जेवणापूर्वी त्याला छान तयार करायला हवं.''

ती गेल्यावर मी पाच मिनिटं जाऊ दिली आणि मग लल्लीचं दार ठोठावलं.

ती फेलिक्स रेगोची ताजी कादंबरी वाचीत होती. *'आवरा कॅडवेरा, द व्हॅनिशिंग कॉर्प्स.'*

''कमाल आहे. बंद खोलीत घडणारं गूढ. प्रेत नाहीसं कसं झालं? तर खोलीबाहेर एक प्रचंड लोहचुंबक लेखकानं ठेवलाय आणि प्रेताच्या हातात लोखंडी कडं असतं. म्हणून लोहचुंबकानुसार ते हलतं. मला तर वाटलं की ते वरच्या कडीपाटाला आदळेल. पण फेलिक्स सांगतो की तिथं एक झडप असते. अतिशय हुषारीनं बाहेरून लोहचुंबक हलवून ते प्रेत त्या झडपेतून अंग चोरून स्वतःच्या घड्या करून बाहेर पडतं! कौतुकास्पद, नवलाचंच!''

मी तिच्याकडे पाहत राहिले.

''लोला लव्हिना म्हणाली, तू तिला मरणापासून वाचवलंस.''

तिनं खांदे उडवून माझं बोलणं झटकून टाकलं.

''आणि तू म्हणालीस, तू तिला ओळखतही नव्हतीस.''

काहीतरी अस्वस्थ उद्गार काढून लल्लीनं हातातलं पुस्तक बाजूला ठेवलं.

''मी मुळीच वाचवलं नाही. मी तिला आज सकाळी प्रथम भेटले. वैताग आहे ती म्हणजे!''

''मग तिच्या गोष्टीत तू कशी, केव्हा आलीस?''

''मला ती साखळी लागली. पोलीस तिच्या शोधात होते. ते नीट जुळवायला हवं होतं. त्रयस्थपणे मी ती एकूण पद्धत जाणली. एकाकी दुःखीकष्टी बायका नियमितपणे अदृश्य होत होत्या. त्यांनी बलात्कार किंवा घरेलू छळाविरुद्ध पोलिसात तक्रार केली असेल तर नक्कीच. त्यातल्या काही वेश्यागृहात सापडल्या. मग कायद्याचे निर्माते पुरुष काय करतील याचा अंदाज बांध. *न ऐकणाऱ्या बायकांचं काय होणार आणखी? तुमच्या संरक्षणासाठी तुम्हाला मारतो, झोडपतो, तुम्हाला अपमानापासून वाचवण्यासाठी जाळतो.* म्हणून संतापले मी आणि त्यांचं काय होत होतं ते समजलं मला.''

''वकील त्यांना शोधतात?''

''छट्! त्याहून भयंकर. त्या वकिलांना शोधतात. सगळं फार हुषारीनं आखलं

जातं. गुन्हेगारीच्या जगात याहून भयंकर मला काही आढळलं नाही. इतक्या वर्षांत.''

मला आजारल्यासारखं झालं. विलक्षण संताप आला. लोलाच्या दुर्दैवाच्या फेऱ्याचं आजारपण आलं, तर ते आलं म्हणून संताप.

''मग यामुळे लोला काही विशेष अर्थ असलेली बाई कशी काय ठरते?'' मी चिडून विचारलं. ''ती जिवंत राहिली एवढंच. पण लल्ली, तेवढं पुरेसं आहे?''

''आता तुला ती आवडायला पुरेसं नसेल; पण अलिफ बे ला?''

''त्यालाही! तिच्या बासमतीच्या पहिल्या गंधानं तो तिला बिछान्यात खेचतो.''

''ती म्हणाली तुला हे? एकमेकांना शोभेसेच आहेत ते. तिची फेलिक्सशी ओळख दे करून. त्यातून एक पुस्तक होईल त्याचं.''

''आता आधी तो सौ. सान्यांवर पुस्तक लिहिण्यात मग्न आहे.''

लोलाच्या कथेनं मी वाजवीपेक्षा जास्तच अस्वस्थ झाले होते. बायकांच्या धैर्याचा मला प्रथमच प्रत्यय आला होता म्हणून नव्हे. पुन्हा या बायका एरवी सामान्य बुद्धीच्या, पण त्या त्यातूनही टिकल्या. एवढंच नव्हे तर त्यांच्यावरील अत्याचारांची ही कहाणी त्यांनी लिहून काढली. *घरगुती अत्याचारांच्या एका प्रसिद्ध बळींनंच* ती कथा संपादित केली. यावरचा एक परिच्छेद मी नुकताच वाचला होता. ही प्रसिद्धी आता कशाची निदर्शक म्हणायची?

आणि पुन्हा बुद्धिमत्तेचा या सगळ्यांशी संबंध काय? प्रगतीचं खरं मोजमाप कोण कुणाशी कशी टक्कर देतं यावरच मोजावं का?

दारू आणि मादक द्रव्यांच्या नशेमुळे लोलाला आलेली असाहाय्यता मला समजत होती. हे असं किती चालणार? *मी यातून कशी, कधी बाहेर पडणार* या थरकाप करणाऱ्या प्रश्नांनी येणारी तिची हतबलता मला कळत होती.

मी तिच्या हिमतीची दाद दिली. तिच्या कणखर प्रतिकाराची जिद्द पाहिली. त्याचं कौतुक केलं. पण ती आवडणं मला शक्यच नव्हतं.

■

६

जेवणाचा कार्यक्रम अगदी घरगुती होता. अन्न रुचकर होतं. भरपूर आणि साधंच होतं.

"ह्यासाठी आलो आम्ही हिला? वरणभात काय आमच्या घरीही मिळतो." सानेबाई तिखट स्वरात उद्गारल्या.

हिला हसली.

"उद्या तुमच्या जिभेची चव वाढावी म्हणून आहे हे. रात्रीचं जेवणही साधं आणि लवकर असेल. गच्चीवरच्या रफीकच्या कार्यक्रमासाठी वेळ मिळावा म्हणून. उद्या आणि परवा कुकचं खरं कौशल्य बघा."

सानेबाईंनी तोंड वाकडं केलं. तारक आणि फेलिक्स दोघेही जागेवर नव्हते; पण गरम, रेशमी फुलके हवेत सुगंध पसरीत जादूनं येत होते. रफीक आणि मी ताटं मांडीवर घेऊन उन्हात पायऱ्यांवर पाय सोडून बसलो. तो म्हणाला की दोप्याजा हा पदार्थ अगदी त्याच्या आईची आठवण करून देत होता. त्याबरोबर फुलक्यांची चळत. तो अक्षरशः वेगळ्याच जगात होता. गप्प. मलाही लोलाप्रकरण थोडं जास्तच झाल्यानं तेच हवं होतं. भात बासमतीचा होता, पण त्याचा अलिफ बे वर उलटाच परिणाम झाला होता. लोलानं त्याला आणखी घेण्याचा आग्रह केला तेव्हा तो वसकन अंगावरच आला.

जेवणानंतर मुलांनी मला पकडलं. सौ. सान्यांनी नियम सांगितला की एकट्या स्त्रिया निसर्गतःच मुलांच्या भोक्त्या असतात आणि तोंडभर हसून त्यांनी मुलं माझ्यावर सोपवली.

"तू त्यांना वेडंवाकडं वागू देणार नाहीस याची खात्री आहे मला." त्या म्हणाल्या. मुलांचाही तसा काही इरादा दिसला नाही. "आम्हाला नं रमोनाआंटीचा कंटाळा आलाय." दर्शन म्हणाला. त्याचा माझ्यावर भलताच विश्वास दिसला. "आम्ही तिला समुद्रावरच सोडून आलोय."

"कुणाला जराशी मदत करायला नको तिला." अर्पिता अगदी आईसारखंच बोलली. "आम्ही तिला वाळूत पुरायचा खेळ खेळत होतो; पण ती ऐकेनाच."

मी धावत सुटले.

"थांब थांब." दर्शन माझ्यामागे आला. "आम्ही फक्त तिचं डोकं बाहेर ठेवून तिला सगळी वाळूत पुरणार होतो, म्हणजे हत्ती आला की त्यानं तिच्या डोक्यावरच पाय ठेवला असता. इतिहासाच्या पुस्तकात दिलंय ना तसं. तू पाहिजे तर हत्ती हो. तुला आवडेल?"

"छान आहे हं हा खेळ, पण पाच वर्षांच्या मुलांसाठीच. मी आणि रमोना मीनारावर चढून बोटी बघणार आहोत. तुम्हाला यायचंय?"

वाळूत माखलेल्या रमोनाला कोणीतरी बाहेर काढलं होतं. ती त्या पोरांवर हिंस्रपणे तुटून पडली आणि घरापर्यंत त्यांच्या मागे धावली.

एक लॉरी चढणीवर इंच इंच लढवीत वर सरकत होती.

"श्री. बजाज." रमोनाचा अंदाज. "चिली लॉरीतून येईल असं वाटतं तुला?"

"श्री. बजाजनी शर्यतीचे घोडे पाळल्याचं ऐकलं होतं."

"हो, पण ते हल्लीच. त्यांनी सुरुवात तर ट्रक आणि टेंपोनीच केली."

"बर्फ, बर्फवाला आलाय. तारककाका आणि आम्ही आईस्क्रीम करणार आहोत." पोरं ओरडत, दंगा करीत लाकडी जिन्यावरून धावली. आम्ही थांबलो. घराच्या दुसऱ्या बाजूनं तारक भुशानं भरलेल्या प्रचंड चौकोनी ठोकळ्याजवळ येऊन अदृश्य झाला. त्याच्या हातात एक हूक होता.

"एवढा बर्फ कशाला हवाय त्याला?" मी आश्चर्यानं म्हटलं, "घरात फ्रीज, फ्रीजर दोन्ही आहेत ना?"

"तो म्हणतो, 'गार गार वाढा' असं म्हटलं असेल तर ती वस्तू बर्फात ठेवायला हवी नि तो आईस्क्रीमही फ्रीजरमध्ये करीत नाही. त्याला त्यासाठी आईस्क्रीमपॉटच लागतं. हजार टेन्शन्स यार! आता आयुष्यात करायला काही दुसरं नसेलच तर गोष्ट वेगळी!"

"तो पोरांना बहुधा पॉट फिरवायला लावेल. बरंच झालं."

"ती पोरं भयंकरच आहेत." रमोना मनापासून म्हणाली.

"तुझं रफीक खानबद्दल काय मत आहे? म्हणजे तो नाचबीच करतो ते ठीक. पण तो..." ती म्हणाली.

तिला काय म्हणायचं होतं ते मला कळलं. आम्ही सगळी सकाळ फुकट घालवली होती. कुकपासून सुरुवात करून. असं वाटलं आम्ही ज्याची अपेक्षा करतो त्या दृष्टीने कुणीच तयार नव्हतं.

"पण आपल्या अपेक्षेपेक्षा वेगळं काही तरी निघतं तेव्हा जास्त मजा येते."

मी रमोनाला सांगितलं. तिनं सुस्कारा सोडला.

"मी तो ड्रेस आता घालणारच नाही. कध्धी कध्धीच नाही."

"का पण? तू त्याला नाचाच्या काही स्टेप्स तुला शिकवायला सांग. तुम्ही आणि मुलं काहीतरी कार्यक्रम करा नं आमच्यासाठी. रफीक इथं तेवढ्यासाठीच आलाय. त्याला आवडेल."

"तू विचारशील त्याला?"

"मी? मला नाही नाचायचं!"

"चक्. अर्थातच माझ्यासाठी."

आम्ही खाली जाताना मी त्याला विचारलं. लायब्ररीच्या मागचा मोठा हॉल-स्टुडिओ. तो फर्निचर नसल्यानं मोकळाच होता. पलीकडच्या भिंतीवर मोठ्ठा आरसा होता तेवढाच. खालच्या लाकडी नक्षीदार जमिनीला पॉलिश नव्हतं. आधीच नाचून तिला तडे गेले होते.

रफीक कुणालाही शिकवायला तयारच होता.

"मुलांनासुद्धा आण. प्रथम बघ, मग कर.

ये आता मी करून दाखवतो."

दोन्ही मुलं हॉल मोकळा करायला धावली.

मला दाराकडे जाताना पाहून त्यानं आकाशाकडे बघत डोळे फिरवले, पण मी त्याला न जुमानता पळून गेले. तरी मला नाचायची इच्छा होती, पण एकटीनं, कुणी बघत नसताना. समुद्रकिनाऱ्यावर भर दुपारी किंवा चंदेरी चंद्रप्रकाशात काळ्या वाळूवर, केसात चांदण्या माळून वगैरे वगैरे.

स्वयंपाकघराच्या दारावर *'डू नॉट डिस्टर्ब'*ची पाटी होती. घराबाहेरच्या उघड्या ओटीवर मला लल्ली आणि हिला काहीतरी गुप्तगू करीत असलेल्या दिसल्या. मी वर माझ्या खोलीत गेले. मला एकांताची, अगदी दुष्काळात गार पाण्याची असावी, अशी जरूर होती. नुसतं गप्प पडून राहून डोक्यात साठलेला बडबडीचा ओघ बाहेर काढायचा होता मला. मी *'द थॉट सायकलिस्ट'* घेऊन त्यावर डोळे फिरवले पण शब्द माझ्या डोळ्यांतच शिरेनात. मग आढ्याकडे बघत मी पलंगावर नुसती पडून राहिले. वाहत वाहत...

वाऱ्याच्या झोतानं गच्चीचा दरवाजा थोडा उघडला. शी: मी कडी लावायला हवी होती. अशा अर्धवट बंद होणाऱ्या दारांनी माझं डोकं फिरतं. मी ते बंद करायला उठणार, तोच काही आवाज कानावर येऊन मी थांबले.

उज्ज्वला साने आणि अलिफ बे गच्चीवर भांडत होते. मला बघायचंही नव्हतं. मी होते तशीच थांबले. त्यांचे आवाज बाहेरच थांबावेत असं फार वाटलं मला पण तिच्या आवाजाची ती धातूसारखी किणकिण दारातून आरपार आत आलीच.

"मला सांग, तू का आलास?" आवाजात आव्हान. "हिंमत असेल तर सांगच."

"मी जे सांगावं असं तुला वाटतंय ते मी सांगणार नाही."

"का? का? मैत्रिणीला घाबरलास? मैत्रीण नाहीच एक्झॅक्टली!"

तो गप्प. पण बोलला तेव्हा घाईघाईनं.

"तू इथं असशील हे माहीत नव्हतं मला. मी आलोच नसतो नाहीतर. तू मला फक्त दुःखच दिलंस मोहिनी."

"कसलं मूर्ख, जुन्या पद्धतीचं नाव!"

"मला तू तशीच वाटतेस."

"वा! कबूल केलंस की! माझी आठवण तरी आली?"

"नेहमी."

"म्हणजे ही जाडी बाई तू मला खिजवायला घेऊन आलास. माझ्या तोंडावर आदळायला."

"काय बोलतेस, मोहिनी?"

"छी:! मोहिनी, मोहिनी, मोहिनी! मला कंटाळा आलाय या नावाचा. माझ्या नवऱ्यानं सर्व आता ऐकलं तर हे ?"

"ऐकू दे."

तिचा आवाज बदलला. थोड्या खालच्या पट्टीत ती म्हणाली, "तुझा हा बेत होता तर. म्हणून आलास तू इथं. माझं लग्न, माझं घर मोडायचंय तुला. माझ्या एका छोट्याशा निष्पाप कृतीसाठी मला छळायचंय तुला..."

"तुझं आयुष्य, तुझं घर यात मला मुळीच इंटरेस्ट नाही."

"माझ्यातही? आणि मी यावर विश्वास ठेवू? तुझी ही अपेक्षा आहे? किती वर्षं झाली? बारा? पंधरा?"

"चौदा वर्षं, दोन महिने, चार दिवस."

"पाहिलंस? तू मला विसरूच शकत नाहीस. नाहीच. कुठल्याही पुरुषाला ते शक्य नाही. मी तुला बजावतेय, माझा नवरा फार मत्सरी आहे."

"माझा मत्सर करील तो?"

"जर त्याला कळलं..."

"त्याला माझ्याकडून कळणार नाही. आपण अनोळखी आहोत एकमेकांना. मिसेस साने, तुम्ही आणि मी!"

त्याच्या आवाजातलं दुःख तिनं ऐकलं असलं, तरी त्यामुळेही ती हलली नाही. थोड्या अधिकारानंच ती म्हणाली, "तू या पातळीपर्यंत खाली आला आहेस? रस्त्यावरचा कचरा उचलण्याइतका?"

"म्हणजे?"

"ही लोला लोला, कोका कोला. काय नाव पण. मी या लोलाबद्दल बोलतेय."

"नको असं बोलूस."

"का नको? सगळेच बोलताहेत. मीच का नको? आत्ताच मला कळलं ती काय लायकीची बाई आहे ते. मी हिलाला सांगणार आहे. तिला अजून माहीत नाही. मी तिला सांगणार आहे की अलिफ बे, थोर लेखक हा वीकएन्ड एका सस्त्या वेश्येबरोबर घालवतोय. ती तशीच आहे ना? अरे नाकार, नाकार हवं तर. काय उपयोग? सगळ्यांना माहीत आहे. एकदा हिलाला कळलं की तिला लाथ मारून हाकलून देईल."

"कृपा करून थांबव हे. लोला माझी मैत्रीण आहे आणि तू तिचा अपमान केलेला मला खपणार नाही."

"मी तिचा अपमान करतेय? नाही महान लेखक, आपण चुकताय. ती माझा अपमान करतेय. तिच्या उपस्थितीनंच. हिलानं तिला आणखी एक मिनिट राहू दिलं तर ती माझा अपमान करतेय असं म्हणेन मी. एकाच छपराखाली एका सन्माननीय स्त्रीबरोबर तिला ठेवून. एका सामान्य वेश्येबरोबर एका टेबलवर बसावं लागणं इज टू मच."

"बाकी काही असू दे, पण ती सामान्य नाही."

"ओ! विशेष सेवा? मी ऐकलंय असलं. म्हणजे ब्ल्यू फिल्म्स..."

"गळा दाबीन तुझा."

"मी पोलीस बोलावीन. माझा मामा बांद्र्याला ए.सी.पी. आहे. माहीत आहे? गोधडे पाटील? माझ्या आईचा सख्खा भाऊ!"

अलिफ बे हसला. उज्ज्वलानं काहीतरी स्फोटक चीत्कार केले आणि तिचे अश्रू वाहू लागले.

मग मी तो काहीतरी बोलल्याचं ऐकलं. उत्तरादाखल असलेल्या शांततेनं तो एकटाच असल्याचं कळलं.

त्याचं दुःख मलाही स्पर्श करून गेलं. त्याच्या पुस्तकांतली ती दुष्ट, वक्र बुद्धीची स्त्री ही होती तर– मोहिनी.

सारं जग ज्या नजरेनं तिच्याकडे पाहत होतं तसंच तोही आता पाहत होता तिच्याकडे. स्मरणातला पूर्वीचा प्रकाश नष्ट झाला होता. तेजस्वी आणि आकर्षक, उच्छृंखल मौजेची वस्तू. आता त्याचे शब्द कुठली झेप घेतील? त्याची कल्पना कुठल्या जगाच्या दिशेनं जाईल? आणि कुठल्या आशेनं? हा माणूस तर उद्ध्वस्त झाला होता.

निर्दय, मनोभंग करणारी ही असली वंचना मी काही प्रथमच पाहत नव्हते.

सहचाऱ्याकडून फक्त सुखाचीच अपेक्षा; असल्या प्रेमाचा निरुपयोगीपणा मला फार लवकर कळला होता. अलिफ बेनं पुस्तकामागून पुस्तकातून मोहिनीकडून होणारी ही प्रतारणा चित्रित केली होती. अक्षराअक्षरांतून आणि आता जणू माझ्या एकटीसाठी घडलेल्या या नाटकातून मी नीतीचं हे रूप पाहिलं होतं. ते संपलं होतं. पेंगुळलेल्या दुपारीनं त्याचा गळा दाबला होता.

दारावरच्या टकटकीनं मी जागी झाले.

अरे देवा! तारक. मी विसरलेच. आता कपडे बदलायलाही वेळ नाही. मी चेहऱ्यावर पाण्याचा शिडकावा करून घेतला आणि दार उघडलं.

"झोपली होतीस?"

तोंडावरच्या झोपेच्या खुणा. मी तोंड पुसलं.

"तुझे डोळे दुसरंच काही पाहताहेत."

मी काय ऐकलं ते सांगण्याच्या अगदी बेतात होते पण वेळीच थांबले. त्यांच्या प्रश्नार्थक चेहऱ्याला मी माझ्या चेहऱ्यावर आश्चर्य आणूनच उत्तर दिलं.

तो वरमला. मी आमची भेट विसरले असल्याचीच त्याची खात्री होती हे मी ताडलं.

गोल जिन्यानं आम्ही खाली आलो. आता मी बंगल्याची मागची बाजू प्रथमच पाहत होते. नाही, दुरुस्त केलेली पाठची बाजू. इथे मी पहिल्या भेटीत दोन कडुलिंब पाहिले होते. जमिनीला उतार होता. एक गवताळ गाठीगाठीचं स्तबक होतं खाली. मोसमी सुगंध पसरवणाऱ्या गुलाबी पांढऱ्या फुलांचा ताटवा होताच तिथं. मधुमालतीच्या एका कमानीखालून आम्ही एका अष्टकोनी ओट्यावर पोहोचलो. त्याच्या फरशा फुटक्या होत्या; पण त्या सोनेरी आणि निळ्या रंगांनी सुंदर नक्षी करीत होत्या.

एका छोट्या टेबलावर दोघांसाठी चहाचा सरंजाम ठेवला होता. खाली एका छोट्या तळ्यापर्यंत पायऱ्या होत्या आणि एखाद्या स्वप्नात दिसावं तसं तळ्यात जांभळ्या रंगाचं एक लिलीचं फूल फुललं होतं.

मी टेबलाकडे पाठ करून उभी होते. तारकनं मला खांद्याला धरून फिरवलं. मी किंचाळले. किंकाळी दाबणं अशक्यच होतं. मला माझ्यासाठी तळं हे सरप्राईज वाटलं होतं. पण टेबलावर सर्वोत्कृष्ट चहाची व्यवस्था मला दिसली. पाहताच मी हरवून गेले. ती क्रोकरी तारकची होती. तिच्या मालकीसाठी मी तारकचासुद्धा जीव घेतला असता. इतकी देखणी वस्तू मी प्रथमच पाहत होते. एक नाजूक बदामी गुलाबाचं मोठं फूल, अर्धपारदर्शक आणि आत शिरा असलेलं आणि त्यावर पुन्हा दुधिया फुलं काढलेली.

माझ्या हावऱ्या नजरेकडे पाहूनच तारक मनापासून हसला.

"अगदी हवं तस्संच आहे ना? या वेळेला नेमकं साजेसं. आज त्यातून चहा

घ्यायचा.'' मी माझ्या स्वप्नातच. तो मुळी चहा वाटलाच नाही. त्याला लिंबू, पुदिना आणि मधाची चव होती. तशी धुकं आणि उन्हाचीही. तो खरा चहा.

सूर्यकिरणांनी गवतावर लांब सोनेरी पट्टे ओढले होते. कुठेतरी एक किडा किरकिरत होता. त्या निवांत संपूर्ण शांततेत आमचे शब्दही पेंगुळत होते. खूप खूप दिवसांनी, वर्षावर्षांनंतर मला खरंखुरं निवांत, समाधानी वाटत होतं.

त्यानं एक प्लेट माझ्याकडे सरकवली. आणखी एक सरप्राईज.

मुरूक्क!

खरंखुरं *काई मुरूक्क*! जातिवंत! हाताने बनवलेलं सहा पदरी वळलेलं!

''तुला काय नैवेद्य दाखवायला हवा?''

''नैवेद्य नव्हे, पण मला वाटलं आता काहीतरी डॅनिश, क्रीमयुक्त किंवा व्हिएन्नाची डीश येईल समोर.''

नम्रपणे पण चवीबद्दलच्या शंकेनं मी एक उचललं. वा! हे जातिवंतच. क्लासिक. मला अशा अस्सल गोष्टी आवडतात. दुकानातून विकत आणलेल्या, तेलकट नव्हेत. त्या जड, तेलानं थबथबलेल्या आणि जिभेला त्यातल्या सोड्यानं चावणाऱ्या असतात.

नवलावर नवल. कुरकुरत पण अलवारपणे मोडणाऱ्या, स्वादानं जिभेवर विरघळणाऱ्या, किती खाल्ल्या तरी पुऱ्या न होणाऱ्या, भूक चाळवणाऱ्या मुरूक्क.

''काय, मी परीक्षेत पास झालोय की नाही?''

''*तू* स्वत: केल्यात या?''

''हा आदराचा ध्वनी आवडला मला. पण ही लाच आहे बरं! माझी आत्मकथा ऐकण्याइतका लांबलचक वेळ तू द्यावास यासाठी एवढ्या सहा पुरेत. काय?''

मी आणखी एक घेतली. त्याच्या संपूर्ण शिष्टाचारांआड तो नर्व्हस झालेला दिसत होता. मुरूक्क छानच होती. नेमकं मीठ, आतून पोकळ. त्यानं खोबरेल तेलही वापरलं होतं. अन्नपूर्णेची कृपाच.

कुठल्याही पाकशाळेत त्याला हे शिक्षण मिळालं नव्हतं. लग्न-मुंजीत आचाऱ्यांकडे राबून, त्यांच्या अगदी पोटात शिरून त्याने ही कला आत्मसात केली होती. त्यातल्या कितीतरी एकाकी स्त्रिया होत्या, मामी किंवा आजी, काकू अशाच कोणीतरी. ज्यांना पुरुषप्रधान संस्कृतीनं पोट भरण्यासाठी अर्थार्जनाचा एवढाच एक मार्ग ठेवला होता. त्यांनीच आपुलकीने त्याला शिकवलं असेल की त्याच्या आईनं शिकवलं हे? मी हिय्या करून विचारलंच.

''माझ्या आईनं मला स्वयंपाक नाही शिकवला. तेवढा वेळच मिळाला नाही तिला.'' कुठल्या दुर्भाग्याचं वर्णन ऐकावं लागणार आहे? पण त्याचा स्वर बदलला. त्याच्या डोळ्यातलं दु:ख जाऊन तिथं गंमत वाटल्याचे भाव आले.

''तू नटराज अय्यरचं नाव ऐकलंयस?''

कोण असेल न ऐकलेला?

काहींना त्याची पाकशास्त्रावरची पुस्तकं आठवतात. जिवंत दंतकथाच तो म्हणजे. दर दहा वर्षांनी पुन्हा पुन्हा त्याचं नाव लोकांच्या तोंडी खेळतं, पण काहींना तो फक्त नावानंच माहीत आहे. लग्न-मुंज असली की मुंबईतले तामिळी लोक नटराज अय्यरवर अवलंबून असतात. तो मिळत नसेल तर कार्याची तिथी बदलतात. ग्रहताऱ्यांनाही त्याच्यासाठी खोळंबावं लागतं. फार थोड्यांनी त्याला पाहिलंय. मी नाहीच. हाऊसिंग सोसायटी असं नाव असलं तरी एका अग्रहारातच मी लहानाची मोठी झालेली असल्याने हे जरा चमत्कारिक वाटतं खरं, पण मी त्याच्या हातचं जेवण आयुष्यभर खात आलेय.

वर्षांमागून वर्षं लग्नातल्या जेवणाची पक्वान्नं करणारा तो जादूगारच होता. तो असेल तर लग्नाचं जेवण कोणी टाळणं शक्यच नव्हतं. आमंत्रणाचीही वाट बघत नसत लोक. गावजेवण असेल तर जायचंच. अगदी कट्टर शत्रूच्या घरचं जेवण असलं तरी जेवायला कुणीही जाणारच. मला तो माहीत होताच. माझ्या स्मृतीचा एक हिस्सा. पण किती जुना!

मी नुकतीच साधारण १० वर्षांनी त्या वस्तीता एका लग्नासाठी गेले होते. तिथलं जेवण म्हणजे तामिळी पलक्कड-पंजाबी-चिनी असा तिहेरी बेत होता. पदार्थांची लयलूट. माणसं प्लेट्स हातात घेऊन सगळ्या अन्नाची रास रास एकाच वेळी तीत घेऊन खात होती. ते सगळंच रानटी वाटत होतं. काही माणसं आपलं जेवण काट्याने जेवत होती.

"हल्ली तो इथं नसतो." मी हळूच म्हटलं.

तारकनं मान हलवली. प्लेटमधल्या शेवटच्या मुरूक्कशी तो भानावर नसल्यागत खेळत राहिला. त्याची नजर कुठेतरी दूर लागली होती.

"त्यानं शिकवलं मला. सगळंच. सोळा वर्षांचा असताना त्यानं मला फुटपाथवरून उचललं आणि पाकशास्त्री बनवलं. मग मला बाहेर काढलं आणि म्हणाला, जा सगळ्या प्रकारचा स्वयंपाक शिकून घे. मला जमलं नाही पण तू कर. जा."

"आणि तू शिकलास?"

"पुष्कळसं."

चहादाणी एव्हाना गार झाली होती. कुठंतरी लागलेली नजर काढून, हरवलेला आवाज सापडल्यावर तो म्हणाला.

मी त्याचं बोलणं ऐकत नव्हतेच. पण त्यालाच समजून घेत होते. माझ्यावर विश्वास टाकून अचानक सांगितलेलं, शब्दांशिवाय बोललेलं त्याचं मौन म्हणजे गुदमरलेले त्याच्या आयुष्यभराचे शब्द होते. त्यानं माझ्या हातावर हात ठेवला. काही बोलण्यासारखं नव्हतंच.

मग एका आवाजानं त्या मौनाला चीर गेली. तो क्षण तुटला.

"हॅलो!"

पावलं. हलकी, भरभर, उंच टाचांची. आमच्याकडे घाईनं आली.

चिली असेल ही! मी म्हटलं आणि तिच्या स्वागताला उठले. कापलेल्या माणसासारखा या अडथळ्यानं तो गांगरला.

मी तिला कमानीशी गाठलं, त्या टेबलाशी आणखी कुणी बसावं ही कल्पनाच मला सोसली नसती.

ती तिच्या फोटोतल्यासारखीच होती. उंच, शेलाटी, मोठे डोळे, गालाच्या खळ्या आणि विस्कटलेले केस. तिनं पांढरा चिनी नक्षीचा स्कर्ट आणि काळा शर्ट घातला होता. उंच टाचांच्या सँडल्स अर्थात. (तिच्यासारख्या बायका सहा इंची टोकदार बुटांसकटच जन्माला येत असाव्यात असं मला वाटलं.) मेकअपशिवाय तिचा चेहरा ओढलेला आणि सुजट दिसत होता तरी मला ती एकदम आवडलीच.

आम्ही हसलो. गदगदून आमचे शब्द एकमेकांत अडकले. मी तिला बंगल्यात घेऊन गेले. पण जाताना बोलता बोलता ती मध्येच थांबली. हसू लोपलं. जबडा उघडा पडला. डोळे भीतीनं मोठे झाले. मी घाबरून मागे पाहिलं, पण तिथं फक्त तारक माझ्या मागे होता.

ती पुढे झाली. हवेत आपला लालसर पंजा खुपसत म्हणाली, "तू?" आणि संतापाचा फूत्कार टाकून हातातली पर्स फेकून देऊन बंगल्यात धावली.

निरुपाय झाल्यागत तारकनं हात झटकले.

एक दुष्टावा माझ्या आत उसळून उठला. गंजलेले स्प्रिंगचे दात असणारा, गच्च आवळत जाणारा.

तारक म्हणाला, "थांब, तुला सगळं सांगतो..."

मी खांदे उडवून त्याला मध्येच अडवलं, "माझा काय संबंध?"

माझे डोळे जळू लागले होते.

त्याला कुणी तोंडात मारली असती तरी एवढं वाटलं नसतं आणि याचाच मला आनंद झाला.

एक खुपसणारी धारदार नजर टाकून तो चालता झाला. आमच्या पार्टीचे अवशेष माझ्यासाठी ठेवून. खालचं टोचणारं गवत माझ्या पायांना हुळहुळत होतं. आकाशात वादळाचे ढग जमत होते.

■

७

चिलीचा आरडाओरडा मी घरात शिरले तेव्हा चालूच होता. रमोना जिन्यावरून खालीवर धावून बर्फ आणीत होती. चहा, पाणी, बिस्किटं आणीत, नेत होती. लोला लव्हिनानं बाम लावला होता. त्याचा वास विश्व व्यापून दशांगुळे उरला होता. डॉ. साने ओसरीवर उभे राहून सर्वांना थंड राहण्याचा उपदेश करीत होते. त्यांची बायको कुठे दिसत नव्हती. अलिफ बे पोटदुखीवर औषध मागत होता. हिला, या सगळ्या ब्रह्म-घोटाळ्यामध्ये उभी राहून कुठल्याही क्षणी ओरडून तो थांबवील असं वाटत होतं. चिलीच्या खोलीतून फेलिक्सचा आवाज येत होता, ''हे बघ, आता थांब बरं तू.''

फक्त माझी लल्ली आत्या, यापैकी कशानेही विचलित न होता गच्चीवरून सूर्यास्त पाहत होती.

या सगळ्या गोंधळात चिली रडत होती. तिच्या जोराच्या हुंदक्या-आचक्यांतून मध्येच किंकाळ्या उमटत होत्या. मध्येच ती तिच्या पेन्सिल हिल्सनी लाथा झाडत होती. फेलिक्सची काळजी त्याच्या शब्दातून जाणवत होती. ''पुरे आता, बाळा पुरे. जाऊ दे ते सारं.''

या नव्यानं मिळालेल्या उत्तेजनामुळे चिली पुन्हा उडू बागडू लागली. तिच्या खोलीत काही फुटण्यातुटण्यासारखं नाही ना याची मला काळजी वाटू लागली; कारण माझ्या खोलीत टेराकोटाची थोडी खेळणी होती.

हिला इकडे येण्यापूर्वी रमोनानं हे कुजबुजून सांगितलं होतं. चिलीनं गोळ्या घेतल्या होत्या कसल्यातरी. 'आत्महत्या!' तिनं रोमहर्षक स्वरांत सांगितलं होतं. ''सहा गोळ्या! शूर आहे ना ती!''

माझं काळीज गपकन थांबलंच.

''चिलीला इथं आणलं ना तेव्हा तारक स्वयंपाकघराच्या जमिनीवर लोळत

होता. त्याच्या हातात स्टमकपंप होता, पण गोळ्या व्हिटॅमिनच्या होत्या. नशीब!'' रमोनानं भाषण संपवलं.

''ते मरो. किती होत्या ते महत्त्वाचं.'' मी थंड सुरात म्हणाले.

''म्हणजे व्हिटॅमिनच्या सहा गोळ्यांनीही ती मरेल?''

''नाही, पण ती दुसऱ्या गोळ्या पुन्हा घेऊ शकते.''

रमोना घाबरून लल्लीला शोधायला गच्चीवर धावली.

कुकनं अलिफ बे साठी काहीतरी खास पकवलंय ते त्याला चाखून पाहायला आवडेल असं मी म्हटलं आणि लोला वाटेतून हलली. डॉ. सानेही ते ऐकून स्वयंपाकघराकडे गेले. माझ्याकडे एक निव्वळ कृतज्ञ कटाक्ष टाकून हिलाही गेली. आपण सोडून सारेच स्वयंपाकघरात जमलेले पाहून फेलिक्सही धावला.

माझ्या दुष्ट, तरी स्मार्ट स्टेज मॅनेजमेंटचा उपयोग झाला होता. पण वाईट बातमी मला अजून कळायची होती.

मी दाराजवळची खुर्ची घेतली आणि थांबले. वेळेवारी चिलीचे हुंदके थांबले. ती बाथरूममध्ये गेली. परतली ती चेहरा उजळवणारं हसू घेऊनच.

''रडून किती बरं वाटतं, नाही? गेला आठवडाभर मला रडावंसं वाटत होतं. खरं नाही ना वाटत? मी त्या भानगडीत इतकी गुंतले होते. हे खरं आहे का, मला खरंच असं होतंय का, असं वाटत होतं.''

''मला ठाऊक आहे असं वाटतं ते.''

''हो? असेल असेल. पण कामावर असताना मी रडू शकत नाही ना? म्हणजे मला तशी परवानगी नाही. सुजलेला चेहरा, लाल डोळे, शूटिंगची वाट लागते. आता मी आहे कुठे? रात्रभर काळजी करीत जागूही शकत नाही. काळी वर्तुळं येतात ना डोळ्यांभोवती. आली की किलो किलो बटाटे लागतात मला.''

''बटाटे?''

''अगं, काळी वर्तुळं घालवायला.''

''ओ!''

''तू काय वापरतेस?''

''वांगी!'' मी ठासून सांगितलं. ''मोठाली जांभळी वांगी.''

''हो. तीही चांगलीच. चहा कुठाय?''

एव्हाना चहावर जाड साय धरली होती, पण तिला काही वाटलं नाही. तिनं एका घोटात तो संपवला आणि बचकभर बिस्किटं मांडीवर घेतली. ''अरे राम, ही बिस्किटं मला अगदी आवडत नाहीत.'' ती तोंडात बिस्किटं ठासून भरीत विव्हळली.

''मी तुला सँडविच आणू?''

"नको. नको. मी बरी आहे. मला फक्त खाताना थांबवत नाही. बघितलंस? संपली सुद्धा."

संपलीच होती.

"गेला आठवडाभर मी जेवले नाही. म्हणजे नीटपणे. नुसत्या कोशिंबिरी आणि हलकंफुलकं. मला खायचं होतं हेच आठवलं नाही मला. जेव्हा काम सारखं चालूच राहतं, दिवसाचा आठवडा होतो आणि असं मरेपर्यंत चालू राहीलसं वाटतं तेव्हा काय होतं तुला कळायचं नाही."

"हो. कळतंय. मला तसंच वाटायला लागलंय आता."

"म्हणून हिलानं मला जेव्हा फोन करून मदतीला बोलावलं, तेव्हा मी अगदी मोडायला आले होते. हिला मला थेट इथं घेऊन आली. इथं सुरक्षित वाटतंय डॉक्टर जवळ असल्यानं. पण हे नशीबच म्हणायला हवं, दुसरं काय म्हणणार! मी इथं पाऊल ठेवलं आणि कोण भेटावं? तोच."

हां. आता कुठे लक्षात येतंय की दरड कुठं ढासळली.

"हा जगातला शेवटचा अगदी शेवटचा माणूस ज्याला मी भेटायची इच्छा करीन. मी आपली हाय, हॅलो करणाऱ्या स्वभावाची आहे. ही जागा किती छान आहे आणि तिथं हा–"

"भयंकरच."

"भयंकर. तो आहे तरी कोण?"

"तेच तर!"

"नाही. खरंच विचारते. तो कोण आहे?"

"बरोब्बर. धूळ तुझ्याच पायाखाली आहे."

"नाही गं. मी गंभीरपणे विचारतेय. *कोण* आहे तो?"

"स्वयंपाकी."

"नाही नाही. तो स्वयंपाकी नाही. तो दाखवतोय स्वयंपाकी असल्याचं. मला माहीत आहे तो कोण ते. तो निरोप्या आहे. निरोप्याच आहे तो."

हे सांगून झाल्यावर ती डौलदारपणे कॉटवर पसरली, एक उशी उचलून तोंडावर ठेवली आणि इतकी स्थिर झाली की मला वाटलं तिनं स्वत:ला गुदमरून टाकलंय. पण मग तिचं घोरणं ऐकू आलं.

मी गच्चीत फेऱ्या मारू लागले. रमोना गेली होती. नक्कीच डान्सक्लासला. मी पैजेवर सांगते.

"हं. मग कशी आहे आमची मिस आत्महत्या?" लल्लीनं तिप्पट खडूसपणे विचारलं.

"स्वयपांक्यानं तिचा हृदयभंग केलाय."

"मूर्ख नाहीतर!"

"मी त्याला तो करताना बघितलंय."

लल्लीनं माझ्या आरपार पाहिलं. अशी लेसर किरणांनी पाहते ती कधीकधी.

"तू बरी आहेस ना?"

मी खांदे उडवले. "मला काय झालंय?"

"कारण नाही काहीच. नाहीच. चल. श्री. बजाजना भेटायला जाऊया."

"आले का ते?"

"आत्ताच. चिलीची काळजी नको. ती जगेल."

जिन्यावर तारक भेटला. आम्ही एकमेकांना टाळलं. अचानक एका उदासपणाच्या लाटेनं माझा सारा हुरूप गेला.

मी श्वास आवरून धरला पण अचानक तो सुटलाच. नकळत. सुटायला नको असताना.

"सौ. बजाजना तू ओळखतेस."

"मी? ओळखते?"

"लता संदेहा."

"अरे नारायणा!"

आणि मला वाटू लागलं की जीवन याहून वाईट असूच शकणार नाही. हे तर शतकाशतकांत एकदाच येणारं संकट.

शहरापासून दूर इतक्या एकांत स्थळीही लता संदेहा माझा पिच्छा सोडत नव्हती. अगदी कॅन्सरसुद्धा शरीरात इतका पसरत नसेल. प्रा. लता संदेहा ही माझी शिक्षा होती. माझा अध:पात होता. लेखणीच्या एका फटकाऱ्यानं या बाईनं माझ्या आयुष्याची सरळ रेषा बिघडवली होती.

तारकसाठी मी माझ्या आत्मकथेची तालीम करीत होते. आता अर्थात ती कधी सांगितली जाणारच नाही. पण तर्कशास्त्राला शिताफीनं बगल देऊन मी त्याचा दोष लता संदेहाच्या माथी मारणार होते. लल्ली माझ्याजवळच होती, पण माझ्या उलथापालथीविषयी पूर्णपणे अनभिज्ञ, तरी चौकस.

मरोत सगळे! स्वयंपाकी आणि बाकीचेही.

"तो निरोप्या आहे असं का म्हणाली ती?" मी विचारलं.

"काय?"

"चिली असं का म्हणाली की तारक स्वयंपाकी नसून निरोप्या आहे?"

"वैतागली होती म्हणून." लल्लीचं तत्पर उत्तर. "पोळली होती बिचारी."

हे घशाखाली उतरणारं नव्हतंच.

नवीन येणाऱ्या लोकांचं हिलानं खूपच अवडंबर माजवलं होतं. चहा तर होताच पण त्याबरोबर मातीच्या बशीत छोट्या पिसासारख्या कुरकुरीत वस्तूचा ढीग करून ठेवला होता. ती विमानातच शोभणारी चीज होती.

मला ते काय होतं ते कळलं नाही. त्याची मी पर्वाही केली नाही.

हिला नेहमीप्रमाणे धूम ठोकण्याच्या तयारीत होती. ओळखी झाल्या. हिला गेली. मुलांना इतका वेळ रखडवल्याबद्दल लल्ली काहीतरी कुरकुरली आणि मला कळायच्या आत स्वसंरक्षणासाठी एक किटली आणि बशी या व्यतिरिक्त काहीही नसताना, मला लता संदेहाच्या नवऱ्याबरोबर सोडून चालती झाली.

पण माझ्या अपेक्षेइतके श्री. बजाज भयानक नव्हते. पन्नाशीतला एक उंच खडबडीत गृहस्थ. जुन्या, अस्सल चांदीच्या पॉलिश केलेल्या भांड्याप्रमाणे ते लखलखत होते. त्यांच्या प्रत्येक गोष्टीवर एक चमक होती. त्यांचे केस, राखी सूट, घड्याळ आणि अनेक अंगठ्या. डोळे जणू बर्फाचे बनवलेले. राखी, दुधाळ रंगाचे आणि त्यात मधूनच एक हिरवी तिरीप. त्यांचे हात मोठाले, गाठाळ होते. नखं टोकदार. चहाचा कप हातात धरणारी त्यांची रंगहीन बोटं मला झिंग्याच्या पंज्यासारखी वाटली.

"मी पुष्कळ ऐकलंय तुमच्याबद्दल." ते म्हणाले. "मी सदिच्छांचा राजदूत आहे. माझी पत्नी कलकत्त्याला गेलीय. जाणं काही एवढं अत्यावश्यक नव्हतं; पण तिनं ते पसंत केलं. त्याऐवजी ती इथं आली असती तर मला जास्त आवडलं असतं. तिनं मैत्रिणीला हक्कानं भेटायला यायला हवं होतं."

हा एकदम फुटून बाहेर पडलेला त्यांचा पुरुषी मोकळेपणा. छान. मला *आवडला* हा माणूस!

"हिला म्हणाली मला, की तुम्हाला रोल्सराईसमध्ये इंटरेस्ट आहे."

गूढ उलगडलंच. तो चांगला वागत होता कारण आताच त्याला कळलं होतं की मी कोट्यधीश आहे म्हणून. आत्ता फक्त ४५० रु. ६८ पैसे माझ्या नावावर होते हे निराळं. पण मी तरी त्यांचा गैरसमज दूर का करू? "गाडी उत्तम स्थितीत होती. हिलाचे काका म्हणजे सर्वोत्तमवादी. अगदी इंजिनचे भागसुद्धा पॉलिश केलेले होते. आणि गाडी आतून पाहिलीत? उत्तम कमावलेल्या कातड्याचं कव्हर. सुंदर!"

"इंजिनचं काय म्हणालात?"

"परफेक्ट. बॉनेट उघडून आतल्या मशिनरीवरून बोटं फिरवून पाहा. धुळीचा एक कण शोधून सापडायचा नाही!"

"ते खरं, पण ती चालते-धावते का तेवढी?"

"वाऱ्यासारखी पळते. आवाज नाही बिलकूल. अगदी मांजरासारखी बारीक गुरगुर फक्त. खरं सांगतो, माझी 'पाजेरो' तिच्यापुढे लॉरी वाटते नुसती."

"तुम्ही चालवलीत रोल्सराईस?"

तो हसला. हिमनगावर सूर्यकिरण पडल्यासारखा. "तुम्हाला चालवायची आहे?"

"काय?"

"तुम्हाला रोल्सराईस चालवून पाहायची आहे का?"

माझं हृदय पिसासारखं हलकं झालं. म्हणजे 'सिल्व्हर डॉन' घेणारा माणूस हाच तर! रोल्सची बोली लावणारी अनाम खरेदीदार. लता संदेहा त्या मऊ लेदरच्या सीटवर लोळतेय या कल्पनेनंच माझं पोट इतकं दुखू लागलं की काय सांगू!

"मी ओळखतो मालकाला." माझी पोटदुखी न समजता मि. बजाज म्हणाले, "मोठा माणूस. पण या नव्या गाडीची मौज नाही लुटू शकत. मला आशा आहे, ही गाडी पुन्हा बाजारात येईपर्यंत तुम्हीही तुमची कादंबरी विकून कोट्यधीश झालेल्या असाल."

त्यांचे डोळे थेट माझ्या बँकबुकात शिरलेत हे बघून मी अस्वस्थ झाले. "माझी कादंबरी मला कोट्यधीश करणार?" मी वेड्यासारखं विचारलं.

"अर्थातच. एमटीएनएलमध्ये म्हणतात तसं– कृपया वाट पाहा. तुम्ही रांगेत आहात. तुम्ही पुढच्या पूर्णिमा बिद्री असणार आहात."

माझ्याशी शत्रुत्व घेऊ इच्छिणाराच असलं विधान करील.

"तुम्ही तरुण लोक तिला काय म्हणता ते माहीत आहे मला." ते धूर्तपणे म्हणाले. "ती विलक्षण स्त्री आहे. अर्थात प्रचंड नशीबवानही, पण तितकीच बुद्धिमान."

"तुम्ही तिचं पुस्तक वाचलंय?"

"नाही. वाचन हा माझ्या पत्नीचा प्रांत आहे. माझं क्षेत्र पैसा. या. हे पाहा आपले पत्रकारमित्र आले."

फेलिक्स अवतरला. हातात एक कागदाचा कपटा आणि कपाळाला आठ्या.

"उद्याच्या जेवणाचा हा जो मेनू केला गेलाय, छे, माझा विश्वासच बसत नाहीये. हा बघा."

श्री. बजाजनी त्या कागदाची घडी घालून त्यावरून झर्रकन नजर फिरवली. ते गोंधळलेले दिसले. त्यांनी तो कागद माझ्याकडे दिला.

"हे इतिहासाच्या पुस्तकातलं पान तर नाही?"

माझ्या लक्षात आलं त्यांना काय म्हणायचं ते. प्रत्येक पदार्थापुढे तारीख घातलेली होती. तारक आम्हाला तीनशे वर्षांपूर्वीचे भारतीय पदार्थ वाढणार होता. सर्वांत जुनी वस्तू इसवीसनापूर्वी पंधराशे वर्षांपूर्वीची. आम्ही नशीबवान कारण सुरुवातीला सोमरसही ठेवला होता.

"ही फारच प्रचंड महत्त्वाकांक्षा झाली." फेलिक्स गुरगुरला आणि श्री. बजाजने हात न लावलेल्या प्लेटमधल्या त्या पिसासारख्या वस्तूनं त्याने दोन्ही खिसे भरून घेतले आणि गेला.

"आता ही काय नवीन आयडिया आहे हिलाची?" बजाज कुरकुरले. हा चमत्कारिक स्वयंपाकी आहे तरी कोण? तुम्हाला स्वयंपाकीच हवा होता तर मला सांगायचं, मी आणून दिला असता एखादा. ताज, ओबेरॉय, ॲम्बॅसेडर हॉटेलचं नुसतं नाव सांगा आणि त्यांचा सर्वोत्तम कुक आणला असता मी. तुम्ही शब्द तोंडातून काढायचा अवकाश! पण मिसेस ड्रायव्हर फार पक्की आहे. तिचं तेच खरं करणार ती प्रत्येक वेळी! आता तिला हा स्वत:चा वेगळा कुक हवाय. उत्तम! तिच्या डोक्यात भलभलत्या कल्पना येऊ नयेत म्हणून काळजी घेऊ आपण. बरं. जेवण कसं आहे?"

"फारच छान, चविष्ट!"

"आपला पत्रकार मित्र लिहिणार आहे त्याबद्दल?"

"बहुधा!"

"तुम्हाला फारसा उत्साह दिसत नाही या गोष्टीचा."

मी खांदे उडवले, "मला जेवणातलं फारसं कळत नाही." श्री. बजाज हसले. मला धुकाळ रात्री, ताऱ्यांचा दुरून येणारा प्रकाश आठवला. "मग आता मला स्वत:लाच जाऊन पाहायला हवं." ते खुशीत म्हणाले.

अर्ध्या तासाने ओसरीवर लोखंडी खुर्चीतून पाय लांब सोडून फेलिक्स मेनू लक्षपूर्वक वाचीत असलेला मला सापडला. मी दुसरी खुर्ची ओढून बसले. "ह्या खुर्च्या दरवेळी आणखीनच त्रासदायक वाटतात आणि तरी त्यांची सवय होते. उठून दुसरी खुर्ची शोधून बसावं तर ते काही होत नाही. इथून जाताना मी एखादी खुर्ची पळवूनच नेईन."

"मी हिलाला सांगून ठेवते ना!"

"गेल्या आठवड्यात मी दम पुख्तबद्दल लिहिलं तर ते अस्सल नाही असं म्हणायची तारकची हिंमत झाली होती आणि आता त्याचा हा मेनू बघा."

"पुन्हा आपण त्याच विषयावर आलो तर. मला त्या मेनूचं कौतुक नाही."

"अरे वा! असं का?"

"का? काय झालं?"

"तेच ते! तुला होईल सवय. हा माणूस ह्या बोटावरची थुंकी त्यावर करण्यात पटाईत आहे. यातल्या निम्म्या पदार्थांचं मी नावही ऐकलेलं नाही कधी."

"मग हे त्याचं कौतुकच आहे."

“तो स्वयंपाकी आहे, संशोधक नव्हे. नियम असतात प्रत्येक गोष्टीचे. माहीत आहे?”

“मला नाही माहीत. ओह, श्री. बजाज मला पूर्णिमा मुडबिद्रीबद्दल काहीतरी सांगत होते.”

“ती बिद्री बया!” त्यांनी उसासा टाकला. आम्ही दोघांनी एकदमच दातओठ खाल्ले. बिद्रीबया म्हणून ओळखली जात होती तर ती! भिकार लेखिका म्हणूनच सर्वत्र टाळली गेली होती. आमच्यासारखंच तिनंही एक पुस्तक लिहिलं होतं. त्यावर काही प्रतिकूल अभिप्रायही आले होते. अचं नाव ब आणि बचं क ठेवून काही दुसऱ्यांचे सिद्धान्त आपले म्हणून दडपले होते, पण अखेर तिचा प्रबंध निव्वळ कुरकुर, तक्रारीच होत्या.

आणि तो तोफगोळा पडला. तिची कादंबरी *‘शकुंतलेचा काटा’* चार लाख डॉलर्सना लिलावात विकली गेली. आता अर्थात प्रसारमाध्यमांना ती आलटून पालटून दर आठवड्याला चेकॉव्ह, प्राउस्ट आणि वूल्फच्या तोडीची वाटू लागली. साहजिकच बिद्रीबयेचं नाव निघताच आम्हा लेखक जातीचा कपाळशूळ उठू लागला. तितक्याच साहजिकपणे लता संदेहानं तिला आपल्या विभागाचा आदर्श, ध्येयमूर्ती ठरवून टाकलं.

एव्हाना पूर्णिमानं मुडबिद्रीला स्मार्ट कुणासाठीतरी फेकून दिलेलं दिसतंय.

‘माझं पुस्तक इंग्लंडमध्ये प्रकाशित झालं आणि मला वाटलं की मुडबिद्री हे थोडं गोंधळात टाकणारं नाव आहे म्हणून बिद्री नाव घेतलं. लक्षात राहायला सोपं!’ हे त्यावर तिचं स्पष्टीकरण म्हणे

ह्या सगळ्याचा अर्थ एवढाच की श्री. बजाज मनानं मऊ होते आणि त्यामुळे कनवाळूपणानं एखाद्याच्या डोक्यात धोंडा घालायला अतिशय उपयोगी.

फेलिक्स तारकच्या मेनूकडे वळला. “मी या प्राण्याला ठारच करतो.” तो पुटपुटला.

“तुझा पुढचा खून तू जेवणाच्या वेळीच आखून ठेव बरं! हवं तर त्याला *‘मिलेनियल मर्डर’* असं म्हणू!”

“छान आहे कल्पना! एक मिनिट. मला कल्पना सुचतेय. बदाम, ऑक्झॅलिक ॲसिड, आर्सेनिक...”

“कीटकनाशकं, डांबराच्या गोळ्या, जायफळ...”

“जायफळ?”

“हो, किसलेलं.”

“खरंच? आता तू सांगितल्यावर खरंच असणार. तुझ्या आत्याला मी ठेवीन त्यात.”

किसलेलं जायफळ पेरून सुबकपणे बशीत मांडलेली लल्ली मी डोळ्यांपुढे आणण्याचा प्रयत्न केला.

"गूढ व्यक्तिमत्त्व. हो ना? एकांतप्रिय. वयस्क वगैरे. तरुणपणी नजर खिळवणारी सौंदर्यवती!"

"लल्लीला आवडेल हे!"

"हो ना. आठवणीतला शृंगार. तिच्यात काहीतरी आहे. मला आवडतं. ती गूढ आहे. खरीखुरी गूढ. तारक, तू काय म्हणतोस? लल्लीचा खून करू या?"

मी याला आत येताना पाहिलंच नव्हतं. आता त्यानं मेनू उचलला. माझी नजर चुकवली. फेलिक्सनं पुन्हा आपला प्रश्न विचारला.

तारकनं खांदे उडवले. "या विष्णूच्या दरबारात हा कुठला अवतार?"

आमच्या नजरा भिडल्या, आम्ही हसलो आणि सारं भरून पावलं. ब्राऊनिंगचं अवतरणच नेहमी दिलं पाहिजे असं नाही पण ते होतं मात्र नेमकं. योग्य. फेलिक्सला अर्थातच कळलं नाही. तो गोंधळला. तारक उठून गेल्यावर त्यानं आपलं भाष्य केलं. "धार्मिक आहे बेटा. या दिवसात काही कळत नाही कुणाचं. हिंदुत्व वगैरे उफाळेल..."

आम्ही महत्त्वाच्या प्रश्नाकडे, जायफळाकडे वळलो. फेलिक्सनं ते काल्पनिक म्हणून निकालात काढलं.

"एक माणूस मारायला एक जायफळ पुरेसं असतं." मी सांगितलं. त्या एका झोपलेल्या राजकन्येचं विलक्षण गूढ लल्लीनं उलगडलेलं आठवलं मला. नेमक्या वेळी लल्ली आमच्यात आली. पण तिला तिच्या केसेसवर चर्चा केलेली आवडत नाही. फेलिक्स आपल्या लेखनाचे असे हवाले देत नाही. पण तो एक तसाच दुर्मिळ क्षण होता. त्यानं पुढच्या खुनाच्या कथेत लल्लीला नायिका करण्याचा आपला हेतू जाहीर करून टाकला.

लल्लीला याची गंमत वाटली हेच नवल. "मी खून करायचाय, की माझाच होणार आहे?" तिनं विचारलं.

"ओ! अर्थात करायचास. गूढ, लांबलचक, भूतकाळ असल्यावर तेच होणार की! ते उद्याच्या जेवणात ठरेल. दहा माणसं. एकमेकांना न ओळखणारी. पण प्रत्येकाला एका खास कारणासाठी बोलावलेलं..."

"बदला?" लल्लीनं सुचवलं.

"बरोब्बर! पण कुणाला ते माहीत नाहीय. आणि तू? एकटी, शांत, चेहऱ्यावर सौंदर्याच्या खुणा..."

"आभारी आहे!"

"पार्श्वभूमीदाखल शृंगारही. विसरू नकोस." मी आठवण करून दिली.

"तू नाही गं, इतर पात्रांपैकी. तू नुसती नजर फिरवायची राणीसारखी. मोठ्या

लांबलचक, खानदानी टेबलाशी सगळे बसलेले, चांदीची, स्फटिकाची भांडी, झुंबरं, संगीत, गप्पा आणि अचानक तो तुझा प्रियकर, किंवा गुंड, बलात्कारी, अजून ठरलं नाही. धडपडतो, हळूहळू सुपाच्या मोठ्या भांड्यात बुडतो. नव्हे डेझर्टमध्ये बुडतो हे जास्त बरं... रासबेरी मूस? किंवा रासबेरीचं काहीतरी... लाल असतं ते. सर्वांना वाटतं त्याचं रक्तच वाहतंय. फक्त तुला सत्य माहीत असतं. तू हसतेस. ऑक्झॅलिक ॲसिड मिठात घातलेलं. क्षणात परिणाम दाखवणारं.''

''पण डेझर्टमध्ये तो मीठ कशाला घालील?''

फेलिक्सनं कपाळाला आठ्या घालून ती अडचण पुसून टाकली.

''तपशील नंतर भरता येतील. आधी वातावरणनिर्मिती हवी. लल्लीचा पोशाख जांभळा असेल. जांभळा रेशमी. गोरा चेहरा. अर्धमिटले डोळे...''

''पण ऑक्झॅलिक ॲसिडची कल्पना जुनाट नाही वाटत?'' लल्ली म्हणाली. ''मी नक्कीच त्याहून काही तरी चांगलं वापरीन.''

''सहज जमणं महत्त्वाचं.'' फेलिक्सनं ठामपणे सांगितलं. ''जेवणाच्या टेबलावर सांडलवंड करायची नाही.''

''मला त्यानंतर मग तिथंच थांबावं लागेल का?'' लल्ली.

''छे. छे. माझे खुनी थांबत नाहीत. तू तेवढं करून निघून जायचंस. बरं मला थोडा वेळ दे. मी ऑक्झॅलिक ॲसिडपेक्षा चांगलं शोधतो काहीतरी.''

हिला व्हरांड्यात आली. ती दमलेली दिसत होती.

''मलाच शोधतेय वाटतं ही.'' लल्ली उठली. ''थँक्स हं, फेलिक्स. मी खुनी म्हणून चांगली शोभेन.''

''जेवताना हा ठराव मताला टाकूया.'' मी नकळत म्हटलं.

लल्लीचा नकार थोडा जोरातच आला. ''मी खुनावर विनोद नाही करीत.'' असं म्हणून ती चालती झाली.

''मी तिला घाबरवायला नको होतं.'' फेलिक्स रेगो लल्लीच्या पाठमोऱ्या आकृतीकडे पाहत म्हणाला. माणसाच्या हावरेपणावरचा माझा विश्वास अधिक घट्ट झाला.

उज्ज्वला साने आत आल्या. हातात प्लेट घेऊन. त्या सँडविच खात होत्या. ''मी काहीतरी तोंडात टाकायला मागितलं तर ही सँडविचेस दिली. काकडीची. चटणीचीही नव्हेत. तो मेला स्वयंपाकी आहे कुठे?''

तो मेला स्वयंपाकी अवतरला. त्यांनी प्लेट त्याच्यावर भिरकावली.

''हे घे. त्यांच्याबरोबर थोडं सॉस तरी दे मला.''

''सॉस, मॅडम?''

''हो. सॉस. सॉस. केचप, टोमॅटो केचप. काय झालं? येत नाही तुला करता? अरे बाटल्या मिळतात त्याच्या.''

"हळू. हळू." फेलिक्स हळू म्हणाला.

तारकनं तिच्या हातून प्लेट घेतली आणि तो चालता झाला. मी त्याच्यामागे स्वयंपाकघरात गेले.

तारकनं सँडविचेस कचऱ्याच्या डब्यात ढकलले. थोडा विचार करून प्लेटही. मीही बजाजांचा कप आणि चमचा टाकला आणि दोघंही हसत सुटलो. त्यानंतर चिडणं अशक्यच होतं.

"सांग मला." मी धैर्य गोळा केलं.

"नक्की? मला वाटलं तू म्हणालीस की तुझा काही संबंध नाही त्यात."

"आता ठरवलंय मी संबंध आणायचं."

"मग मला बजाज साहेबांबद्दल सांग. तुझा रोष दिसतो त्यांच्यावर, ताठ झालीस एकदम."

"मी? चांगले आहेत की ते. खरं तर ते नव्हेत; त्यांची बायको. ती फार मोठी कहाणी आहे."

"मला हवा तेवढा वेळ आहे."

"मलाही." त्याची नजर माझ्या नजरेत मिसळली.

आणि अर्थात कुणीतरी कडमडलंच.

"मी किती वेळ थांबायचं?" उज्ज्वला सानेंनी विचारलं.

टोमॅटो सॉस न मिळाल्यानं सानेबाई पुढचा अर्धा तास तरी कडवट मूडमध्ये होत्या. त्यांनी मला 'बिचाऱ्या हिलाला' सहानुभूती देण्यासाठी खेचून नेलं.

"बिचाऱ्या हिलाला काय झालंय? हा शापच झालाय. ही मुलगी, चिली! तिनं जीव दिला? नुसत्या व्हिटॅमिनच्या गोळ्या तर होत्या. डॉ. साने म्हणाले मला काळजी करू नकोस म्हणून. पण मला वाटतंय, आज व्हिटॅमिन, उद्या उंदराचं विष खाईल. हिलाला सांगायला हवं घरात असलं विष तर ते लपवून ठेव म्हणून."

"हिलाकडे आधी आहे का विष?"

"सगळ्या जुन्या घरातून उंदीर असतात. आता ह्या घराची डागडुजी झालीय. पण उंदरांची कशी करता येईल?"

हे संपतंय तो त्यांचा दुसरा हल्ला झालाच. "तू का त्या कुकच्या ऐवजी कपबशा नेतेस? त्याला करू दे ते. त्यानं हिलाला फसवलंय. स्वतःला पंचतारांकित कुक म्हणवतोय तो. आपल्याला जेवायला काय घालतो? तर वरणभात. फार तर भजी. शिवाय ही लोला नावाची बाई. हिला बिचारी अगदी भोळी आहे. निरागस. जगाचं काही ज्ञानचं नाही तिला."

"असं का म्हणता?"

"डॉ. साने खूप वैतागलेत. आम्ही लगेच निघून जावं असं वाटतंय त्यांना. ताबडतोब."

"का?"

"आयला! तुलासुद्धा माहीत नाही? मला तपशीलवार नाही ठाऊक; पण तिची कीर्ती चांगली नाही."

मला धक्काच बसला आणि हिलाची बाजू सावरायचा मी चंगच बांधला.

"ती लोला, ती चांगली नाही. सभ्य नाही. डॉ. साने तर म्हणाले की मी माझ्या बायकोला असल्या बाईबरोबर एका छपराखाली नाही राहू देणार. मी म्हटलं त्यांना एवढं काही नको करायला. ते तसलेच आहेत. मला अगदी देवीच मानतात."

मला डॉ. सान्यांनी केलेलं लोलाचं कमरेगुडघ्यापर्यंतचं वर्णन आठवलं. मी शहाणपणा दाखवून श्वास रोखला.

"ते दोघे खुल्लमखुल्ला एका खोलीत राहत आहेत. एवढा मोठा लेखक इतका खालच्या पातळीला जावा? पुरुष मूर्खच असतात. फेलिक्स रेगोनं मला काय सांगितलं माहीत आहे? तुला कल्पनाच नाही यायची."

"काय?"

"तो नर्तक कुठून आलाय आहे ठाऊक? गोवंडीहून. झोपडपट्टीतून. ही माणसं..."

"किती वाजता आहे त्याचा कार्यक्रम?" मी निर्दयतेनं तिला तोडून टाकलं.

"दहा वाजता. गच्चीवर. मला खूप आवड आहे नृत्याची, पण अभिजात नृत्य."

"कथ्थक?"

"सगळेच प्रकार. तू मद्रासी आहेस ना, म्हणजे भरतनाट्यम्. तेही चांगलं असतं म्हणा. मला येतं तेही. मी पटकन उचलते काहीही. आमच्या कॉलेजात सर्व कलांत गती असल्याबद्दल प्रसिद्ध होते मी. खेळसुद्धा. ॲथलेटिक्स, हॉकी, नृत्य, गायन, टेनिस, नकला..." आणि मी चकितच झाले. बघता बघता ती फेलिक्स रेगोचं हुबेहूब अनुकरण करीत बोलू लागली.

जेवणापूर्वी मी चिलीला शोधत होते. ती जडपणे आपल्या कॉटवर बसली होती.

"मी अगदी मोडून गेले आहे. अशीच उद्यापर्यंत अशीच पडून राहिले तर हिलाला काय वाटेल गं?"

"काही नाही. तुला झोप हवीय. तुला खायला आणू आधी काही?"

"नको. अन्नाचा विचार आला तरी नकोसं वाटतं."

लोला आत आली, "मी फळं आणली आहेत तुझ्यासाठी." "थँक्स."

चिलीला यजमानीण म्हणून तिची कर्तव्यं आठवली. आमच्याकडे दोन उशा फेकून तिनं खुर्च्यांकडे हात दाखवला. आम्ही बसल्यावर म्हणाली, "मला काय झालं असेलसं वाटतंय?"

मी अंग चोरलं. बिचारीला वाटत होतं की आम्ही दाराबाहेर सगळ्या तपशिला-साठीच रांग लावून होतो. जणू ठरवल्यासारखी रमोना आली. ग्रेटच. आता फक्त सानेबाई आल्या की कुटाळक्या पार्टी सुफळ संपूर्ण.

चिलीनं रमोनाला सामावून घेतलं.

रमोना गालिच्यावरच मांडी ठोकून बसली. सगळ्या अतिरेकाच्या लाटेखाली तिचा आडमुठेपणा सगळा धुवून गेला होता.

"मी त्यांना काय झालं ते सांगत होते." चिलीनं तिला सांगितलं.

"तू मोडून पडलीस."

"होय. मी सगळंच मोडून टाकलं. मी सांगितलं त्याला, सगळं संपलंय म्हणून."

"तू तोडून टाकलंस? मग इतकी अस्वस्थ का झाली होतीस?" रमोना किंचाळली.

"मला फार जुनाट वाटू लागलं." अनुभवी, तेहतीस वर्षांच्या ओझ्याखाली वाकलेली लोला आणि मी एकमेकींकडे भगिनीप्रेमानं पाहिलं.

चिलीनं खांदे उडवले.

"त्याचं लग्न झालंय. मला आताच कळलं." तिनं वळून खुनशीपणे माझ्याकडे पाहिलं. "त्या माणसानं सांगितलं मला, कळलं? तुमचा स्वयंपाकी? त्याच्याकडून कळलं मला. मला तिरस्कार वाटतो त्याचा. सहा महिन्यांनी मी शोधून काढलं त्याला. ते सारं संपलंय यावर विश्वास नाही माझा!"

"पण ते संपलंच आहे." मी आणि लोला एकदमच म्हणालो.

चिली आमच्याकडे आश्चर्यानं बघू लागली.

"आशा अमर असते." ती म्हणाली, जणू आशा असते तिथं घटस्फोट असतोच या चालीवर.

"त्यावर विश्वास ठेवू नकोस." हिला दारातूनच म्हणाली.

"त्याला मुलंही आहेत, अर्थातच."

"ती उद्या मोठी होतील. कुमारवयात येतील. त्यावेळी त्यांना अस्वस्थ करणं बरं नाही. शिवाय त्यांच्या कॉलेजचा प्रश्न. मग त्यांची करिअर. शेवटी ते मोठे झाले की त्यांच्या बायका त्यांचा ताबा घेणार. मेनॉपॉज, कॅन्सर, पुरुष कशाला तरी चिकटून राहतो. त्यानं बायकोला या सगळ्यातून सोडवलं तरी पुढे म्हातारपण

आहेच. सत्तरीत बायकोला कोण टाकणार? आणि तुझ्या लक्षात आलं नसलं तरी तोसुद्धा सत्तरीचा असतोच. तिच्या संधिवाताच्या जोडीला त्याचा एखादा हृदयविकाराचा झटका किंवा बंद होणारी शीर असं काही, तेव्हा चिली, आशा तरी तुला किती काळ साथ देईल?''

''ओ! पण मला इतकं भयंकर वाटतंय.'' चिली कण्हली.

लोलानं चिलीच्या खांद्याभोवती हात टाकला. रमोनाही रडत होती. एव्हाना हिला आणि मी तिला आपल्याबरोबर घेतलं आणि गच्चीवर नेलं. तिथं लल्ली लाटांकडे पाहत उभी होती.

उद्याच्या जेवणाची हिलाला काळजी पडली होती, पण ती चिलीबद्दल, जेवणाच्या मेनूबद्दल नव्हे. ''पार्टी रमोनासाठी आहे, तोपर्यंत चिलीला बरं वाटलं म्हणजे मिळवली.'' ती म्हणाली.

''चिली चांगली ठणठणीत बरी होणार आहे. पुन्हा कधी आजारी न पडण्याइतकी!'' लल्ली म्हणाली.

मला माझी आत्या फार खडूस वाटली. पण माझा अविश्वास पाहून तिनं खांदे उडवले. ''दुखणं कधी संपूर्ण बरं होतं का? पण माणसं त्यातून बाहेर येतात. कशातूनही, किती अविश्वसनीय वाटलं तरी. श्री. बजाज इथंच येत आहेत. हिला चल, पळूया इथून.'' आणि दोघीही निलाजऱ्या सरळ घाईघाईनं निघून गेल्या.

रमोनानं नाक उडवलं आणि रात्रीच्या नृत्यासाठी कंदील तयार ठेवायला गेली. पुन्हा एकदा श्री. बजाज आणि मीच राहिलो.

ते म्हणाले की ते स्वयंपाक्याला भेटून आले होते. ''मला आशा वाटतेय की तुला भूक नसेल. हा जगप्रसिद्ध कुक आपल्याला रात्रीच्या जेवणात काय देतोय, माहीत आहे? खिचडी.'' ते छद्मीपणानं म्हणाले.

''मग चविष्टच असेल ती!'' मी म्हटलं.

त्यांचं ते दुष्ट हसू हसून ते चालते झाले.

लोलाला बघून मला खरंच बरं वाटलं. चिली पुन्हा झोपलीय असं ती म्हणाली. ती स्वत: मात्र थोडी बिचकून वागत होती. ती अलिफला शोधत होती. तो खोलीत नव्हता. ''तो दिवसभर नेहमीपेक्षा वेगळंच वागतोय.'' तिनं सांगितलं.

मी अपराधी न दिसण्याचा प्रयत्न केला. चोरून ऐकणं थोडं जास्तच अस्वस्थ करतंय असं वाटलं. माझी गुपितं माझ्यावर कुरघोडी करू लागली. लोलाचं सांत्वन करण्यासारखं मला काहीही सुचलं नाही बोलायला. ती तशीच अस्वस्थ हिंडत राहिली.

पुन्हा एकांत मिळवण्यासाठी मी माझ्या खोलीत आले. तिथं अगदी निवांत

होतं. मी *'द थॉट सायकलिस्ट'* उचलून वाचायला घेतलं. खालच्या बागेतून मुलांचं हसणं-खिदळणं ऐकू येत होतं. दूरवरून डफांचे आवाज ऐकू येत होते. जीवन आनंदी असल्याचे पडसाद आसमंतात उमटत होते. उठून धावत समुद्रावर जावंसं वाटत होतं, पण कुणीतरी साथीला हवं.

समुद्र खवळला होता. त्याची गाजही संतापच दाखवीत होती.

मुलं घरात गेली होती.

वाऱ्याच्या झुळकीनं पडदे फुलारले. नृत्याचा कार्यक्रम पार पडेतो पाऊस येऊ नये असं मला वाटलं. येणाऱ्या वादळापूर्वीची शांतता मला प्रेमात पाडते. ढग ओथंबून खाली वाकलेले, हवेतली कडकड, विजेच्या वेड्यावाकड्या धावणाऱ्या रेषा, अचानक चुकणारा हृदयाचा ठोका, सारीच नंतरच्या भडकणाऱ्या आगीची निर्देशक. मला हे हवं होतं. ताणलेल्या आकाशात विणलेल्या जरतारी विजेचे धागे, काळीज फोडून निघणारा कोकिळेचा द्रवित स्वर.

पश्चिमेला जांभळा प्रकाश लखलखला. गडद झाला. मी दिवा विझवून रात्रीला आत घेतलं. थोड्याच वेळात तारे पुन्हा चमकतील.

पदरव.

चिडून, घाईघाईनं चालणारी पावलं, गच्चीकडे.

आता पुन्हा जबरदस्तीनं चोरून ऐकायचं नाही. मी दिव्याच्या बटणाशी हात नेला आणि अलिफ बेचा आवाज आला, ''मला वाटतं मी सांगितलंय तुला, मला एकटं सोड म्हणून.'' त्याच्या आवाजातल्या तिरस्कारानं शीग गाठली होती इतकी की भीतीनं मी शहारले.

''जेवणाची वेळ झालीय. हिला आपली वाट पाहत असेल.'' ही लोला.

''आपण नाही. मी तुला स्पष्ट सांगितलंय गेल्या दहा मिनिटांत. तुला हवं तर तू खाली जा. मी पाहिजे ते करीन.''

''प्लीज. याबाबतीत आपल्याला थोडं सभ्यपणानं नाही वागता यायचं? आपण परत जाईपर्यंत हे लांबवता नाही का यायचं?''

''परत जायचं? कुठं? तुला कळत नाही का? तू परत माझ्याबरोबर माझ्या घरी यायचं नाहीस. तुझ्या वस्तू मी पाठवून देईन. ते संपलंय सगळं, लोला. पार संपलंय. मला कधीही तुझं तोंड पाहायचं नाही.''

ती हसली त्याच्या आवाजाहून भयंकर.

''ते आपण सोमवारी ठरवू या का?'' ती म्हणाली.

त्याचं म्हणणं ती मनावरच घेत नव्हती. तिच्या बासमतीच्या शक्तीनं झिंगली होती नुसती. नवं मानसशास्त्रीय तत्त्व लावून पाहत होती. पण त्या नाटकालाही दोघंजण लागतातच.

"ए बये, तुला काय झालंय?" अलिफ बेनं डरकाळी फोडली. "सांगितलेलं कळत नाही तुला?"

काहीतरी घसपटल्याचा आवाज, एक दाबलेली किंकाळी आणि काहीतरी धाडकन पडलं. माझ्या डोक्यात घण पडू लागले. मी मरावं, या जगाबाहेर जावं असं मला तीव्रतेने वाटलं. या खोलीत कैद होऊन जवळिकीचा हा क्षण पाहिला नाही तरी ऐकत राहण्यापेक्षा ते बरं!

बाहेर नि:शब्द शांतता होती.

मी थांबले. भीती असह्य झाली तेव्हा शक्य तेवढा आवाज न करता मी दार ढकलून उघडलं.

गच्ची रिकामी होती.

मी पुन्हा हळूच माझ्या खोलीत परतले. दिवे लावले आणि सरळ पाठीच्या खुर्चीवर ताठ बसून राहिले. कशाची वाट पाहत कोण जाणे.

■

८

सगळ्यांची जेवणं झाली असतील या अपेक्षेनं मी साडेनऊ वाजता खाली गेले. ते बुफे जेवण होतं आणि त्यात वेळ गेला नसता. पण छे! सगळे तिथंच होते. लोलासुद्धा होती त्यामुळे तर मला अधिकच संकोच वाटला. ती तंग काळा ब्लाऊज, काळीच पँट आणि गळ्यात मोठी चमकत्या मण्यांची माळ घालून होती. तिनं काही वेगळीच आयशॅडो वापरली होती आणि ओठांना भडक लाल लिपस्टिक, ती तिच्या खांद्यावर टाकलेल्या रेशमी स्कार्फला शोभणारी होती. पायात मोजड्या नव्हत्या तर पट्ट्यापट्ट्यांचे चंदेरी टाचांचे सँडल्स होते (ते लिंकिंग रोडवर साडेचारशे रुपयांना मिळतात). तिच्या कानात काळ्या आणि पिवळ्या तारांचा बनवलेला मोबाईल होता चक्क. लक्षणीय कर्णभूषणं. अलिफ बेही होताच, क्षणाक्षणाला पिऊन आणखी झिंगणारा! लोलानं माझ्यावर बोट रोखलं आणि तिच्याकडे एकटक न बोलता पाहत राहिलेल्या श्री. बजाज यांच्याकडे ती वळली.

खोलीच्या एका टोकाला ठेवलेल्या, वाफा निघणाऱ्या प्रचंड कढईभोवती प्रत्येकजण फिरून आला. धुराच्या निळ्या पडद्याआडून मी फेलिक्सलाही कढईतला पदार्थ ढवळताना पाहिलं.

श्री. बजाजनी खिचडी म्हणून सांगितलेला पदार्थ महाभोगच निघाला. मसालेदार सुगंधी भात, डाळ, भोपळा, बटाटा, कॉलीफ्लॉवर, वांग्याच्या कापांनी सजवलेला. जेवण गरमागरम, तोंडात विरघळणारं. आणखी हवंहवंसं वाटणारं होतं. जिरं, आलं, लवंगा, कढीलिंबाचा स्वाद त्याला अधिकच रुचकर करीत होता. तब्येत खुश करीत होता.

जेवणघरात गरम झालं होतं. तारक एका आणखी कढईच्या वजनानं डगमगत आत आला. त्याच्या हातातल्या कढईत बर्फाच्या चुऱ्यात ठेवलेलं एक आणखी भांडं होतं. त्यात दहीबुत्ती, दह्यात बुडलेला भात, त्यावर तीळ, मोहरी, मिरची यांची

फोडणी, हिंग, आल्याचा बारीक कीस, कढीलिंब, मीठ यांनी युक्त अशी. अगदी हवी तशीच. जिभेला चाळवणारी.

तारकनं जेवण पारंपरिक पद्धतीनं वाढलं. पानांच्या पत्रावळीत, फक्त त्या पत्रावळींना साच्यानं थाळीचा आकार दिलेला. थोडा आधुनिक स्पर्श. इतकंच. माझ्याजवळ आल्यावर म्हणाला, "होतीस कुठे तू? मला काळजी वाटायला लागली होती." मग म्हणाला, "हे असं जेवण मला आवडतं. मागून भांडी धुण्याचा त्रास नाही."

मी उत्तर दिलं ते त्यानं ऐकलं नाही. तो लोला आणि बजाज यांच्याकडे पाहत होता. "ती तुझी मैत्रीण आहे?" त्यानं सहज विचारलं.

"हो." मी म्हटलं. काल मी असं सांगताना चाचरले असते.

"तो काही चांगला माणूस नाही. तू सांग तुझ्या मैत्रिणीला."

"ती आगीतून फुफाट्यात पडली आहे." मी म्हटलं.

अलिफ बे नं येऊन त्यांच्यात अडथळा आणला. त्यानं लोलाला दूर नेण्याचा प्रयत्न केला. प्रसंग सावरायला हिला चटकन पुढे झाली. ती दोघं निघून गेलेली मी पाहिली.

उज्ज्वला साने हेलकावत श्री. बजाजांकडे आल्या. तारकनं जोरानं श्वास घेतला. तो अजून बजाजकडेच पाहत होता.

"चिली असं का म्हणाली की तू निरोप्या आहेस?" स्वत:ला थांबवण्यापूर्वीच माझ्या तोंडून निघून गेलं.

"असं चिली म्हणाली? कमाल आहे. तिच्या बाबतीत मी निरोप्या होतोच. तुला माहीत आहे ना, मीच ती वाईट बातमी तिला पोहोचवली. मी सांगितलं तिला की तिचा प्रियकर विवाहित आहे म्हणून."

"ओ! तरी ही काही चांगली पद्धत नव्हे."

"अगदीच प्रकृती बिघडवणारी नसेल अशी आशा करू. निरोप्याचं पुढे काय होतं माहीत आहे ना?"

मी अस्वस्थपणे हसले.

पुन्हा एकदा मी बजाजांपाशी होते. मी उगीचच हिंडत होते. ते माझा पाठलागच करत होते बहुतेक. तेही अशक्य नव्हतं. चांगला माणूस नाही. तारक म्हणाला होता. पण त्याला कसं कळलं?

"मी जिमी ड्रायव्हरचा जवळचा मित्र होतो. त्याच्या पत्नीची जबाबदारी माझ्यावर येतेच." श्री. बजाज म्हणाले.

त्यांना कळलं नसेल पण ते वाक्य मला संशयास्पद वाटलं, "आणि आता ती स्वयंपाकी आणि नर्तक यांच्या कोंडाळ्यात सापडलीय." तिनं आम्हाला उत्तम कुक

आणण्याचं अभिवचन दिलं होतं आणि त्यानं दिलं काय तर खिचडी! आता जाझमध्ये शिवतांडवाचं अभिवचन दिलंय. काय अपेक्षा करावी आपण? तू सांगशील? मला वाटत होतं जाझ हा एक संगीतप्रकार आहे. इथं तो नृत्यप्रकार म्हणून सादर होतोय.''

''सानेबाई! जरा सांगा बरं जाझमधलं तांडव म्हणजे काय ते!'' त्यांनी विचारलं.

हातात वाफा निघणारी पत्रावळ घेतलेल्या सानेबाई... काही कळत नसल्यागत खांदे उडवले. थोडा महाभोग तिच्या चमकदार जाड मांडीवर सांडला. त्यांनी काळी तंग पँट आणि भडक गुलाबी ब्लाऊज घातला होता. चंदेरी ओढणी मागे जमिनीवर लोळत होती. बजाजनी पुन्हा प्रश्न विचारला आणि त्यांनी पुन्हा खांदे उडवले. या वेळी ओढणी तेवढी सावरून घेतली.

''करणं शक्यच नाही. शिवतांडव फक्त कथ्थकमध्ये करता येईल.'' ती शांतपणे म्हणाली.

''पाहिलंत? मी उज्ज्वलाला विचारलं कारण नृत्यावर तिचा शब्द शेवटचा असतो.'' बजाजांचा चेहरा उजळला. ''उज्ज्वला, तू हिलाशी बोल. तिला हा मुद्दा उलगडून सांग. तुझ्या म्हणण्याप्रमाणे शिवतांडव कथ्थकमध्ये व्हायला हवं, जाझ नव्हे.''

''मी काय म्हणते...''

उज्ज्वलाचा आवाज चढला. गप्पांचं कुजबुजणं सन्मानानं थांबलं. त्यांना श्रोते मिळाले.

''मला काय म्हणायचंय की, रफीक खान नावाच्या माणसाला शिवतांडवाबद्दल काय किती माहीत असणार? तो तर मुस्लीम आहे ना? त्याला कसं समजणार? शिवतांडवाचा अर्थ खूप खोल आहे. हिलानं त्याला शिवतांडव करायची परवानगी दिली हेच तिचं चुकलं. तो मायकेल जॅक्सनसारखं नाचणारा माणूस! हा हिंदूंचा अपमान आहे.''

मी हसले, पण माझ्या हसण्याच्या आवाजानं मलाच धक्का बसला. ते हसू चिडवणारं, कमी लेखणारं, टिंगल करणारं होतं. आवाजही मोठा; पण मला धक्का बसला तरी इतरांना थोडं हलकं वाटलं. उज्ज्वलांच्या धाडकन बोलण्यानं ताणले गेलेले चेहेरे सुटल्यासारखे झाले. लोक हसले आणि निघून गेले. श्री. बजाजही आपलं नृत्यावरचं प्रभुत्व विसरून पळाले. डॉ. सान्यांनी बायकोकडे पाहिलं तेव्हा त्यांच्या डोळ्यांत खून चढला होता. अलिफ बे क्षमायाचनेच्या अपेक्षेनं पाहत होता पण तोंडातून शब्द नव्हता. त्यानं स्वत:साठी आणखी एक पेग ओतून घेतला.

''हसायला काय झालं?'' उज्ज्वलानं मला विचारलं. ''मी तुझ्यापेक्षा फार वेगळ्या वातावरणात वाढलेय. चांगल्या घराण्यातून आलेय मी. सुप्रसिद्ध, सन्माननीय,

पारंपरिक, खानदानी. माझ्या आईकडे अंघोळ केल्याशिवाय आम्ही स्वयंपाकघरात जाऊ शकत नव्हतो. अजून तीच पद्धत आहे तिथं."

"म्हणजे तुम्ही रात्री नृत्य बघणार नाही?"

आपल्याच तारेत त्यांला खांदे उडवले आणि पुन्हा प्लेट भरून घेण्यासाठी त्या डुलत गेल्या. "बिचारी उज्ज्वला." हिला माझ्या कानात म्हणाली, "रफीक जेव्हा मृगाजिन गुंडाळून स्टेजवर येईल तेव्हा तिचा चेहरा बघायचाय मला."

ठीक दहा वाजता आम्ही सगळे गच्चीवर गेलो. गच्चीवर जाताना आमचे आवाज थांबले. हवा जरा निराळीच होती. येऊ घातलेल्या वादळाचा एक गुदमरवणारा थंडावा हवेत होता. अंधार किर्रर होता. चंद्र जाड जाड ढगात लपला होता. साखळीनं बांधून ठेवलेल्या श्वापदासारखा समुद्र गर्जत होता.

गच्चीवर उजेड होता. दोरीवर ओळीनं कंदील हेलकावत होते. रंगमंचाच्या पायथ्याशी चार कंदील पेटत होते.

रमोना, कार्यक्रमाची यजमानीण आम्हाला गंभीरतेने आमच्या आसनांशी घेऊन गेली.

छपराच्या छायेत खुर्च्या नीट बसवल्या होत्या. समोरची प्रचंड मोकळी जागा म्हणजे रंगमंच. हिलानं घाईघाईनं करून घेतलेल्या – वाऱ्यापासूनच संरक्षणार्थ आणलेल्या ताडपत्र्यांच्या घड्यांशेजारी माझ्या खुर्चीला छान जागा मिळाली होती. कंदिलांच्या ज्वाळा मंदपणे हेलकावत होत्या आणि त्यांच्या धुरानं काळोख अधिकच गडद वाटत होता. रफीकचं तांडव धड दिसणार तरी आहे की नाही याची मला शंका वाटली.

रमोना रंगमंचावर गेली आणि आम्ही लक्ष द्यावं अशी तिनं विनंती केली. जमलेल्या स्त्रीपुरुषांनी टाळ्या वाजवल्या. स्वागत केलं आणि कार्यक्रम सुरू झाला. रफीकच्या नृत्याच्या स्पष्टीकरणातून तिनं काही शब्द उचलून कार्यक्रमाबद्दल काहीतरी सांगितलं. आम्ही त्यात गूढरीत्या गुरफटून गेलो.

उज्ज्वला साने खिदळल्या.

सगळ्यांनी ठरवून टाळ्या वाजवल्या आणि रमोना काळोखात हरवली.

दुरून मंद ढोल वाजू लागला. घाईनं पावलं पडली. एक, दुसरं, तिसरं, घुंगरांच्या किणकिणाटानं प्रत्येक पाऊल सुचवलं गेलं. नर्तकाच्या पायातले नव्हेत तर घोळक्यानं वाजणारे, हादरणारे घुंगरू.

ढोलाचा ताल बदलला. गतीही. उंच आवाजात, भरभर, तीक्ष्ण, ठरावीक आवर्तनानंतर कटकन थांबणारा. त्यानुसार अनुकरण करणारी पावलं. अधिकाधिक गतिमान.

आणि एकदम सगळ्या नादांचा स्फोट करीत, चपलतेनं नजर दिपवीत रफीक समोर झळाळला.

एक क्षण तिथं मिट्ट काळोख होता. आंधळा, जड, निर्जीव, पुढच्याच क्षणी एक अग्निस्तंभ शून्यातून गरगरत अवतरला.

गच्चीशेजारच्या गोल जिन्यातून वेगवान मुद्रेत रफीक समोर ठाकला. लाल-सोनेरी वावटळ जणू येऊन अकस्मात स्थिर झाली. प्रकाश झोतात झगझगती ज्वाळा प्रकटली.

पोरं किंचाळली, दचकून.

चमकत्या आकाराची गती कमी झाली. आवर्तनं थांबत ती ज्वाळा स्थिरावली. काही काळ. ती नि:स्तब्धता आम्ही समजावून घेईपर्यंत.

रफीकची मुद्रा खडकासारखी अविचल, त्याचं बांधेसूद शरीर सहजतेनं उभं होतं. त्यानं हिलानं सांगितल्याप्रमाणे मृगाजिन नव्हे तर शरीराला तंग बसणारा सोनेरी, लाल वेष धारण केला होता. त्याचे लवचिक धागे रफीकच्या हालचालींनी वाहते वाटत होते. शरीर आकुंचित करताना, फुगवताना त्यातल्या शक्तीचा प्रवाह जाणवत होता.

रुंद खांद्यामागे डोकं इतकं मागे झुकवलेलं होतं की ते पूर्ण काळोखातच गेलं होतं. शिर नसलेल्या कबंधाचाच, थरकाप करणारा भास होत होता. आम्ही बघत होतो, त्याने छाती फुगवून, बरगड्या आत ओढून त्यांची हालचाल थांबवली. छातीच्या रुंद पिंजऱ्याच्या कमानीखाली त्याचं पोट खोल गेलं आणि थरथरू लागलं. पायाचे स्तंभ ताठले. ती मुद्रा जराही न बदलता तो चवड्यांवर उभा राहिला. श्वास रोखून, त्याच्या अविचल मुद्रेत एकामागून एक स्नायू प्रस्फुरित होत होता, भूकंपाप्रमाणे अचानक उद्दीपित होऊन थरथरत होता आणि या वरच्या थरथरत्या, जळत्या स्नायूंमागील सारा झगमगता आकार निश्चल होता. हळूहळू मोठा होत आमच्या डोळ्यांत जणू मावेनासा होत होता. उंच, उंच तो वाहत होता, वाढत होता, लाटांसारखा वरखाली, पुढेमागे होत होता तरीही हालचाल न करता स्थिर होता.

मग एक हळू, मंद सरसर त्याच्या भोवती सुरू झाली. हळूहळू वाढली. तिला आवाज फुटले. अखेर लाखो पानांच्या सळसळीचा आवाज बनला. आतून धुमसणाऱ्या वादळानं हेलावलेला वृक्ष बनला होता तो (त्याचे घुंगरू नेहमीसारख्या रुंद पट्ट्यावर बसवलेले नव्हते. वेगळेच, छोटे, निराळा नाद करणारे होते).

आवाज टिपेला पोहोचला. शिरविहीन असा तो रात्रीतली ज्योतच बनला होता. तो ज्वालामुखीच होता. प्रेक्षणीय! असं वाटलं आता कुठल्याही क्षणी त्याच्या ताणलेल्या शरीराची चमकती कातडी फुटेल, फाटेल. त्याच्या हाताने हवेचे अग्निमय काप निघतील. हात जणू हवेत हरवलेच होते आणि अचानक डमरू वाजू लागला. आकाशवाणी झाली. ''पाहा! मी आलो आहे! मी आलो आहे!''

त्या मंद प्रकाशझोतात रफीक इतक्या वेगानं आणि जोरकस गिरक्या घेत होत होता की सारं मिळून वेगाचं एक धूसर चित्रच बनलं होतं. सतत हलतं, बदलतं. अचानक नटराजाच्या मुद्रेत तो थांबला. डौलदार, स्थिर तरी वेगवान, जणु कांस्यमूर्तीच. तितकाच रेखीव, आकर्षक आणि सजीव. सारी भूमिती तीच.

रफीक स्मरणातून हे नृत्य करीत होता? प्राचीन, सतत जागृत देहबोलीची स्मृती? त्याचा चेहरा एक मुखवटा होता. त्याचं शरीर, सारे स्नायू, अवयव, खांदे पाठ हीच सारी बोलत होती. भाव दर्शवीत होती.

तसं त्यानं पार्श्वसंगीतासाठी भरतनाट्यम्चं एक प्रसिद्ध गीत निवडलं होतं. स्वरांतून उंच, हवेशीर, डौलदार वसंत सर्वत्र पसरला होता. त्या रागानं ज्या सहजतेनं जाझच्या हालचाली पेलून धरल्या होत्या, त्यानंच मी खुळावले होते. किती नेमक्या, जुन्यासाठी नवं किती साजेसं, सार्थ. त्यातील आदर्श मुद्रांनी जणू त्यातील शैलीला एक वेगळंच रूप दिलं होतं. त्या काव्याच्या अर्थासह मीही एका वेगळ्या विश्वात जाऊन पोहोचले होते.

सोन्याच्या दालनांतून अतिशय आदर्शभूत मुद्रांनी तो नृत्य करीत आहे. आनंदाचा मूलार्थच त्यातून सादर होतोय. तो नृत्य करतोय, स्मरणातून प्राचीन कालीन, पार उत्तरेला असलेल्या कैलासात, जाणत्यांसाठी त्याच्या या नृत्याचा आविष्कार आहे. तो त्यांच्या अपेक्षा पूर्ण करील. इथं तिल्लईत तो आलाय. वसंत ऋतूत, शृंगाराच्या राज्यात, प्रभातीच्या शुभ्र प्रकाशात तो आनंदाचा अर्थच नृत्यातून व्यक्त करतोय. खरंच, त्याचं नृत्य ही स्मृतीच होती. आनंदाच्या स्मरणाचा उल्हास. त्याचे रानवटपणे उभे राहिलेले केस म्हणजे धबधबा होता. गंगेचा तेजस्वी स्रोत, गंगा वेगानं हवेत पसरत होती. त्याच्या खांद्यांनी लवचिक सर्पांचा आकार घेतला होता. पसरलेल्या बोटांच्या ह्या टोकापासून त्या टोकापर्यंत एक वर्तुळाकार माला तयार झाली होती. नागफणीसारखं त्याचं शीर्ष उचललं होतं आणि मानेनं दाखवलेलं मंद वर्तुळ नागाचं शरीर, त्याची लवचिक हालचाल सुचवीत होतं.

आणि मग सारंच – नदी, चंद्र, सर्प, सारं त्या नृत्यविभ्रमांतून सारी आकाशगंगाच दृश्यमान करीत होतं.

संगीत हळूहळू मंदावत, खोल, अस्पष्ट एकेरी होत गेलं तसा तो ह्या जमिनीवर परतला. घट्ट उभा राहिला. पुन्हा एकदा ऊर्जेचा स्थिर स्तंभ बनून राहिला. अचानक मुद्रा पालटत राहिला. जणू अतिशय वेगानं यौगिक मुद्रा, योगासनं करीत होता. ते सारंच दृश्य भीतिदायक होतं. तसं लवचिकतेलाही आव्हान देणारं होतं. तो आवेग, ती आक्रमकता, वेगवेगळ्या भौमितिक मुद्रा, विलक्षण कठीण आणि गुंतागुंतीच्या. तो भयप्रदच वाटला.

संगीत आता अनावश्यकच होतं. ते जणू अचानक वीज पडल्यासारखं थांबलं.

खऱ्या आकाशात खरी वीज चमकली. आम्ही भिंतीच्या आधारानं गोळा झालो. एक सोडून सारे कंदील विझले होते आणि त्या एकाच्या प्रकाशात प्रचंड, भीतिदायक सावल्या वाऱ्यानं सारख्या हलत होत्या. त्यातच पावसाच्या धारा, जणू पट्टेरी वाघच. चंद्र ढगामागे गेल्यानं वेगळाच जड, दाट प्रकाश पसरला होता आणि त्यात चमकदार पावसाच्या थेंबांनी काटा आणला होता.

तो नाचत होता. जणू पावसाचे थेंब म्हणजे तलवारीची पातीच होती. तो झेप घ्यायचा, सरकायचा, घसरायचा, आक्रसायचा, निसटायचा. आता पुन्हा अनेक आवाज. समुद्र, ओली झाडं, सततचा पाऊस, हे सारं नृत्याला साहाय्यकच होतं. तो म्हणजे वादळानं गोठवून ठेवलेल्या अनेक सावल्यांपैकी एक,तिथं आणून सोडलेली.

पाऊस कमी झाला. नृत्यही पावसाच्या गतीनुसार मंद झालं. दाट, घट्ट चिखलासारखं, एकेक जड मुद्रा घेत थांबलं. या दैवी कलेला एका सुस्काऱ्यानं पावती देत आम्हीही या जगात परतलो. काही टाळ्या वाजल्या. अनिश्चितपणे. आम्ही एकमेकांकडे संकोचतच वळलो. आपले शेजारी गेल्या तासाभरांतली नग्नता अनुभवूनही तसेच न बदललेलेच राहिले आहेत हे पाहून सुटल्यासारखं वाटलं. आपापले मुखवटे आणि भूमिका धारण केल्या. तोंडावर आपापलं हसू चिकटवलं.

रमोनानं काहीतरी रफीकच्या गळ्यात टाकलं. पांढरं. मला आधी तो हार वाटला. पण तो टॉवेल होता. रफीक दिव्यांच्या पुढे येऊन उजळ मुद्रेनं आमच्याकडे पाहत होता. त्याचे डोळे स्वयंपाक्याला शोधत होते.

"आता मला खायला हवं!" तो आनंदानं म्हणाला.

मी स्वयंपाकघरात जाऊन तारकला जेवणानंतरचा पसारा आवरायला मदत करण्याचं ठरवलं होतं; पण कार्यक्रमानंतर मी गप्पा मारताना ते विसरूनच गेले. जिन्याभोवती सगळे जमले होते. रफीक नाहीसा झाला होता. बोलण्याचा संमिश्र आवाज येत होता. मुख्यत: बोलणं हवेविषयीचं, जणू ठरवून कारस्थान केल्याप्रमाणे. नृत्याचा विषय सर्व टाळीत होते. लल्ली सगळ्यांमधून निघून पुढे गेली. बाकीच्यांच्या बथ्थडपणानं ती किती वैतागली होती ते मला समजत होतं.

मला कुणीतरी मानेवर धोंडा द्यावा तसं झालं. मी माझ्या खोलीवरून पुढे गेले. माझ्याही नकळत. त्या कुजकट इशारे, उद्‌गार आणि खवचट हसण्यापासून दूर ओसरीवर आले.

तांडव पाहून मी वेगळ्याच अवस्थेत होते. त्या उत्तेजित अवस्थेत मला झोपही येत नव्हती आणि कुणाची साथही नको होती. या भागातले मंद दिवेच बरे वाटत होते. पावसानं बाहेर धरलेल्या पडद्यामुळे, आवाजामुळे ही जागा सुरक्षित आणि खाजगी वाटत होती. घराला प्रदक्षिणा घालताना त्या सर्वत्र मांडलेल्या भयानक

बुद्धपुतळ्यांशी धडपडले. मग समुद्राची गाज ऐकायला रेंगाळले. भुतांसारख्या नाचणाऱ्या डोक्यातल्या विचारांच्या वावटळीकडे दुर्लक्ष करण्याचा प्रयत्न केला.

अस्वस्थ वाटलं की मी चालत राहते. आताही पाय दुखेपर्यंत मी चालले. कशानं विश्रांती मिळेल हेच कळेना. एव्हाना झोपायला किंवा निवांतपणासाठी म्हणून तरी, कोणीतरी मागून येईलसं वाटत होतं, पण कोणीच आलं नाही. बहुधा ती सारीजणं जेवणघरात असावीत, सँडविच चघळीत. किती खाऊ शकतात ही माणसं! कौतुकास्पदच आहे.

मी अर्धा तास तरी फेऱ्या मारीत असेन. मग बोलण्याचे आवाज आले. अलिफ बे ओरडत, गुरकावत, संतापून पायऱ्या चढत होता. जिन्यावरून काहीतरी ओढत आणीत होता.

भीतीचा कहर म्हणजे ती लोला होती.

झाडानं मोडताना कण्हावं तशी ती कण्हत होती. तिनं स्वत:ला त्याच्या तावडीतून मोकळं करून घेतलं आणि ती भिंतीवर आदळली. लगेच त्यांची मारामारीच सुरू झाली. हिंस्र, जीवघेणी. तिरस्काराचं मूर्त रूप असलेल्या त्यांच्या काळ्या सावल्यांचा खेळ भिंतीवर दिसत होता. जगातले सगळे दुष्ट शब्द आणि पाशवी आवाज या खेळाला संगीत देण्यासाठी त्यांच्या तोंडून येत होते.

"तू आणि तुझे भिकार जोडे!"

बाकी सारं घर पूर्ण शांत, निवांत. चकित.

तो पुन्हा टोमण्याच्या स्वरात तेच म्हणाला, ती गर्रकन त्याच्याकडे वळली आणि त्या जोड्यांनी त्याचं थोबाड शेकून काढलं. ती पुन:पुन्हा त्याच्यावर प्रहार करीत होती आणि पुन:पुन्हा त्या सँडल्सच्या रुपेरी टाचा चमकत होत्या. अखेर संतापाची एक आरोळी मारून तो पलीकडे कोसळला. संतापानं स्वत:वर ताबा न राहून माझ्या पलीकडे गेला.

लोलाजवळ जावं असं मला एकदा वाटलं, पण त्यामुळे तिला खिजवल्यासारखंच झालं असतं. मी गुपचुप माझ्या खोलीत गेले.

ती रात्र, जड, काहीतरी घडेल असं वाटायला लावणारी. खोली गरम झाली होती. गुंगी आल्यासारखं वाटत होतं. मी गच्चीकडचा दरवाजा उघडून टाकला. थोडं बरं वाटलं. मी खिडकीत बसून राहिले पण वाराही पडला होता.

अखेर दमून मी बिछान्यात पडले. केव्हातरी झोप लागली.

मी दचकून उठले. नक्कीच कुणीतरी माझ्यावर नजर ठेवली होती.

खिडकीतून चंद्र दिसत होता. समुद्राची गाज वाढली होती. प्रत्येक गोष्ट तांडवाच्या तालाशी जुळवून घेत होती. चंद्रप्रकाशाच्या शक्तीनेच जणू ढग वाहून नेले जात होते. समुद्र उसळत, उभारत, पुन:पुन्हा झेप घेत होता. सारी हवाच कुणा अदृश्य

नर्तक आणि त्याची न दिसणारी पावलं यांच्या आसपास तिथं गोळा झाली होती.

माझा मागचा साराच दिवस अर्थहीन ठरला होता आणि पुढचे काही तासही तसेच होते.

तेवढ्यात एका स्त्रीच्या हसण्यानं पुन्हा सगळं स्थिर झालं. त्याला पुरुषाच्या कुजबुजण्यानं उत्तर दिलं गेलं. काळाच्या सुरुवातीपासून होत आलंय हे. दोघंजण घाईघाईनं, हलक्या पावलांनी गच्चीवर आली.

पाऊस थांबला होता. ती दोघं माझ्या दाराशी होती. दार वाऱ्यानं बंद झालं होतं. ते तसंच सहजपणे उघडलंही असतं.

ती हसली, ह्यावेळी थोड्या अधिकारानं.

ती लोला होती. "नाही." ती म्हणाली.

पुरुषाचा आवाज चढला पण लगेच खाली आला. आर्जवी, कुरवाळणारा, निर्दोष. भावनेच्या पुरात शब्द बुडून गेलेले, निरर्थक.

पुन्हा लोला म्हणाली, "नाही." तिखटपणे. अधिकार स्वरात जाणवेलसा.

पुरुष हसला.

ते दारातून दूर झाले. आवाज कमी कमी झाला. लोला खाकरली आणि मग सारं स्तब्ध. मला अपराधी भावनेनं घेरून टाकलं. उद्या हिलाला सांगायचं, मला ही खोली नको. दुसरी कुठलीही, अगदी स्वयंपाकघरही चालेल. नव्हे चालेलच. मला ह्या, माझेही कपडे न धुतले जाणाऱ्या धुण्याच्या खोलीत राहायचं नाही.

आता अलिफ बे आणि लोलानं तरी थोडीशी शाब्दिक पूर्वक्रीडा करण्यासाठी माझ्या जागेत का यावं? ते जोडपं वैतागवाणं होतं खरंच! पायऱ्यांवर एकमेकांचा खून करायला उठलं होतं, अवघ्या तासाभरापूर्वी आणि आता ऐका. पृथ्वी फिरती ठेवायला पुरेल एवढा शृंगार!

पण या झोपेत खंड पडण्यानं माझी भीती कमी झाली. वस्तू जागच्या जागी, नेहमीच्या आकारात परतून आल्या. माझी झोप अर्थात परतली नाही.

दोन वाजून गेले होते. खिडकीशेजारच्या गार फरशीवर मी पाय दुमडून समुद्राकडे पाहत बसले. मला डुलकी लागली असावी. कारण जागी झाले तेव्हा अंग अवघडलं होतं. दुखत होतं. तरी अर्धवट स्वप्नातच होते, दारातून बाहेर टक लावून होते. सावलीतून बाहेर पडून एक काळी आकृती चंद्रप्रकाशानं उजळलेल्या रस्त्याकडे जाताना दिसली, पण कोण ते ओळखेपर्यंत ती व्यक्ती गेली होती.

मला झोप हवी होती. मी बिछान्यात शिरले. पुन्हा पावलांचा आवाज, जड, मंद चाल. गच्ची पार करून जाणीवपूर्वक माझ्या दाराकडे येणारी. मी श्वास रोखला. पावलं दाराबाहेर थांबली. कुणीतरी दार उघडलं. मी थरथरत शरीर आक्रसून घेतलं. मग दार ओढून बंदही केलं गेलं.

पावलं दूर गेली. आलेलं कुणीतरी गेलं होतं.

मी डोक्यावरून पांघरूण ओढून घेतलं, पण सकाळपर्यंत जागीच राहिले.

प्रकाशाच्या पहिल्या किरणांबरोबर, अपेक्षेप्रमाणे लल्ली गच्चीवर समुद्र पाहायला आली. मी तिच्याशेजारी उभी राहिले मनाला स्वस्थता येईपर्यंत. कसं कोण जाणे, पण हे करणं तिला नेहमीच जमतं. निदान माझ्यासाठी तरी. मला हे काही महिन्यांपूर्वी अपघातानंच जाणवलं होतं. माझ्या आयुष्याचे कपटे मी अजून नीटपणे जुळवले नव्हते. काम शोधीत होते. काम, पैसा, प्रेम, सगळं गमावून विषादानं पण हळूहळू मोठी होत होते. मला कळू लागलं होतं की माझ्याकडे कसलंही कौशल्य नाही. माझं पुस्तकही फारसं खपत नव्हतं.

मी... मी... काय सांगायचं? तुमच्या लक्षात आलंच असेल.

घर मिळवण्यासाठी मी अविश्रांत धडपडत होते. लल्ली नेहमीप्रमाणे तेव्हाही तिच्या सोफ्यावर बसून वाचत होती. मी बसले. का कुणास ठाऊक! तिनं पुस्तकातून वरही पाहिलं नाही की एका शब्दानं काही विचारलं नाही; पण थोड्या वेळानं माझ्या मनातलं वादळ आपोआपच थंडावलं. खरंच, अजूनही जगण्यासारखं असं खूप काही आहे जगात असं वाटू लागलं.

आज सकाळी मी तिला रात्रीच्या माझ्या स्वप्नील साहसाबद्दल, खरं तर लोला आणि अलिफ बे च्या– सांगितलं नाही काहीच; लल्ली थोडी शोधक, चौकस झाली असती, माझ्याबद्दलही तिला संशय आला असता. नात्यांबाबतीत ती थोडी दूरच असते, आपलं आणि इतरांचंही खाजगीपण जपते. म्हणून मी गप्पच बसले.

घरी यावेळी आम्ही कॉफीचा मग घेऊन चवीनं पीत असतो. इतक्या लवकर कुककडून काही अपेक्षा करता येत नव्हती. माझं डोकं आणि लक्ष दिलं नाही तरी मनही दुखावलं होतं.

सकाळच्या फिक्या प्रकाशात तीच गच्ची तांडवासाठी रंगमंच म्हणून मुळीच शोभत नव्हती. कदाचित मलाच वेडी अपेक्षा असेल; तो फडफडता कंदिलांचा उजेड, तो भीतिप्रद मूल मानवी अंतस्रोतांचा नृत्याविष्कार. तो शांतवणारा तर नव्हताच, ते संतप्त असमाधान शरीरावर पुटकुळ्यांसारखं चटचटत होतं. कुठलंतरी प्रचंड, लांबलेलं दुःस्वप्नच होतं ते.

"आज सगळे अस्वस्थ असतील." लल्ली उद्गारली. "रफीकच्या तांडवानं बरीच कोंडलेली जनावरं मोकळी सुटतील."

■

१

सकाळी न्याहारीसाठी जमलेले लोक म्हणजे एक अस्वस्थ वैतागलेला घोळका होता. पाऊस थांबला होता तरी हवा काही प्रसन्न नव्हती. ढग खालपर्यंत ओथंबलेले होते. जणू मळका, राखी रंगाचा जुनकट चांदवाच. हिला गोंधळून गेली होती कारण तुळसाबाई त्यादिवशी घर झाडायला येणार होती आणि सगळे राखीव कपडे-भांडी धुवून, घासून देणार होती आणि नेमका तिच्या मुलाचा फोन आला होता की आई तापानं झोपून आहे.

'अर्देशीर व्हिला'ची घरगुती व्यवस्था हे वाटत होतं एक गूढच. ही वास्तू स्वतःच आपली स्वच्छता राखतेय असं वाटायचं. आता मला कळलं, तुळसाबाई – फ्रामरोझच्या खजिन्यातलं एक रत्न – हिनं गुरुवारी येऊन घर लख्ख करून दिलं होतं आणि हिलाच्या पाहुण्यांना अठ्ठेचाळीस तास त्या घराची वाट लावायला दिले होते. पुन्हा ती शनिवारी तिथं अवतरणार होती. हिला म्हणाली की ती मालाड स्टेशनपासून पाच मैलांवर राहते म्हणून. फ्रामरोझच्या संपर्कातल्या बहुतेकांची घरं त्याच्यापासून किमान तेवढ्यातरी अंतरावर होती. म्हणताना मात्र तो 'हाताच्या अंतरावर' असं सांगे, अगदी जवळ असलेला आणि तरी चालवून घेतलेला सहकारी म्हणजे समुद्रच.

आता तुळसा आजारी पडल्यानं हिलानं एक आचरट कार्यक्रम आमच्यासाठी आखला होता. आम्हाला पिकनिकला पाठवून तेवढ्या वेळात ती झाडून, घासून घर वापरण्याजोगं करून ठेवून रमोनाला स्वयंपाकाला लावणार होती. मी ओरडून तिला थांबवलं. घर तसं चमकतच होतं. आम्ही काही फार नुकसान नव्हतं केलं त्याचं. जेवणघर काय संध्याकाळपर्यंत स्वच्छ करता आलं असतं. तेव्हाच माझ्या लक्षात आलं, की काल रात्रीपासून स्वयंपाकघरात घासायच्या भांड्यांचा डोंगर साठला असेल. हिला माझ्या काळजीला हसली. "तारक एका हातानं स्वयंपाक करतो आणि दुसऱ्या हातानं सफाई."

''मिनिटामिनिटाला माझं मूल्य वाढतंय.'' हातातला माझा निळा मग खाली ठेवीत तारक नम्रपणे म्हणाला. ''हा बघ. ब्राझीलचा नीलपर्वत. हिला, आपल्यापुढे एक समस्या उभी राहिलीय.'' हिला हात वर करून म्हणाली, ''पुन्हा सानेबाई! नको रे!'' पण तेच होतं. उज्ज्वला सानेंनी जाहीर केलं होतं की त्या कुठेही फिरायला जायच्या मूडमध्ये नव्हत्या. त्याहून वाईट म्हणजे त्यांना त्याला हे खिडकीतून ओरडून सांगताना त्यामागे 'ऐक रे कार्ट्या' हे संबोधन जोडलं होतं. कुठल्याही फुटपाथवासीयाजवळ अपमानास्पद असा कितीतरी मोठा शब्दसंग्रह असतो हे त्या विसरल्या होत्या. त्याहूनही कहर म्हणजे त्याच्या पाठीमागे जिन्यावरून धावत जात इडलीडोसासांबाराची ऑर्डर दिली होती.

''मी तिला नम्रपणे सांगितलं की असा काही पदार्थ नसतो. मला वाईट वाटतं, पण हिला, ज्या बाईला अन्नाबद्दल त्या त्या पदार्थांचं नाव लक्षात ठेवण्याइतकाही आदर नाही, तिला तो खाण्याचा हक्कच नाही. शिवाय तिनं म्हटल्याक्षणी काही मी आंबवलेलं पीठ आणू शकत नाही. असं ऐनवेळी मी काहीही करीत नाही.''

मला आठवलं, ती सकाळ म्हणजे तुमच्या आवडीच्या न्याहारीची होती. काही करण्यासंबंधी विनंती करायची तर ती काल करायची होती (मी डोकं लढवून 'काहीही' असं कळवलं होतं). तारक आणि हिला स्वयंपाकघरात जाऊन कटकारस्थान शिजवू लागले.

जेवणघर सकाळी उदास दिसत होतं. ढगाळ सकाळ उजळवण्यासाठी सारे दिवे लावले होते. त्यानं ते जास्तच एकाकी वाटत होतं. एखाद्या मोठ्याशा रेल्वेस्टेशनच्या वेटिंगरूमसारखं. कदाचित मीच होमसिक झाल्यानं (हीही कमालच) मला वाटत असलेल्या अस्वस्थतेनेही असेल.

मला बाहेर जायचं होतं परत. मी जन्मापासूनची तीस वर्षं जिथं काढली त्या घरात नव्हे, तर ४४ उत्कर्ष, इथं. तेच माझं घर.

मी माझी लहर झटकून डॉ. सान्यांना मांसाहार करताना पाहून स्वत:ची करमणूक करून घेऊ लागले.

''मी इंग्लीश ब्रेकफास्टसाठी सांगितलं होतं.'' ते दोन घासांमध्ये म्हणाले, ''आणि प्रत्येक जिन्नस अगदी, अगदी हवा तस्सा आहे. नेमक्या चवीचा.''

फेलिक्स सकाळी फिकट आणि थरथरता दिसत होता. तो पुढे होऊन उरलेल्या खाद्यपदार्थांची पाहणी करू लागला.

''तारकनं 'केडजेरी' नाही केली वाटतं.'' तो म्हणाला. तो खात नव्हता. रोज त्याला ब्रेकफास्ट घेण्याची सवय नाही असं सांगितलं त्यानं. घेतलाच तर संत्र्याचा रस, आज अर्थात नाही.

आम्ही खिडकीजवळच्या टेबलाशी गेलो. अर्देशीर व्हिलामधल्या माझ्या पहिल्या ब्रेकफास्टची मला आठवण झाली. काल प्रत्येक गोष्ट वेगळी होती. डॉ. सान्यांच्या पुढचं खाणं पाहून फेलिक्स एक वेगळ्याच धुंद वातावरणात विहरू लागला. "चार अंडी, दोन घावन, दोन भाजलेले टोमॅटो, खीर, लोणी लावलेल्या ब्रेडस्लाईसचा एक गठ्ठा, मार्मालेड, कॉफी. एवढं सगळं साडेआठ वाजता. विश्वास बसेल तुमचा?" "त्याच्या पोटातल्या पोकळीचा विचार करा." मी दुष्टपणानं म्हटलं.

फेलिक्सचा रंग बदलला. तो पळालाच तिथून. फ्रामरोझनं दूरदृष्टीनं बाथरूम्स जवळच बांधल्या होत्या.

फेलिक्स परतला. त्याच्या चेहऱ्यावरून कळलंच. पुन्हा म्हणून तो माझ्यावर विश्वास ठेवणार नाही.

"मी तुला माझ्या पुढच्या पुस्तकात नक्की जागा देईन." तो खुनशीपणानं म्हणाला.

" *'न्याहारीच्या वेळचा रक्तपात'* याच नं?"

नक्कीच त्याला ते नाव आवडलं. मनात तो त्यावर विचार करू लागला.

"मला आवडलं. मी वापरीन ते कदाचित. मी सांगत नाही शेवटपर्यंत; पण असो, धन्यवाद." तो हसला. त्याचा विनोद परत आला होता. "चिली कुठंय?"

"अजून झोपलीय."

मी तिच्या दारावर हलकेच टकटक केली होती. मला तिला उठवायचं नव्हतं. आठवडाभर झोप नसल्यावर साडेआठ वाजता उठवणं क्रूरपणाचंच.

रमोना हिलाला शोधीत आली, माझ्याकडे पाहून तिनं काही इशारे केले, मी फेलिक्सला सोडून तिच्याकडे गेले.

"मला रेचक हवंय." ती कुजबुजली. "अरे देवा, घरात नाही मिळालं तर मी काय करू?"

ती भयंकर संकटात दिसत होती. हात चोळत, बोटं मोडीत होती. डोळे दुःखी होते.

"मला दिवसातून सहा वेळा तरी निदान जावं लागतं. रेचक घेतलं नाही तर मी एकदाच जाऊ शकते." ती कण्हली.

माझ्या कानांवर माझा विश्वास बसेना. मी विचारलं, "पण सहा वेळा का जावं लागतं?" माझ्या मूर्खपणानं ती चिडलीच. "सहा वेळा गेले नाही तर साडीत माझा आकार कसा दिसेल?"

म्हणजे तिनं आजच्या कार्यक्रमाला साडी नेसायचं ठरवलं होतं आणि जिला साडी नेसायचीय, तिनं रेचक घ्यायलाच हवं एवढं मला कळायला नको?

तिच्याशी बोलण्यात अर्थ नव्हता. मला कसलंच श्रेय नव्हतं. काही कळतच नव्हतं तर. अवघ्या तेहतिसाव्या वर्षी कळण्याची क्षमताच संपली होती बहुधा.

लोलाच्या अस्तित्वाची कुठे खूणही नव्हती; पण अलिफ बे व्हिस्की घेऊन टेर झाला होता. हा त्याचा ब्रेकफास्ट असावा.

रफीक चाकांची गाडी घेऊन आला. ती माझ्या टेबलाशी थांबवून गंभीरपणे आपला ब्रेकफास्ट काढून घेऊ लागला. त्यात सीरियल्स, फळांचे वाडगे, एका ग्लासात कसला तरी मळकट रंगाचा द्रव आणि दुसऱ्यात दूध होतं.

''तब्येतीसाठी असा ब्रेकफास्ट घ्यावा लागतो. घासफूस असलेला.'' त्याचं स्पष्टीकरण. शेवटी त्यानं थोड्या आशेनं एक झाकलेला वाडगा मधोमध ठेवला. ''तारकनं मला ब्रेकफास्टबद्दल विचारलं, मी आपलं सुरक्षिततेच्या दृष्टीनं 'आरोग्यदायी' असं सांगून टाकलं. तुला माहीत असेल, सगळी ब्रीच कँडी परदेशांतून आणलेले पोहे खाऊन सुंदर आणि निरोगी होतेय. फक्त दोन किंवा तीन खोकी पुरतात. हा तारक मला सोडत नाही, तो तुला पोहे आवडतात का म्हणून विचारतोय, की तुला घासफूस आवडेल खायला? काय सांगायचं? म्हणून तो माझ्यासाठी खिमापराठा बनवतोय. ह्या कुकचं हेच एक वैगुण्य आहे. बघ. तो तुम्हाला लिंबासारखं पिळून काढतो आणि मग जगभर तुमच्याबद्दल सांगत हिंडतो. तुम्ही कडू, गोड, आंबट कसे आहात ते! तेही चालेल. पण तो *तुम्हालाही* सांगतो. ते भयंकर आहे.''

''भयंकर?''

''चुकला का शब्द? खतरनाक म्हणायचंय मला.''

''नाही, भयंकर हा शब्द बरोबर आहे; पण असं का म्हणता तुम्ही?''

''कारण झोपलेल्या कुत्र्याला डिवचू नये असं म्हणतात. ही इंग्लिश म्हण शंभर टक्के योग्य आहे.''

तो उत्साहाने फळांवर तुटून पडला आणि लल्ली आमच्यात आली तेव्हा त्यानं पराठ्याचा पहिला तुकडा तोडला होता. तिनं आपली प्लेट खाली ठेवून थकून 'आ'च वासला.

''मी कशी हे खाणार? मी फळं मागितली होती. हे काय दिलंय त्यानं? हा कसला ब्रेकफास्ट? हा तर हप्ता आहे!''

मला कळलं. तिच्या प्लेटमधलं ते जडावाचं, पुरणावरणाचं खाणं ती खाणं शक्यच नव्हतं.

''फळ-पक्षी!'' रफीक म्हणाला. तो 'बर्ड ऑफ पॅरॅडाइज' होता खरं तर; पण रफीकच्या शब्दात नाव बरं वाटलं.

''रफीक, तुझा पराठा कसा आहे?'' लल्लीनं सरळपणानं विचारलं.

"घरगुती. पण कुकची 'अदा' तर बघ. मी सुद्धा फळंच मागितली होती. मला स्टीलच्या वाडग्यातून पपईच्या फोडी दिल्या. गोवंडीची पद्धत. तुला निदान फळांचा पक्षी तरी मिळतोय."

"मला फळपक्षी मिळतोय कारण ती फुटपाथ-स्टाईल आहे. तो हे कुठे शिकत असेल असं वाटतंय? बाली बेटात?"

बाली-स्टाईल मानायला माझी हरकत नव्हती; पण लल्लीच्या बोलण्यामुळे शहरातील ऑफिसेसच्या रस्त्यांच्या कडेला दुपारी जेवणाच्या वेळी ओळीनं उभ्या असणाऱ्या फळांच्या गाड्यांची आठवण जागी झाली. अननस, कलिंगड, पपईची शिल्पं करून ठेवलेली, किंवा क्युबिस्ट पद्धतीची स्थिरचित्रं. नक्कीच. फळपक्षी फुटपाथच्या रहिवाशालाच सुचणार.

"हे हिरवं, काळ्या ठिपक्यांचं कुठलं फळ? की तुझ्यासाठी खास बागेत लावलंय त्यानं?" रफीकनं आग्रहच धरला.

लल्लीनं पक्ष्याचा पंख मोडून किवीचा तुकडा रफीकच्या बशीत घातला. तो लहान मुलासारखा खूश झाला.

श्री. बजाज शेजारून हलकेच गेले. हसत हसत. त्यांच्या एका हातात हिरवंगार पेय असलेला ग्लास होता आणि दुसऱ्या हातात गाजरांच्या फोडींची रास.

"ही आणखी एक आरोग्याची किल्ली!"

"हा बजाज कोण आहे?" रफीकनं विचारणा केली. "तो रात्री माझ्या खोलीत येऊन मी जणू चहावाला पोऱ्या आहे अशा ऑर्डरी सोडतो. मला इथं डिस्को करायचाय. तो म्हणतो, 'तू रोज डिस्को कर, नवं नवं काय हवं ते कर. दोन वर्षांचं कॉंट्रॅक्ट.' वर म्हणाला की डॉ. हिलाला असं कॉंट्रॅक्ट करायचंय."

रफीकनं बशी बाजूला केली. त्याचे डोळे भरून आले.

"मला नाही वाटत ही हिलाची कल्पना असेलसं." मी म्हणाले.

काही आधार नसताना माझा उगीचच कयास.

"मला माहीत आहे तसं काही असणार नाही." रफीक म्हणाला, त्याचे ओठ अजून कापत होते. मुठी वळल्या होत्या.

लल्ली म्हणाली, "समजून घेण्याचा प्रयत्नही करू नकोस."

"पण..." काही न कळल्यासारखे त्याचे हात उचलले गेले. "शिवतांडव पाहिल्यावर पहिली प्रतिक्रिया म्हणजे डिस्को करायला सांगणं? तू सांग तुला काय वाटलं माझं नृत्य पाहून ते? तुझ्यात ते वादळ धुमसलं नाही? अजून ते तुझ्यात असेल. तुझा इलाज नाही त्यावर. माझाही नाही. ती त्या तांडवाची करामत. तुझीमाझी नव्हे. पण... पण डिस्को करावंसं वाटणं? पेडर रोडलाही याहून अधिक कळत असेल. नव्या फॅशन्स त्यांनाही हव्या हसतात, मी नाही म्हणत नाही.

आम्हाला शिकवा, नव्या नव्या फिल्मी दोनतीन मुद्रा. पटकन हं. ते म्हणतात, म्हणजे पार्टीत बरं पडतं म्हणे. आधी मी त्यांना सांगत असे की ते नृत्य नव्हे, पार्टीसाठी कुणी नृत्य शिकू शकत नाही. शिकायचं तर नीट शिका. मी शिकवीन. मी सांगत असे. मग काही काळानं मीही सांगू लागलो की ठीक आहे, तुम्हाला भेळच हवीय ना, मी तुम्हाला फिल्मी भेळ देतो, तुम्हाला मायकेल जॅक्सन हवाय, मी त्यात थ्रिल घालून देतो. पापी पेट का सवाल है आखिर! पण या श्री. बजाजना भेटेपर्यंत मला माहीत नव्हतं मी *केवढं* पाप करतोय ते!''

त्या तंद्रीतच त्यानं पराठा दूर केला आणि लल्लीच्या फळपक्ष्याच्या चिंध्या करू लागला.

''मी उदयशंकरांचं 'शिवतांडव' पाहिलंय.'' लल्ली म्हणाली. ''अर्थात मी अवघी बारा वर्षांची होते तेव्हा; पण मला ते काल पाहिल्यासारखं आठवतंय.''

रफीकनं फळ बाजूला टाकलं आणि आपल्या एका हाताने लल्लीचे दोन्ही हात धरले. ''मला सांग.''

मी संभाषणातून बाहेर फेकली गेले होते.

मी लोलासाठी इकडेतिकडे पाहिलं पण तिचा पत्ता नव्हता. अलिफ बे अजून कोपऱ्यात उदास बसला होता. तो कॉफी पीत होता पण अनिच्छेनं, हे स्पष्ट कळत होतं.

सौ. साने उगवल्या. पाठोपाठ फेलिक्स. मी त्यांना टाळून चिलीला शोधू लागले. तिचं दार बंद होतं. तिला नक्कीच झोपेचा कोटा भरून काढायचा होता. रमोना आणि मुलं स्टुडिओत प्रॅक्टिस करीत होती. रफीकनं त्यांना त्यांची कामं वाटून दिली होती. रमोनानं मला कालच संध्याकाळी सांगितलं होतं ती 'पावसाचा थेंब' होणार होती.

रात्रीच्या प्रसंगानंतर मी अजून पूर्णत: थाऱ्यावर आले नव्हते. मला एकटीला राहायचं होतं. मी धावत वरच्या मजल्यावरच्या फ्रामरोझच्या खोलीत गेले.

त्या छोट्याशा वाटोळ्या खोलीच्या खिडक्या बंद होत्या; पण सूर्याचा प्रकाश काचांतून निळ्यापांढऱ्या फरशांवर आशीर्वाद दिल्यासारख्या पडला होता. तिथल्या मोठ्या दुर्बिणीचा सकाळच्या वेळी मला मुळीच मोह झाला नाही. मी खिडक्या उघडून वारा आत घेतला. समुद्र खवळून फेसाच्या राशी उधळत, कुस्करत होता. मी वळले.

कालच्या संध्याकाळची आठवण होऊन मी पूर्वेकडील खिडकीकडे वळले. माझ्या खिडकीखाली फांद्यांचा गुंता झाला होता. डहाळ्यांवर जलबिंदू रत्नांसारखे चमकत होते. खालची बाग दिसत नव्हती. काल ज्या टेकडीच्या गवताळ उतारावरून आम्ही हिंडत होतो, ती आता पाचूच्या रंगाचा सॅटिनचा कपडा खांद्यावरून मागे

सोडावा तशी पसरली होती. फरशांनी खाली एक गोल केला होता. पाण्यानं आता तो आरशासारखा चमकत होता. नुसता चमकतच नव्हे तर ठिणग्यांप्रमाणे झळाळत होता. किती वेगळं, अद्‌भुत, सुंदर!

मी खिडकी बंद करून खोलीतून बाहेर पडले. चालत त्या गवताळ सॅटिनवर, तिथून कालच्या दळभद्री चहापार्टीच्या जागी आणि त्या आरस्पानी तळ्याशी!

कालचीं जांभळी लिली देठ मऊ पडून मान टाकून होती. पण तिथं दुसरंच काही फुललं होतं. सूर्याचे किरण पकडून हातवारे, खुणा करीत होतं. एखाद्या डहाळीसारखं. त्या डबक्याच्या चिखलात चिकटून थोडंसं पाण्यावर आलेलं.

ती डहाळी नव्हती. बुटाची रुपेरी टाच, चमकणारी, चिखलात मळलेली. लोलाचा बूट!

तिनं त्या बुटानं अलिफ बे चं थोबाड फोडलेलं आठवलं आणि एक थंडगार शिळीक पाठीच्या कण्यातून गेली. तोच खुनशीपणा अपेक्षित होता मला. ती झोपल्यावर तिचे ते बूट फेकून देणं. ते हरवल्याचं लक्षात आल्यावर तिची जी पंचाईत होईल तीच त्याची खुशी! मला एकच दिसला पण दुसराही इथंच कुठेतरी असणार. त्या चिखलातच रुतलेला!

वेगवेगळ्या लोकांची प्रसंगविशेषी जवळून दिसलेली अनपेक्षित रूपं, करणी आणि भांडणं यामुळे नात्यांच्या संदर्भात मी फार संवेदनशील बनले होते. 'जग हे असंच असतं.' हे तत्त्वज्ञान काही केल्या माझ्या गळी उतरत नव्हतं. माझी भीती किंवा जुगुप्सा बोथट होत नव्हती. माझ्या जीवनापासून मी पुष्कळ दूर आले होते. जीवन गुंतागुंतीचं, गोंधळाचं होतं आणि इथं, जे काही घडत होतं ते प्रत्येक क्षणी सुटीच्या, मजेच्या दिवसांपेक्षा फार वेगळं होतं. सोडलेल्या जीवनापेक्षा अधिक घनगर्द रानात मी येऊन पडले होते. मी आपल्याच तंद्रीत निघाले. वाटलं, कदाचित समुद्रकाठी हिंडून तरी थोडं बरं वाटेल.

माझं नशीब पाहा. मला जे वाटत होतं तेच मूर्त रूप घेऊन फाटकाशी मला भेटलं. अलिफ बे सकाळी ब्रेकफास्टच्या वेळी वाटला त्याहून अधिक मोडलेला, कष्टी वाटला. त्यानं प्यायलेली सगळी दारू आता परिणाम दाखवीत होती. कारण तो घामट, भ्यायलेला, चूरचूर झालेला दिसत होता. त्याला थोडीशी सहानुभूती दाखवण्यानंही तो संतापला असता असं वाटलं, पण त्यानं विचारलं,

"लोला दिसली कुठे? मला सापडली नाही. केव्हापासून शोधतोय."

उत्तर देण्याऐवजी चिडून मी मान हलवली आणि निघून जाणार तर मला खुणेनंच थांबवलं.

"थांब जरा, मला माहीत आहे, रात्री मी खूप तमाशा केला. तू कॉरिडॉरमध्ये होतीस, तू आम्हाला पाहिलंस. सगळ्यांनी आमचं भांडण ऐकलं. ते सारं भयंकरच

होतं. मी खूप प्यायलो. अक्षम्यच होतं ते. मी म्हणजे त्रासदायक आणि लाजिरवाणा बनलोय. पण मला वाटतं, ते सारं क्षणभर विसर. मला सांग, सकाळी लोला बोलली का तुझ्याशी? त्या घटनेनंतर मी बाहेर निघून गेलो होतो. आल्यावर झोपलो. सकाळी उठून पाहिलं तर ती निघून गेली होती. आज तिला कुणी पाहिलेलं नाही, मला वाटतं फार चिडल्यानं ती निघून गेली. सगळं तसंच टाकून चालती झाली. तिची बॅगही घेतली नाहीये तिनं. हे असं निघून जाणं हे फसवणंच आहे तिचं. तू मैत्रीण आहेस तिची. कदाचित तुला काही बोलली असेल असं वाटलं म्हणून...''

''कदाचित हिलाशी बोलली असेल काही.'' मी इच्छेविरुद्ध म्हणाले.

''नाही. कुणालाच काही माहीत नाही. ती संतापाच्या भरात निघून गेली. अशी आधीही गेलीय ती.''

''तुम्ही तिला फोन करू शकता.''

''तिच्याकडे सेलफोन नाही. ती हल्ली... हल्ली माझ्याबरोबर राहते. ते सगळ्यात वाईट. घराच्या किल्ल्या माझ्याकडे आहेत. ती आत कशी जाणार? कुठे जाईल ती? कल्पनाच करता येत नाही.''

''तुम्ही मित्रांकडे चौकशी करा. थोड्या वेळानं.''

त्याचा चेहरा दुःखानं कसनुसा झाला. तरी मला त्याच्याविषयी मुळीच सहानुभूती नव्हतीच.

''मला खात्री आहे ती हिलाला फोन करून सारं स्पष्ट करील.''

मी एवढंच करू शकत होते. त्यानं मान हलवली आणि समुद्राकडे चालता झाला.

खरंच! गेल्या चोवीस तासांनंतर जर ती थोडी स्थिरस्थावर झाली असेल तर ती स्वयंपाकघरात आता बासमतीचा भात शिजवीत असेल. नक्कीच.

अलिफ बे ला सोडल्यापासून आयुष्याला थोडी चव आली. मी तारकवर आदळले. त्यानं माझ्या वाटेत येणारी मोठी टोपली बाजूला सारून मला शुभचिंतन केलं.

''टोपलीवर पाय पडून चालणार नाही.'' तो हसून म्हणाला. टोपली समुद्रातून आणलेली दिसत होती. त्यानं तिचं झाकण बाजूला केलं, मी डोकावून पाहण्यासाठी.

मी पाहिलं आणि दचकून मागे झाले. वळवळणारे विषारी पंजे! लॉबस्टर्स.

''सहा आहेत एकूण. उद्यासाठी खास कॉर्सियन स्पेशल पदार्थाची फर्माईश!''

''तू ठेवणार कुठे त्यांना उद्यापर्यंत? सानेबाईंच्या खोलीत?''

त्या कल्पनेनंच आम्ही खूप हसलो.

''नकोरे बाबा. त्या त्यांना कच्चं खातील.'' तारक प्रयत्नांनी गंभीर होत

म्हणाला, "मला त्यांच्या मुलांची फार दया येते. त्यांच्या घरात शहीदच होणार बिचारी."

"आणि तिचा नवराही."

"नाही हं. तो नाही. कधीच नाही." तारकचा आवाज कठीण झाला होता.

"मी सांगतो ती कहाणी ऐकेपर्यंत थांब."

आम्ही दोघांनी ती टोपली उचलून घराकडे नेली. 'अर्देशीर व्हिला'वर पावसानंतर भुरभुरलेल्या सूर्यप्रकाशानं छान स्वप्नाळू पेंग होती अजून.

"मला त्या कॉर्सियन पदार्थाबद्दल सांग." मी म्हटलं. मला खरं म्हणजे ती मुळीच कळायला नको होती. मला फक्त त्याचा आवाज ऐकायचा होता.

मग दार उघडलं आणि सगळे आत घुसले. रफीकनं स्टंप्स आणले होते. दर्शनच्या हातात क्रिकेटची बॅट होती. त्याच्याइतकीच उंच. त्याने अंगणात खेळाची मांडणी केली. फेलिक्स आणि दर्शन बॅटिंग करीत होते. लल्लीनं एक स्लो बॉल टाकला. तो नीट वळवून दर्शननं एक धाव काढली. तेवढ्यात चिलीनं एन्ट्री घेतली.

ताबडतोब तिथं गोंधळ, कोलाहल सुरू झाला.

तिनं तोकडी, घट्ट पँट आणि ठिपक्यांचा ब्लाऊज घातला होता. तो पाहिल्यावर झालेला गोंधळ फार नव्हता असंच म्हणायला हवं. पँट डेनिमची. खेचावी, ताणावी लागलेली, जरा अतीच होती. दर्शननं उमदेपणानं तिला बॅट दिली. फेलिक्सनं रुंद हसून इथून तिथपर्यंत दंतपंक्ती दर्शवल्या. डॉ. सान्यांनी तिचं डोळ्यांनी कौतुक केलं आणि तिनं ते नाटकी मुजऱ्यानं स्वीकारलं. त्यामुळे उज्ज्वला अर्पितावर खेकसल्या. उज्ज्वला साने मग पाय आपटीत तिथून चालत्या झाल्या. हे मी आजवर फक्त पुस्तकातून वाचलं होतं. रमोना संकोचून मागे मागे राहून कुठेतरी पाहत होती; पण रफीकचा प्रतिसाद सगळ्यात विलक्षण होता. तो लाल होऊन टक लावून पाहत होता. चिलीनं वर पाहिलं आणि त्याच्याकडे बोटं उडवली. तो अचानक वळला.

हे सारं मी बघत होते आणि त्यावेळी तारक माझ्याकडे पाहत होता. कारण मी वळले तेव्हा त्याच्या डोळ्यांत चमक होती. मला त्यानं घाईघाईनं मलाही कळण्यापूर्वी आलिंगन दिलं. टोपली उचलली आणि आम्ही घराला वळसा घालून खिदळत स्वयंपाकघराकडे धाव घेतली.

माझं नशीब तरी असलं आहे! मी पूर्ण वेगानं धावत होते तेव्हाच श्री. बजाज झुडपांतून तिथं अवतीर्ण झाले. जवळच्या झाडाची फांदी पकडून मी तोल सांभाळला जेमतेम. मी त्यांची माफी मागितली. तेही उदारपणे म्हणाले की चूक त्यांचीच होती. आम्ही येडपटासारखे दोघेही एकमेकांकडे पाहत दात काढून उभे होतो. सगळंच मुळी खिजवणारं, संकोच वाटणारं!

"काय आहे तिथं?" ते आले त्या झुडपांकडे पाहत विचारायचं म्हणून विचारलं. ते हसले, "गॅरेजकडे जायचा जवळचा मार्ग. मला घाई होती. मी गाडीच्या किल्ल्या विसरलो. हिलाला मी कबूल केलं होतं की स्टेशनवरून फुलं मी आणून देईन म्हणून."

"फुलं?"

"रात्रीच्या जेवणासाठी. तो फार मस्त मोठा कार्यक्रम असणार आहे असं ऐकलंय. फुलवाला गाडीनं फुलं पाठवतोय. मला उशीर होतोय."

"अच्छा, तर मग तिथं ती रोल्सराईस ठेवलीय तर!" मी म्हटलं.

मला आधी ते गॅरेज दिसलं नव्हतं आणि त्यामुळे रोल्सराईस ठेवायला बंगल्यात जागा नाही ह्याचं नवल वाटलं होतं.

"होय. इथं एक नव्हे दोन गॅरेज आहेत."

"सॉरी हं. तुमचा वेळ घेतला उगाच." मी माफी मागितली. ते मान हलवून घराकडे धावले. ते परत आले तरी मी धापाच टाकीत होते.

"आहेत कुठं सगळे?" त्यांनी खटकन विचारलं. "फोन वाजत होता बराच वेळ, उचलायला कोणीच नव्हतं. मग मी घेतला. तो लोला लव्हिनाचा फोन होता. मला आश्चर्यच वाटलं. मला वाटत होतं, ती इथं आपल्यातच आहे; पण नाही. तिला बहुधा अचानक घरच्या काही अडचणींमुळे सकाळीच निघावं लागलं असावं. 'मला तुम्ही सांगितलं का नाहीत?' मी म्हटलं. माझी पाजेरो गाडी अशा घाईच्या वेळासाठी तर इथं ठेवलीय. पण ती म्हणाली, की तिला कुणाला इतक्या पहाटे त्रास द्यायचा नव्हता. तिला हिलाशी बोलायचं होतं, पण मला ती कुठं सापडली नाही. तुम्ही कृपया हिलाला सांगा तिनं फोन केल्याचं!"

आणि ते पळाले. थोड्याच वेळात मी त्यांच्या गाडीचा जोरदार आवाज ऐकला.

लोलानं कहाणी रचून सांगितली याबद्दल मी तिला दोष दिला नाही. तिला आपली पत सांभाळायची तर तेच करणं भाग होतं. अलिफ बे ला त्याच्या अपराधीपणाच्या भावनेत अजून काही काळ राहू देण्याची उबळ मी कष्टानं दाबली. अर्थात त्यानं काय होणार होतं?

क्रिकेटचा खेळ मोडलाच होता. उज्ज्वला सानेंचं डोकं दुखायला लागलं होतं आणि त्यावर औषध घ्यायला त्या वर गेल्या होती. त्यांचा नवरा कुकबरोबर स्वयंपाकघरात होता. रमोना, रफीक आणि मुलं पुन्हा लाथा झाडत स्टुडियोत कार्यक्रमाची प्रॅक्टिस करत होती.

चिली आणि लल्ली अगदी गुप्त एकांतात होत्या. मी हिला आणि फेलिक्सला जाऊन लोलाचा निरोप दिला. हिलानं गप्प राहून मान डोलावली.

"तिच्या जागी मीही तेच केलं असतं. किती वाईट आहे हे. खरं तर कालच्या

निर्लज्ज प्रदर्शनानंतर त्यानं घर सोडायला हवं होतं.

"ओः! तो समुद्रावर हिंडतोय." फेलिक्स म्हणाला, "त्याला यातून दुसरा अध्याय सुरू करता येईल. मी पैज लावतो. असलं वादळी प्रेमप्रकरणाचं जीवन असल्यावर लिहायला त्याला वेळ तरी कधी मिळतो?"

त्याचा हेव्याचा सूर लपत नव्हता.

"तारकनं उद्या जी लॉबस्टर्सची पाककृती योजलीय ती खाल्ल्यावर तर त्याचं जीवन आणखी वादळी होईल." मी म्हणाले. "आहा! लॉबस्टर्स!" भानावर येत फेलिक्स म्हणाला.

"फ्रिकासी असं म्हणतोय तो, पण मला वाटतं 'मेयो' असावेत."

आणि त्याची ती गूढ फियाट घेऊन फेलिक्स गेला.

"मला लोलाबद्दल बेचैनी वाटतेय." मी हिलाला म्हटलं. "मी काही तिच्याशी खास चांगली वागले नव्हते."

"काहीतरीच. मला वाटतं तिनं तुला त्या नालायक वकिलाबद्दल सांगितलं असेल नं? ती सगळीच कथा निव्वळ मूर्खपणाची आहे."

चकित होऊन मी म्हटलं, "हिला, मला तर वाटत होतं की तू संपूर्ण तिच्या बाजूची आहेस म्हणून."

"मी आहेच. पण तत्त्वतः! पण तो सगळा मसाला, रोज वेगळ्या खोलीत जागं होणं, जाऊ दे! मी ती कहाणी कितीदा तरी ऐकलीय आणि तुला सांगते, प्रत्येक वेळी तिच्यात भरच पडली आहे. तशी ती हिमतीची बाई आहे आणि त्यासाठी तिच्याबद्दल आपण आदर बाळगायलाच हवा. लल्लीला सांगू नकोस हं मी लोलाच्या कहाण्यांबद्दल काय म्हटलं ते! लल्लीला तिच्याबद्दल फारच वाटतं."

"नाही गं. तिला लोलाचा वैतागच येतो."

"अर्थात. कुणाला येणार नाही? तरी पण लोलाबद्दल तिला खूप वाटतं."

चिली आणि लल्ली आम्हाला येऊन मिळाल्या. लोला सोडून गेल्याचं ऐकल्यावर चिली निराशेनं किंचाळली.

"ती माझ्या खोलीत त्या नृत्यानंतर रात्री उशिरा गप्पा मारायला आली होती. नृत्य वेगळंच होतं नाही? ती म्हणाली की ते होतंच तसं, थक्क करणारं. ती उत्तेजित झाली होती आणि थकूनही गेली होती. लोलाला त्यातलं खूपसं कळतं हं!" चिलीनं लल्लीकडे पाहून शहाण्यासारखी मान हलवली. "मला काही सांगायचं होतं. ती म्हणाली मला की थांब, कारण ती काही गोष्टी सांगणार होती. मला आज सकाळी तिच्याकडून ते ऐकायचं होतं. कारण मला खरंच वाटतंय की मला तुम्हाला काही सांगायचंय, पण मी लोलाशी बोलल्यानंतर. ओः! ती पार्टीपूर्वी परत यावी वेळेवर. येईल."

"मला शंका वाटते." हिला.

"अशक्य आहे ते. तिला आलंच पाहिजे. तिला पार्टीसाठी एक टी शर्टही हवा होता."

"टी शर्ट?"

"हो ना! मला माहीत आहे की पार्टी औपचारिक आहे; पण चमकत्या शाईच्या पेननं त्यावर तिला काय काय काढायचंय. म्हणून मीसुद्धा तसंच करणार आहे."

"तू काय घालणार आहेस आज रात्री, चिली?" लल्लीनं विचारलं.

चिलीचा चेहरा उजळला. "तुम्हाला पाहायचंय?"

अर्थातच. आम्ही तिच्या मागोमाग वर गेलो. तिनं कपाटातून एक रेशमी बोळा काढला आणि जराही न लाजता पँट आणि ब्लाऊज उतरवला. तो ड्रेस घातला. हिलानं शीळ घातली.

माझा जीव थोडा थोडा झाला. बिचाऱ्या रमोनासाठी हे सारं वाईट होतं. ज्या क्षणी चिली हा ड्रेस घालून आत्मविश्वासानं लोकांमध्ये प्रवेश करेल, रमोनाकडे कुणी ढुंकूनही पाहणार नाही.

"रामी कशोऊ." लल्ली म्हणाली.

आधी मला तर वाटलं की शिंक दाबण्याच्या प्रयत्नांत असे निरर्थक उच्चार झाले असावेत पण चिली आनंदानं चिवचिवली.

"तुम्हाला कसं माहीत? मला तो लॉस एन्जेलिसमध्ये मिळाला, तेही माझं शूटिंग तिथं झालं म्हणून. एरवी मला परवडणारा नाही तो."

बदामी, रेशमी, गोल आणि खोल गळ्याचा ब्लाउज आणि किंचित पिवळट छटा असलेला स्कर्ट. त्या ब्लाऊजला अशा काही सुरेख घड्या, सुरकुत्या पडत होत्या, स्कर्टवर अगदी शरीराला घट्ट चिकटून बसला होता तिच्या. ती हलली की स्कर्टच्या छोट्या छोट्या निऱ्या बनत होत्या.

लल्लीदेखील चिलीइतकीच प्रसन्न होती. बांधणीची कृती शिकताना मी पाहिलं होतं की प्रसंगी ही आत्या नव्या फॅशनची चाहती होती भलतीच. मूडमध्ये असली तर सूझी मेंकेझलाही काही टिप्स देईल.

तुम्हाला कल्पनाच येणार नाही. तिचं जीवन पाहिलं तर साडी, जीन्स, सलवार कमीज. पण मनानं निव्वळ व्हर्साक.

लोलानं घालायचा ठरवलेला टी शर्टही चिलीनं आम्हाला दाखवला. काळा आणि त्यावर भडक गुलाबी रंगात 'व्हॅजिना वॉरियर' असं लिहिलेलं.

"माझ्या एका मैत्रिणीनं *'स्वगत'* नावाचा कार्यक्रम केला होता." चिली नाजूकपणे थांबली. "मी तिला कबूल केलं होतं, मी तेव्हा हा टीशर्ट घालीन म्हणून. पण काही कारणानं..."

"नेहमीसारखंच." हिला म्हणाली.

मग आम्ही जेवायला गेलो.

जेवणघराच्या दारावर पाटी टांगली होती. त्यावर लिहिलं होतं. 'राईसप्लेट तयार आहे.' थोड्याशा क्षमायाचनेच्या स्वरात हिला म्हणाली की आजचं जेवण म्हणजे 'मुंबई स्पेशल' आहे.

भल्या मोठ्या जेवणाच्या टेबलाच्या या टोकापासून त्या टोकापर्यंत रेल्वेरूळ घातले होते. ही तारकची कल्पना असेलही. पण मुंबईच्या पश्चिम आणि हार्बर या दोन्ही लाईन्सवरची स्टेशनं मिसळून लावली होती त्यावर. मध्य रेल्वेचं मलाच माहीत नाही फारसं. प्रत्येक स्टेशनचा तिथला खास पदार्थ होता. कांदिवलीला खांडवी आणि डोंबिवलीला अवियल. सुरुवातीला माहीमला सोलकढी तर जेवणानंतर चर्चगेटला 'लगननुं कस्टर्ड.' गंमतच होती. मुलांसाठी तारकनं अगदी उड्या माराव्या, किंचाळावं असं जेवण ठेवलं होतं, पण मोठेही मागे नव्हते. प्रत्येक जण प्रत्येक वस्तूची चव घेऊन खूश होत होता. प्रशंसेची पावती देत होता. मी खूश होते ती तारक माझ्याबरोबर जेवत होता म्हणून. आम्ही एकमेकांत इतके गुंतलो होतो म्हणून, नाहीतर जेवणावरही मी खूश झालेच असते.

श्री. बजाज किंवा अलिफ बे यांपैकी कोणीच परतलं नव्हतं. त्यांच्यावर जेवणापेक्षा इतर ताण असावेत. अलिफ बे ने पिण्यात आणि श्री. बजाजांनी नावं ठेवण्यात तो हलका केला असेल.

जेवणानंतर मी, लल्ली आणि हिला कामाला लागलो. म्हणजे रात्रीच्या जेवणाची तयारी नि मांडणी. सौ. सान्यांची अर्थात डोकेदुखी उठलीच. चिली म्हणाली की ती सफाई फार छान करते. तेव्हा आम्ही खोल्या लखलखीत केल्या, तर हिला आणि लल्लीनं काचेची आणि चांदीची भांडी चमकदार बनवली. तारक एकदा येऊन सांगून गेला की तो इथून पुढे तो खूपच कामात असणार आहे तेव्हा चहा हवा असेल तर आताच सांगा.

आम्ही (फॅमिली मिक्श्चर नं. अकरा) चहा घेत होतो तेव्हा रफीक झुंबर लावायला आला. चिलीला पाहून तो धावलाच, पण स्वत:वर ताबा ठेवून थांबला. आधी आपलं काम नीट केलं. प्रचंड झुंबर काहीही पडझड न करता एकट्यानं छान लावलं. फ्रामरोझनं घेतलेल्या मोरॅनो काचेच्या तीन व्हेनेशियन्स होत्या. एकीवर उभ्या बर्फाच्या फुलांची नक्षी, ही कॅनालेटो घराची आर्किटेक्ट एक दुर्मिळ जाण असणारी स्त्री होती. तिनं हिलाला ही विकू दिली नव्हती; पण हिलानं इतर दोन मात्र विकल्या होत्या. 'मला या फारच नाटकी वाटतात.' ती म्हणाली. एक गडद ब्राँझ रंगाची होती. तिच्यावर ऑथेल्लो आणि डेस्डिमोना होती. इतरत्र अर्धवट उमललेले गुलाब. त्या पाहायलाच हव्या होत्या. शेजारी ठेवल्या तेव्हा बघूनच माझं मन दुखावलं. फ्रामरोझसाठी माझ्या मनातही एक घाव पडला आणि हिलाचा प्रचंड राग

आला. एवढ्या सौंदर्याच्या मधोमध राहून फ्रामरोझचं मन जराही हललं नसेल असं कसं म्हणावं? हिला त्याचा सारा खजिना हाताळत होती तो बदला घेण्याच्या उद्देशानं. तिला त्यासाठी कारणही होतं म्हणा. फ्रामरोझच्या हावरेपणाची फारशी निशाणी आता उरलेली नव्हती. पण सौंदर्याविषयीची त्याची आसक्ती त्याच्या घराच्या दगडादगडातूनही जाणवत होती. घराच्या कौलारू हृदयात ती वसतच होती. ऑगस्टमध्ये मी पाहिलेला रिकामा शिंपला. मला जाणवलं– त्याच्या वारसांनी पाहावा असं त्याला वाटत होतं तो शिंपला. त्याचं खरं आयुष्य केव्हाच खारीच्या पावलांनी निघून गेलं होतं. त्याच्या एकांताच्या हरवलेल्या महाकाव्याचे ते उरलेले अवशेष होते.

रफीकच्या ताणलेल्या शांततेत चिलीनं त्याला दिलासा दिला. रफीकनं जाताना हिलाला सांगितलं की त्यानं रमोनाला थोडी विश्रांती घ्यायला सांगितलंय. ती फार नर्व्हस झाली आहे.

"ते साडीमुळे. तिला वाटतंय की पायात येईल." हिलानं स्पष्ट केलं.

"ती म्हणाली मला. मी सांगितलं की तरंगत राहा हंसासारखी. साडीत सगळ्या स्त्रिया तरंगतातच. सोपं आहे ते. असं–"

आणि तो डौलदारपणे तरंगत दरवाजाकडे गेला.

आम्ही हसलो. चिलीही मजेनं तो गेला तिकडे पाहत राहिली.

"तुझा विश्वास बसेल? मी ह्याला *ओळखते.* आम्ही शाळेत असताना रोज बसस्टॉपवर भेटायचो. पाचवी ते दहावी. अगदी रोज. आता तो मला ओळखतही नाही."

"होय? मला तर वाटलं की तो तुला चांगला ओळखतो." लल्ली म्हणाली.

"तो लाजरा आहे एवढंच." हिलानं जोडलं.

तिचं चूकच होतं. एखाद्या मूर्खालाही कळलं होतं की त्यानं मनाला फार लावून घेतलं होतं. चिलीनं दुःखानं मान हलवली.

"माझ्याविषयीच्या कहाण्या सर्वत्र पसरल्या आहेत ना? ते जुनं सगळं! मला फार वाटतं लोला परत यावी. तिनं ठीक आहे असं म्हटल्याशिवाय मी काही तुम्हाला सांगू शकत नाही. मी तिला कबूल केलंय तसं."

"ठीक आहे. मी आहेच इथं." लल्ली म्हणाली.

पण चिलीचा आनंदी मूड गेला. जणू रफीकशी पुन्हा भेट तिला पुन्हा वास्तवातल्या दुःखात लोटून गेली. थोडी विश्रांती हवीय असं ती म्हणाली खरी, पण रमोनाला नंतर मेकअप आणि तसल्याच गोष्टींसाठी काही मदत हवी होती का? अशी कामं चांगली जमत तिला.

"ते बरं होईल." हिला म्हणाली. तिला थोडं सुटल्यासारखं वाटलं. "इतकी का ती नर्व्हस झालीय कोण जाणे! मुलं आहेत आणि त्यांची काळजी पडलीय

असंही नाही. तुला कल्पना तरी येतेय का की तिच्या वर्गातल्या मुली कंबर बारीक, आकर्षक राहावी म्हणून रेचकं घेत असतात?''

चिली हसली.

''ती युक्ती जुनी झाली. हल्ली तर त्याहून वाईट परिस्थिती आहे. कारण तुम्ही काहीही घातलंत तरी त्यातून तुमची बेंबी दिसावी लागते.''

पुन्हा थोड्याच वेळात चिली झोपायला गेली. श्री. बजाजचा ट्रक परत आल्याचं ऐकू आलं. अलिफ बे त्यांच्याबरोबर होता. त्यानं बजाजना बीचरोडवर थांबवून समुद्रावर चक्कर मारायला लावली. सर्व गोष्टींनी बजाजना उशीर करण्याचा जणू कटच केला होता. शेवटी एकदाचे ते जेव्हा स्टेशनवर पोहोचले तेव्हा फुलं आलेलीच नव्हती. फुलवाला दादरचा होता. खूपसे फोन केल्यावर त्यानं कबूल केलं की नोकरवर्ग पुरेसा नसल्यानं लवकरात लवकर तो पाच वाजता फुलं पोहोचवू शकेल. मग ह्या लोकांनी स्टेशनवरच थांबून वाट पाहायचं ठरवलं. पण जाणाऱ्या मिनिटागणिक भूक त्यांना खाऊ लागली. पुन्हा दुसरी फेरी मारण्याऐवजी अखेर चार वाजता वडापाव खाऊन त्यांनी भूक भागवली.

श्री. बजाजना जेव्हा कळलं की अलीफ बे ला कुठंही जायचं नव्हतं, फक्त गाडीतून फिरायचं होतं, तेव्हापासून त्यांचं डोकंच फिरलं असावं हे त्यांच्याकडे पाहून कळत होतं. जाता येता संपूर्ण वेळ अलिफ बे बोलत (किंवा रडत) होता. मला बजाजबद्दलही वाईट वाटू लागलं. अलिफ बे अजून गाडीतच बसून फुलं नेण्यासाठी कुणाची तरी वाट बघत होता. आमची मदत त्याला अपेक्षित असावी. बजाजना गाडी गॅरेजमध्ये ठेवून नंतर अंघोळ करून झोप काढायची होती. थोडी शांतता मिळवायची होती. सगळा दिवस असा भिकार गेला होता.

''मी आज सगळ्यांनाच त्रास दिलाय.'' अलिफ बे म्हणाला. कुणीही ते नाकारलं नाही. मी त्याला लोलाच्या फोनबद्दल सांगणार होते. मला वाटलं की अलिफ बेच्या एकट्याच्या स्वगताला तोडायला बजाज यांच्याकडेही एखादा मुद्दा हवा. तो नव्हताच आतापर्यंत. हिलानं तो सांगितला आणि अलिफ बे ला कसं काय कोण जाणे पण सुटल्यासारखं वाटलं.

''म्हणजे आता सगळं नीट झालंय म्हणायचं.'' तो म्हणाला आणि आम्ही दोघांनी एखादा राजकीय करार केलेला असावा असं जोरदार हस्तांदोलन केलं माझ्याशी.

''मूर्ख आहे हा माणूस.'' आम्ही त्याच्या तावडीतून बाहेर आल्यावर हिला म्हणाली. मला ताबडतोब पटलं ते. मी दमले होते, चिडले होते, हिलाने मागवलेल्या त्या छोट्याशा जंगलापायी ओरबाडून घेतल्यावर आता अंघोळीची खरंच फार जरूर होती.

त्या दुपारी आमच्याकडे आणखी एक पाहुणा आला.

एक टेम्पो चढणीवरून हिलाच्या आईचा फोटो फ्रेमवाल्याकडून घेऊन आला. हिलानं ते चित्र लायब्ररीत ठेवलं आणि स्वत: तिथं थोडावेळ थांबली. नंतर पाहिलं तर तिनं चित्र उलटं, भिंतीकडे तोंड करून लावलं होतं. जणू तो क्षण तिला ते सारं पेलायला अपुरा पडला होता.

■

१०

आठ वाजता, उत्सुक आणि उत्तेजित असे आम्ही सारे घरापुढच्या अंगणात जमलो. तिथपासून जेवणघरापर्यंत दोन्ही बाजूंनी फुलांच्या राशींनी वाटा सजल्या होत्या. जेवणघरातलं प्रचंड लांबट टेबल बर्फासारख्या शुभ्र लेसच्या किनारीदार कापडानं झाकलं होतं. हिला म्हणाली की तारकनं उद्याच्या कॉंटिनेंटल लंचसाठी फ्रामरोझची जेवणासाठीची सगळी साधनसामग्री वापरण्याचं मत मांडलं होतं. आजच्यासाठी त्यानं ढीगभर कापडं निवडली आहेत. देशाच्या प्रत्येक प्रांतासाठी वेगळं आणि पदार्थांच्या काळाला साजेसं. पण हिलानं फ्रामरोझच्या वस्तूंचा आग्रह धरला होता. तिला ते अधिक महत्त्वाचं वाटलं. डोकं चालवून तारकनं टेबल फुलं आणि मेणबत्त्यांनी भरून टाकलं नव्हतं. मधोमध एक शोपीस होता. अर्थात फ्रामरोझच्या अँटिक्समधलं एक लांबट चांदीचं तबक, त्यात मधोमध एक आरसा असलेलं नक्षीदार पात्र (प्राचीन रक्षापात्रांप्रमाणे) आणि दोन शांतता आणि समृद्धीची प्रतीकं असलेली शिंगं असणाऱ्या परड्या. सगळया फळांनी गच्च भरल्या होत्या.

तारक सोडून आम्ही तेराजण होतो; पण टेबल पंधराजणांसाठी सजवलं होतं. प्रत्येकाच्या जागेचं कार्ड लावलेलं होतं, फक्त टेबलप्रमुखाची आणि त्या समोरची अशा दोन जागा सोडून. टेबल सजवताना तारकनं शेजारच्या छोट्या टेबलावर ठेवलेली कटलरी-काटे-चमचे पाहूनच माझा जीव दडपला होता. ''हे उद्यासाठी.'' तो म्हणाला. ''अभिजात पद्धतीनं टेबल लावताना प्रत्येक सॅलड, मासे आणि पास्ता यांच्यासाठी स्वतंत्र काटे, चमचे आणि सुऱ्या हव्यातच म्हणे! वेडपटपणाच, दुसरं काय? आज मात्र मला सर्वांनी हातांनी जेवायला हवंय, सुसंस्कृत माणसांसारखं. पण हिलाला चांदीची भांडी वापरायचीच होती. तेव्हा अखेर प्रत्येकी एक चमचा, एक काटा आणि एक सुरी द्यायला मी तयार झालोय. त्याहून जास्त नाही.''

मला तारकबद्दल सहानुभूती वाटली. मलाही काटे-चमचे नको असतात. ते ठेवल्यावर जेवणाचं टेबल ऑपरेशन टेबलसारखं दिसतं.

झुंबराच्या प्रभेनं खोली उजळली होती. शिवाय खोलीतल्या शोभेच्या झाडांतून आणि फुलांतून मेणबत्या लावल्या होत्या. त्यामुळे कोपऱ्यांतूनही प्रकाश होता.

हिलानं आम्हाला आमंत्रण देताना मुद्दाम म्हटलं होतं की ड्रेस : *फॉर्मल.* त्यामुळे ह्या सगळ्या थराराला तिच्या चुकीच्या अपेक्षांचं गालबोट लागलं होतं.

पार्टीसाठी पोशाख करण्याची वेळ आली की मी 'व्हिडल ससून'चा सल्ला घेते. त्याचं सांगणं मला वेदमंत्रांसारखंच. एखाद्या दिवशी 'मनोलो ब्लान्हिक' पद्धतीनं माझ्या चेहऱ्यावर रॅव्हलॉनच्या अनेक छटांनी रंगाच्या पॅलेटची कळा येईल, पण तोपर्यंत साधा चेहरा. आजच्यासाठी मी जांभळट रंगाची क्रेपची, पांढऱ्या जरीकिनारीची साडी काढली होती. त्यावरचा ब्लाऊज म्हणजे ब्लाऊज होता इतकंच. *पॅरिस* अत्तराचा हलका शिडकावा. मी तयार होते.

लल्ली नेहमीप्रमाणे दिमाखदार. ब्राँझ रंगाचा सिल्कचा ड्रेस, त्यावर माझा नारिंगी रंगाचा दुपट्टा, तो गळ्याभोवती गुंडाळलेला. विशेषच. हिला पारशी फॅशननं साडी नेसली होती. एक मोठा कॅमिओ ब्रूच लावून बंदिस्त केलेली. ब्रूच कसातरीच वाटत होता. साडीच्या गडद किरमिजी रेशमी रूपानं तिला उच्चतेचा, प्रतिष्ठितपणाचा आब आणला होता.

उज्ज्वला साने जाळीदार काळ्या शिफॉन साडीत आणि चंदेरी, काळ्या नागमोडी पट्ट्यांच्या ब्लाऊजमध्ये आली. साडी आणि ब्लाऊज यांच्या मधल्या भागात शुभ्र कातडीत चरबीच्या मैलच्या मैल लांबीच्या वळकट्या. बेंबीत हिऱ्यासारखी चमकणारी बिंदी. पुरुष पुन्हापुन्हा पाहत होते. अलिफ बे ड्रिंकसाठी खोलीभर शोध घेता घेता थांबला. फेलिक्सनं शूरपणे जाऊन तिचा ताबा घेतला. तिचा, तिच्या बेंबीतल्या बिंदीचा आणि सगळ्याचाच. आणि श्री. बजाज नेहमीचा मोकळेपणा सोडून तिच्या शरीराच्या इंच इंच भागाचं परीक्षण करीत होते.

रफीक आणि तारक दोघेही अनुपस्थित होते. अलिफ बे च्या वेषात शिवणाचा अतिरेक होता. त्याच्या नेहमीच्या, कायम चुरगळलेल्या कुर्तापायजम्यावर त्यानं नक्कीच लोलाचा चमकदार तिबेटी स्कार्फ घातला होता. फेलिक्स रेशमी शर्ट आणि मखमली कोटात सळसळत होता. डॉ. साने आपल्या नेहमीच्या साईजपेक्षा दोन आकड्यांनी कमी सफारीत गुदमरले होते. तर श्री. बजाजनी कोळशाच्या रंगाचा अरमानी पद्धतीचा सूट परिधान केला होता.

तर असे आम्ही सगळे सजून पार्टीच्या प्रमुख पाहुण्याची वाट पाहत होतो आणि ती आली. त्या भव्य देखण्या जिन्यावरून, नखशिखांत वेगळ्या, बदललेल्या रूपातली रमोना! ती तरंगल्यासारखी, हळूहळू, सहजतेनं येत होती. सागरी हिरव्या

छटेची दुर्मिळ रेशमी साडी नेसून. वेगळ्याच प्राचीनकालीन भरतकामाच्या किनारीची. त्या नितांत सुंदर भरतकामासाठी मी कुणाचा जीवही घेतला असता. साडीचा पदर डाव्या खांद्यावर हिऱ्यापाचूंच्या उधळलेल्या सूर्यकिरणांच्या नक्षीच्या ब्रूचनं बसवला होता. तिचे केस, कुरळ्या लडीच्या घोसात बसवले होते. त्यावर हिरवट खड्यांचा गळ्यातला हार आणि ब्रेसलेटला शोभेशी चंद्रकोर बसवली होती. म्हणजे नक्कीच *सारं* जवाहीर हिलानं विकलं नव्हतं. नव्यानं मिळालेल्या महत्त्वानं रमोनामधे एक वेगळं गोड आकर्षण निर्माण झालं होतं. तिच्या नेहमीच्या वेडपट निरागस डौलदारपणाहून वेगळं. तिनं काळजीपूर्वक मेकअप केला होता. चिलीनं तिच्यासाठी जणू वेगळ्या सौंदर्याची निर्मिती केली होती. चिलीनं लोकांना आपल्या सौंदर्यानं पूर्णतः नामोहरम करण्यापूर्वी रमोनाला लोकांना आकर्षित करण्यासाठी थोडा वेळ मिळाला याचाच मला आनंद झाला.

आणि मग चिली. तिनं काहीच केलं नाही.

ती होतीच तिथं, रमोनाच्या मागे, मुलांना घेऊन. आधी म्हणजे तिनं तो रामी कशोऊ नावाचा ड्रेस न घालता हिरवा सलवार कमीज घातला होता. फ्रेंच पद्धतीची केसांची नीट विंचरलेली वेणी. डोळे आणि गालांच्या खळ्या ह्यांच्यासाठीही काहीही विशेष मेकअप नाही. मागे राहून आमच्याकडे उत्सुकतेने बघताना तिचा चेहरा फिक्का आणि ओढलेला दिसत होता. एका शब्दात सांगायचं तर ती रफीक जिला ओळखत होता त्या बसस्टॉपवरच्या मुलीसारखी हुबेहूब दिसत होती.

त्यालाही तसंच वाटत असावं. तो तारकबरोबर आत शिरला. तिला पाहताक्षणीच तो थांबून तिला निरखू लागला. त्याचा चेहरा लक्षात येण्याइतका उजळला. त्याच्या मागे असणाऱ्या तारकनं माझ्याकडे पाहून शीळ घातल्याचा आविर्भाव केला.

तर असे आम्ही जमलो. उत्तेजित, आनंदी, बडबडत, हजारो वर्षांची अन्नाची लालसा मनात बाळगून असलेले.

टेबलाच्या दोन्ही टोकांना ताटाशेजारी तारकनं फुलं रचून ठेवली होती. हिलानं, आम्ही 'अर्देशीर व्हिला'त आल्याबद्दल आमचं स्वागत करणारं छोटंसं भाषण केलं. बंगला अखेर त्याच्या खऱ्या मालकांकडे अर्देशीर आणि नरगिस वकीलकडे– तिच्या मातापित्याकडे आल्याचं सांगितलं. भावनेच्या आहारी न जाता थोड्या शब्दात तिनं त्यांच्या आयुष्यभराच्या दुःखाचं, वंचनेचं वर्णन केलं.

"ते इथं अशरीरी रूपानं आहेत. तरुणपणी होते तसे आनंदी, आशावादी. मी मात्र त्यांना तसं पाहिलं नाही. त्यांना हे घर जसं हवं होतं तसंच ते मला हवंय. हसणं, मौजमजा, मित्रांचं साहचर्य यांनी भरलेलं. ह्या जागेसंबंधीचे माझे जे बेत आहेत ते तुम्हाला, माझ्या मित्रांनो माहीत आहेतच. माझा अजून पक्का निश्चय झाला नाही. काल आपण रफीकचा देखणा, भव्य तांडवनृत्याचा प्रयोग पाहिला

आणि उद्या आपला कुक फेलिक्स रेगोचं आव्हान स्वीकारून सुंदरसं सात कोर्सेसचं जेवण देणार आहे; पण आज, माझी भाची रमोना हिच्यासाठी – ती उद्या अठरा वर्षांची होईल – तारक आज 'मिलेनियल बँक्वेट' देणार आहे. सभ्य स्त्री पुरुषहो, आजचा निर्माता तारक घोष.'' प्रत्येकानं टाळ्या वाजवल्या आणि तारकच्या नावाचा जयजयकार केला. दर्शननं टेबलावर दणके मारले. तारकनं खोलीभर नजर फिरवली. उगीचच माझ्या मनात शंकेची पाल चुकचुकली. आजच्या 'मिलेनियम बँक्वेट'चा बार फुसका निघाला तर...?

माझ्या मते, हा काहीतरी काल्पनिक आदर्श होता. त्याला सामोरं जायला हवंच. भारतीय पाकपरंपरेची तीन हजार वर्षं! देवा रे! म्हणजे अंदाजे बत्तीस लाख पंच्याऐंशी हजार चौरस मैल अन्नप्रकार झाले. नेहमीचे रोगनजोश, मटर पनीर,दोन चवीचं आईस्क्रीम, असलं पुरलं नसतं?

पण मला कारण माहीत होतं.

ज्या क्षणी त्यानं बोलायला सुरुवात केली नेमक्या त्याचक्षणी मला जाणवलं. ते मला सुरुवातीलाच कळायला हवं होतं. माझ्या काळजीपूर्वक बांधलेल्या शृंगार आणि काल्पनिकता यात तारकला स्थान नव्हतं. माझं धाडस, ऐष, गुंतण्याची हौस असणारे विषय यात तो कुठे नव्हताच. तो रोजचाच होता. मला तो पाणी, हवा यांच्यासारखा आवश्यक होता.

आणि वळताना त्यानं माझ्या डोळ्यांतले भाव वाचले.

कुणीतरी खोकलं. तारकनं स्मित केलं.

''तीन हजार वर्षांच्या पाककलेवर बोलता येणार नाही; पण ती अनुभवता येईल– तिचा आस्वाद घेऊन.''

भोजनापूर्वी देण्याच्या पेयांचा एक ट्रे हवेत धरून तो म्हणाला, ''आणि हो, ज्याला कुणाला वाटतंय की माझा इतिहासाचा अभ्यास माझ्या स्वयंपाकाची बरोबरी करीत नाही, त्यानं मला स्वयंपाकघरात नंतर भेटावं. या मुद्द्यावर चर्चा करू. हरणाऱ्यानं सगळी भांडी घासावीत.''

ती पेयं म्हणजे डाळिंबाचा रस आणि तांदळाची दारू. दोघांवर तारीख होती, सिंधू खोरं, ख्रिस्तपूर्व २५०० वर्षं. अलिफ बे साठी पंच (कलकत्ता १६३८) होतं. त्याच्याबरोबर तारकनं नरम कार्ल्याच्या तुकड्यात मेथी आणि तिखट लावलेले आंब्याचे तुकडे भरून दिले (ख्रिस्तपूर्व ३५० वर्षं. चंद्रगुप्त मौर्याच्या पाटलीपुत्रमधला पदार्थ).

''तू यात मिरची घालायला विसरलास वाटतं? लाल मिरचीशिवाय भरलं कारलं होतच नाही.'' उज्ज्वला साने म्हणाल्या.

''ख्रिस्तपूर्व ३०० वर्षं आपल्याला लाल मिरची माहीत नव्हती.'' तारक.

"का? आपले पूर्वज नेहमी मिरची वापरीत आलेत. तो जुना भारतीय घटक आहे स्वयंपाकातला. पूजेतसुद्धा दृष्ट काढायला वापरतात. ती परंपरा आहे."

"पण इतिहास नाही. यावर मी वाद नाही घालत बाईसाहेब, नाहीतर तुम्हाला भांडी घासावी लागतील."

तारकनं दुसरी झाकलेली ताटली समोर धरली.

"सभ्य स्त्री-पुरुषहो, ग्रीकांनी भारताला भेट दिली, ख्रिस्तपूर्व ३२७ साली. त्यांचा सन्मान करणारा पदार्थ मी बनवला नाही कारण आधीच मेनूत पदार्थांची गर्दी झालीय. पण त्यांच्याकडे संपूर्ण दुर्लक्षही करता येत नाही. म्हणून मी तुम्हाला ग्रीक ज्याला श्रेष्ठ कला, डिप्नोसोफी म्हणतात, तिची ओळख करून देतो."

"आम्हाला जेवायला बोलावलंय तर आधी जेवू द्या. कला नंतर आधी जेवण." श्री. बजाज म्हणाले.

न गोंधळता तारकनं पुढे सुरू केलं. "जेवणाच्या टेबलावरचं संभाषण, डिप्नोसोफी हे निव्वळ ग्रीक कसब नव्हे. चांगल्या अन्नाची चव बुद्धिमत्ता, आपुलकी आणि औदार्य यांनी वाढतेच. हे लक्षात घेऊन तुमच्यापैकी प्रत्येकासाठी एकेक नवलाची चीज तयार केली आहे. तुम्ही ती पाहाल तेव्हा प्रत्येकाला त्यात विशेष अर्थ सापडेल. चव आधी घ्या, मग सांगा तुम्हाला तिचा अर्थ काय जाणवला? आधीच्या पेयांनी त्यांचं काम केलं असेल, पुढचे पदार्थही ही मेजवानी संस्मरणीय करतील. तुम्हाला वस्तूंचा आकार छोटा असल्याचं जाणवेल, ज्यामुळे तुमची भूक लवकर न संपता मुख्य पदार्थासाठी पोटात जागा राहील. आपल्या उदार यजमानिणीपासून सुरुवात करू. हिला, हे तुझ्यासाठी."

हिलानं वाडग्यावरचं झाकण काढलं. आत एकच खाकरा आणि त्यावर आंब्याचं लोणचं. तिनं चव घेताना डोळे मिटले. जणू ती चव जिभेवर कायम करायची होती. मग डोळे भरून येऊनही ती उजळून हसली.

"तारकनं अभ्यासपूर्ण असं 'संज्ञान इ.स. ८००' असं यावर लेबल लावलं असलं तरी ही माझ्या आईची आवडती पाककृती आहे. गोरकेरी. तीच चव, तोच गोडवा, तोच पारंपरिक डंख मारणारा तिखटपणा. वर्षांमागून वर्षं आईनं हे लोणचं केलं. आम्हाला मदतीलाही हात लावू देत नसे ती. तिच्या कृतीत अनेक बारकावे होते असं ती म्हणे. आम्हाला ती नीट कधी जमलीच नाही. आम्ही मोठे होऊन मिळवते झाल्यावर आईला चरितार्थासाठी लोणचं कधी घालावं लागलं नाही. पण ती करीत राहिलीच. एका उन्हाळ्यात ती आजारी होती. तिला तिच्या गिऱ्हाईकांची काळजी पडली होती. त्यांना वर्षाचं लोणचं घालून हवं होतं आणि तिला तर हलताही येत नव्हतं. दुसऱ्या दिवशी मी तिला भेटायला गेले तर हा चिमुरडा स्वयंपाकघरात पसारा मांडून वस्तू मोजत, मिसळत, हलवत होता. आईच्या

सूचनांनुसार गोरकेरी बनवत होता. मी त्याला ओरडणार एवढ्यात आईच म्हणाली, 'करू दे त्याला. त्याला येतंय सगळं!'

तेव्हापासून तो आईच्या आसपास असायचा. आम्हाला थोडासा मत्सरही वाटायचा त्याचा; पण एकदा आम्ही लोणचं चाखलं, आमचा आवाज बंदच झाला.

हा स्वाद, हा गंध यांनी मला पुन्हा आईचा स्पर्श, तिच्या हातांची आठवण दिली. मला तो स्पर्श आताही जाणवतोय. खरबरीत, कामानं राठ झालेले हात माझ्या गालांना कुरवाळत आहेत, मी पुन्हा जणू लहान मुलगी झालेय. ती बरणी घे तारक, सर्वांना चव चाखू दे.'' अर्थात त्याच्या हातात ती बरणी होतीच. सर्वांकडे ती फिरवून झाल्यावर डॉ. साने आणि फेलिक्स यांनी त्यातील घटक ओळखण्याची पैज लावली. तारक अर्थात परीक्षक होता.

दोघेही हरले.

हिला म्हणाली, ''माझ्या आईचं चित्र फार उशिरा पोहोचलं. नाहीतर आजच लावलं असतं ते इथं. आता लायब्ररीत ठेवलंय मी ते. उद्या तारकला मुळीच त्रास द्यायचा नाही. तेव्हा तुमच्यापैकी दणकट असलेल्या पुरुषांनी हे काम माझ्यासाठी कृपया करावं.''

''मी स्वत: जबाबदारी घेतो त्या कामाची. मला हातोडा, खिळे आणि दोरी द्या.'' बजाज म्हणाले.

''खिळा आहेच मारलेला.'' तारक हसून म्हणाला. कोठीच्या खोलीतल्या फळीवर कात्री आणि दोरी असतेच नेहमी ठेवलेली, हवी तेव्हा घ्या.''

अलिफ बे साठीचं नवल चांदीच्या कपात ठेवलं होतं. त्यानं ते ढवळलं आणि तो मोठ्यानं हसला, ''एबीसीडी, अल्फाबेटीकल सूप. किती वर्षं लोक माझ्याकडून याची कहाणी काढून घेण्याचा प्रयत्न करीत होते. तू कुठे ऐकलंस?''

तारकनं खांदे उडवून प्रश्न डावलला.

अलिफ बे चा खडूस, टोचणारा विनोद लोपलाच होता. त्यानं आधी कप रिकामा केला. मग गोष्टीला सुरुवात.

''१८९०चं सिमल्याचं लेबल. किती किपलिंगसारखे आहात तुम्ही श्रीयुत घोष! मी मात्र त्याला पुणे १९५० चं लेबल लावीन. माझं भयानक बालपण आठवतं मला त्यामुळे. माझ्यासाठी एक ब्रिटीश नॅनी होती. लढायची तलवारच बाईच्या रूपात. भारतीय मुलांना भारतीय अन्न देणं तिला मंजूर नव्हतं. त्यानं रक्त तापतं असं म्हणायची ती. म्हणून दिवसांमागून दिवस मी बेचव, गिळगिळीत वस्तू पोटात ढकलत राहिलो. ते काय होतं हे विचारायचीही माझी हिंमत नव्हती. शनिवारी आम्ही अल्फाबेट सूप प्यायचो. ते तेवढं मला खाववायचं तरी. मी तेव्हा नऊ वर्षांचा

होतो आणि एक गुप्त वहीत गोष्टी लिहायचो. ही नॅनी त्यात नेहमी खलनायिका असायची. नायक अर्थात मी; पण दर गोष्टीत नवं नाव मी देत असे. बहुधा मुळाक्षरं. त्यात चित्रंही असायची, ती नॅनीचीच. भयानक. तिला चित्रांत दाढी असे किंवा अशीच संकोच वाटेल अशी अवस्था. तिला एकदा ती वही सापडली आणि तिनं मला बोलावलं. माझा बचाव सरळ साधा होता. 'मी ते लिहिलंच नाही.' मी म्हटलं. मी वहीच्या वेष्टणावरचं नाव दाखवलं. '*अल्फाबेटची साहसं,* त्याच्याचकडून.' त्यानंतर ती सवयच पडून गेली. मी लिहिलेल्या कोणत्याही गोष्टीचं जनकत्व मी कबूल केलं नाही; त्यामुळे जेव्हा माझं पहिलं पुस्तक प्रसिद्ध झालं तेव्हा टोपणनाव शोधताना प्रश्न पडला नाही. 'अलिफ बे' हेच नाव मी घेतलं. ती उर्दूतली आद्याक्षरं आहेत."

"पण एक सांगू? तारक, नॅनीनं तू दिलंस तसलं अल्फाबेट सूप दिलं असतं ना तर मी कधी काही लिहिलंच नसतं आणि फेलिक्स, ही गोष्ट काही मला पेज श्री वर यायला नकोय. ती ताबडतोब विसरून जा अशी मी तुला आज्ञा करतो."

पण फेलिक्स एव्हाना त्याला स्वत:ला मिळालेल्या नवलखाद्यानं चक्रावला होता. ते म्हणजे गुलाबी फेसाळ बर्फाच्या ढिगात एकच अंजीर होतं. फेलिक्सनं अंजीर तुकडे करून खाल्लं तेव्हा तो आनंदानं खुलला होता. मग मोठ्या नाजूकपणे त्यानं बर्फ खाल्ला.

"तारकनं त्याला 'अंजीरसत्त्व' असं नाव दिलंय, लेबलवर रझिया सुलताना ख्रि. १२३६. पदार्थ चविष्ट होता पण अंजीर फक्त माझ्याचसाठी. विशेषत: त्याबरोबर आलेलं पान. तारक धन्यवाद. '*अंजिराचं हरवलेलं पान*' ही माझी पहिली कथा होती छापलेली. त्याला 'रुपेरी रक्तबिंदू'चं बक्षीस मिळालं. माझं नाव त्या कथेनं खूपच गाजलं."

" 'रुपेरी रक्तबिंदू' हे काय आहे नेमकं?" त्या चकित शांततेचा हळूच भंग करीत लल्लीनं विचारलं.

"ओ: ते गुप्तहेरकथांसाठीचं पारितोषिक आहे."

"कधी ऐकलं नाही." श्री. बजाज म्हणाले. माझ्याकडे वळून "तुम्ही ऐकलंय?"

"हो तर." मी थाप मारली.

"कशावर लिहिली होती ती कथा?" लल्लीनं निरागसपणे विचारलं.

"मायकेल अँजेलोच्या 'डेव्हिड' या प्रसिद्ध पुतळ्याविषयी. तो इटलीला फ्लॉरेन्समध्ये आहे."

"आणि?" लल्ली ऐकतच नव्हती.

"अंजिराचं पान हरवतं."

मी सावधपणे तारककडे पाहिलं. दाबून ठेवलेल्या हसण्यानं तो थरथरत होता.

“काय सांगतोयस तू फेलिक्स, डेव्हिडला अंजिराचं पान नाहीच आहे. पुतळा पाहिल्यावर आधी तेच लक्षात येतं, त्यासाठी फ्लॉरेन्सला जायला नको.” हिला म्हणाली.

पण फेलिक्स डगमगला नाही.

“तेच तर. ते पान हरवतं ते प्रचंड सुरक्षा व्यवस्था असलेल्या राजकीय सभेच्या मध्यावर. पुस्तक शीतयुद्धावरच आहे ना!”

“मला खात्री आहे, चांगलंच औत्सुक्य वाढवणारं असणार ते!” लल्ली समजूत घालायच्या स्वरात.

“भारतीय लोक अंजिराची पानं वापरीत नाहीत.” उज्ज्वला सानेंनी जाहीर केलं.

“म्हणूनच हरवलं ते.” अलिफ बे म्हणाला. तो चवीनं ऐकत आणि मजा घेत होता; पण सानेबाईंनी ते मनावर घेतलं नाही. “कढीपत्ता, कोथिंबीर, पुदिना, अगदी मेथीसुद्धा वापरतो आम्ही; पण अंजिराची पानं? अंहं! मी एकही भारतीय माणूस अंजिराचं पान वापरताना पाहिला नाही.”

“मी सुद्धा नाही.” तारक त्याच सुरात म्हणाला. “आता मी तुमचं सरप्राईज आणू?”

त्यांनी बशीवरचं झाकण काढलं आणि आनंदानं किंचाळल्याच त्या.

“बोंबील आणि हिरवी चटणी! माझा आवडता पदार्थ! तुला कसं कळलं?”

“महिकावतीचा पदार्थ आहे तो. शिर्का घालून केलेला. १२६० सालचा किंवा सिल्व्हासा इथला १९८८ मधला.” उज्ज्वला साने त्याच्याकडे पाहत राहिल्या. त्यांचा मोठा चेहरा पांढरा पडून त्याला राखी सुरकुत्या पडल्या.

“मी नाही खाऊ शकणार ते. खूपच खारट आहे. उचल इथून.”

त्यांनी ती बशी जोरानं ढकलली. धक्का लागून पाण्याचा ग्लास सांडला. मात्र तारकनं पाणी पुसण्याचा मुळीच प्रयत्न केला नाही. तो स्वयंपाकघरात अदृश्य झाला आणि एक ऑम्लेट घेऊन रफीकसमोर अवतरला.

“फ्रेंच खाणं.” दोघे एकदम म्हणाले आणि एखादा खाजगी विनोद असावा असे हसले.

“पाँडिचेरी. १७५०.” रफीकनं त्याबरोबरची चिठ्ठी वाचली.

“पाँडिचेरी का ते नाही माहीत, पण ऑम्लेट का ते माहीत आहे. मी एक पूर्ण वर्ष फ्रान्समध्ये होतो. सतत फक्त फ्रेंच अन्न. माणसं फार चांगली; पण जेवण फार वाईट. माझ्या पोटाला कायम डाळभाताची भूक लागलेली. मग एक दिवस अचानक खालच्या मजल्यावरच्या एका सुंदर मुलीनं मला ऑम्लेटपाव दिला. मी तिला म्हटलं, तुला भारतीय जेवण येतं हे फार चांगलं आहे. मला वाटलं हिला खिमापराठा, डाळभातही येत असेल. तर ती म्हणाली ‘हा फ्रेंच पदार्थच आहे.’ मी म्हटलं, ‘माफ करा, मला वाद घालायचा नाही, ऑम्लेटही गार होतंय, पण एकदा

गोवंडीला या, तुम्हाला डबल ऑम्लेट, बनमस्का चाय, स्टार ऑफ इंडिया हॉटेलमध्ये सकाळी सहा ते मध्यरात्रीपर्यंत केव्हाही मिळेल आणि हा भारतीय पदार्थ नाही म्हणता?' तर 'फ्रेंच' असं म्हणून ऑम्लेट घेऊन गेली. जाताना भरभर काही तरी फ्रेंचमध्ये बोलत की मी तिचा अपमान केलाय म्हणून!

"आता तारक मला सांगतोय की उद्या सगळे फ्रेंच पदार्थ आहेत म्हणून. बस्स कर. मी म्हटलं त्याला, 'मला एक ऑम्लेट पाव करून दे. मी स्टुडियोत खाईन तो...' मग तो मला चिडवतो. हा माझा मित्र आहे असं समजत होतो मी. आता कळतंय की तोही त्या फ्रेंच मुलीसारखाच आहे. तोही म्हणतोय की ऑम्लेट फ्रेंच असतं म्हणून. पण यावेळी निदान ऑम्लेट तो उचलून नेणार नाही अशी आशा आहे."

आमचं हसून झाल्यावर चिलीनं विचारलं, "त्या मुलीचं काय झालं?"

"कुठली मुलगी? कोण मुलगी?" रफीकचे डोळे दुष्टपणे चमकत होते.

"ती सुंदर फ्रेंच मुलगी?"

"तसं कोणी नव्हतंच. फ्रान्समध्ये सुंदर मुली नाहीत."

रमोनाला चॉकलेट ट्रूफल मिळालं. तारक ते डच आहे म्हणून सांगत होता (कॉरोमांडेल, १७९०) त्यामुळे एप्रिल फूलची एक शाळकरी पोरीची गोष्ट ऐकावी लागली. चिलीला एकच बटाट्याचा काप मिळाला. तारकच्या मते तो पोर्तुगीज पदार्थ. (गोवा, १७००) चिली हसून म्हणाली गेल्या वर्षी ती जाड झाली होती तेव्हा शूटिंगला जाताना डब्यात ती एकच बटाट्याचा काप न्यायची. प्रत्येकाला वाटायचं तिचा डबा खाऊन झालाय.

"आता मला थोडी अक्कल आलीय." तिनं जाहीर केलं. "माझ्या व्हिटॅमिन्सच्या गोळ्या. रोज अकरा वाजता एक गोळी घेतली की मला दिवसभर काम करायला उमेद राहते. काही झालं तरी ती घ्यायची मी चुकत नाही."

"त्या गोळीबद्दल मी तुझ्याशी नंतर वाद घालीन." हिला म्हणाली, "पण आता पोटभर जेवून तुला बरीच अक्कल आल्याचं तू सिद्ध करायला हवंस."

आता डॉ. सान्यांची पाळी होती. तारकनं त्यांच्यासमोर वाफाळती बशी आणून ठेवली.

"शोरशे माछ. मोहरीच्या चटणीतला मासा. सिराजुद्दौलाच्या स्वयंपाकघरातला पदार्थ, १७५६ साल."

डॉ. सानेंनी चव घेतली.

"हे सगळं तू बनवलंस?" डॉक्टरांनी आपुलकीनं विचारलं. तारक हसला.

"प्रत्येकासाठी पुष्कळ आहे. मुख्य पदार्थांपैकीच आहे ते. पण तुम्हाला कसं वाटलं?"

"उत्कृष्ट!"

"धन्यवाद, तुमच्या मताला मी मानतो. तुम्हाला पदार्थाचा आत्मा कळतो. त्याचं काळीज म्हणजे मोहरीच्या येणाऱ्या झिणझिण्या. आणि डॉ. साने, फक्त उत्तमांतलं उत्तम मोहरीचं तेलच लागतं याला. लोक हो, डॉ. साने मोहरीच्या तेलातले जाणकार मर्मज्ञ आहेत. या विषयावरचे अधिकारी म्हणून सुप्रसिद्ध आहेत. नुसत्या नजरेनं ते तेलाची शुद्धता ओळखू शकतात. त्यांना मानवंदना म्हणून मीही उत्तमातलं उत्तम मिळू शकलेलं तेलच वापरलं आहे. माझी फार इच्छा होती डॉ. साने, की तुम्ही ज्या तेलावरून आपला अभिप्राय आणि निकाल सांगितलात ते तेल मला वापरायला मिळावं."

डॉ. साने आधी या लांबलचक भाषणात आपला काहीतरी दुबळा बचाव करू पाहत होते पण लवकरच त्यांनी शरणागती पत्करली. ते फक्त मूढासारखे आमच्याकडे पाहत राहिले.

"डॉ. साने, तुम्ही आम्हाला तुमच्या अनुभवाविषयी काही सांगाल?" तारक नाजूकपणे थांबला."

"नाही नाही, काही नाही. पण धन्यवाद! डॉ. साने तोंडातल्या तोंडात पुटपुटले.

"येडपट, आम्ही कधी मोहरीचं तेल वापरीत नाही." उज्ज्वला साने म्हणाल्या.

"जशी तुमची मर्जी. पण अर्पिता आणि दर्शनला इतक्या सहजपणे सुटता नाही यायचं हं. मग घ्या तर!"

"शीः! उकडलेली अंडी! मला नाही आवडत." दर्शन विव्हळला.

ते खरंच निराश झाले होते. दोन मोठ्या काचेच्या वाडग्यांत साधी उकडलेली दोन अंडी!

"उचला ती, दर्शन तुला ती खायची गरज नाही." उज्ज्वला चिडून म्हणाल्या.

"ओः! खातो मी ती! ती खास माझ्यासाठी आहेत. धन्यवाद तारककाका!"

अंड्याचं वरचं साल फोडून काढणाऱ्या दर्शनकडे अर्पिता पाहत होती.

दर्शनच्या चेहऱ्यावर रुंद हास्य पसरलं. "फसवलंत काय मला? ते आईस्क्रीम आहे. अर्पिता, तुझं पण उघड. ते वितळतंय."

तिचं चॉकलेट आणि त्याचं स्ट्रॉबेरी आईस्क्रीम होतं.

"हे साधं आईस्क्रीम नव्हतं. हो ना तारककाका? दर्शननं विचारलं.

"ते मुळात आईस्क्रीम नाहीच, तो बाँब आहे."

"बाँब? आणि थंडगार?" पोरं खुशच होती.

अपेक्षेप्रमाणे तारकनं ते फ्रेंच असून चंद्रनगरचं, १७१० मधला पदार्थ असल्याचं सांगितलं.

"गोष्ट नाही अर्पिता?" फेलिक्सनं विचारलं, पण त्यांचा आनंद हीच गोष्ट

होती. त्यांच्या आईच्या कुजकट बोलण्यामुळे प्रसंगाला आलेली कडवट किनार त्यामुळे निघून गेली.

पण पुरेशी नाहीच.

''ह्या जेवणासाठी लोला थांबू शकली नाही हे वाईट झालं नाही, हिला?'' उज्ज्वल्या साने उंच आवाजात म्हणाल्या. ''तिनं आपल्याला नक्कीच एखादी चटपटीत स्टोरी ऐकवली असती, मसालेदार. की तिची कहाणी बाहेर येईल या भीतीनं ती पळालीय?''

अनपेक्षितपणे चिली म्हणाली, ''या टेबलावरच्या काही लोकांप्रमाणे लोलाकडे काही नाही लपवण्यासारखं!''

तारकनं तिच्या खांद्यावर हात ठेवून तिला शांत केलं आणि तिच्या कानात काही तरी सांगण्यासाठी तो खाली वाकला. ती अस्वस्थपणे मान हलवून हसली.

''आणि आता श्री. बजाज यांच्यासाठी हा पदार्थ थेट चेंगीझखानच्या स्वयंपाकघरातून आणलाय. मोगल घोड्याच्या मांसाचे जाणकार भक्षक होते. त्यांनी घोडे नुसते दौडवलेच नाही, तर प्रेमानं खाल्लेही. 'स्टीक तार्तार.' मि. बजाज, हा पदार्थ चेंगीझखानाइतका प्राचीन आहे. इ.स. १६३० ते ३२ मधला. देश तेव्हा दुष्काळाच्या छायेत होता. इतिहासकारांनी बऱ्याच दिवसांच्या उपासानंतर अचानक दिलेल्या मेजवान्यांबद्दल लिहिलं आहे. यातल्या बऱ्याचशा ऐनवेळच्या असत. महामार्गावरून नि:शंकपणे जाणाऱ्या प्रवाशांचाही त्यात समावेश असे. ही खाद्यकृती त्यावेळची आहे.''

तारकचं 'स्टीक तार्तार'चं सादरीकरणच मोगल शिपायांच्या मानानं खूपच शैलीदार होतं. नाटकी आणि अवडंबरपूर्ण. लाल मांसाच्या छानदार तुकड्यावर शिंपल्यात कच्चं अंडं आणि चारी बाजूने भाज्यांच्या चकत्या आणि तुकडे लावून सजवलेलं.

श्री. बजाजनी तारकच्या एवढ्या लांबलचक माहितीपूर्ण भाषणाकडे केसभरही लक्ष दिलं नाही. ते हसले आणि त्यांनी त्या पदार्थाचा वास घेतला.

''त्या मागची कहाणी.'' फेलिक्सनं मागून पढवलं.

''कितीतरी गोष्टी आहेत त्यामागे. जेवण झाल्यावर बघू.'' बजाजने टाळण्याचा प्रयत्न केला. तारकनं तेवढ्यात माझ्यापुढे एक बशी आणून ठेवली. माझं लक्ष बजाज यांच्यावरून तिकडे गेलं. त्यात फक्त एक मुरूक्क होती.

''कण्णगीच्या नुपूरांतून स्फूर्ती मिळाली मला.'' तारक म्हणाला. ''सिलाप्पडिकरम, ८ वे शतक. फोडून बघूया बरं, त्यातून मोती निघताहेत का?''

त्यानं मुरूक्क मोडून अर्धी घेतली, मी हसून उरलेली अर्धी खाऊन टाकली.

उज्ज्वला सानेंचा कोरा चेहरा पाहून मला कळलं की कण्णगीची गोष्ट तिला माहीत नाही, मग मी तीच सांगितली.

नेहमीप्रमाणे पुरुष सगळे कण्णगीच्या बाजूनं तर स्त्रिया संशयखोर होत्या. फक्त उज्ज्वला साने तेवढ्या म्हणाल्या की यावरून मला आज शनिवार असल्याची आठवण झाली. साधारणत: शनिवारी मी जेवत नाही. उपासाचंच खाते फक्त.''

"पिझ्झा? बर्गर किंवा पावभाजी? तारकनं विचारलं.

त्यांच्या नजरेनंच तो थिजला.

"उपवासाचे पदार्थ फक्त. भात नाही. साबुदाणावडा किंवा तत्सम.''

तिच्या प्रशंसेचा एक ध्वनी गर्दीतून उठला.

"शनिवारी भात नाही खायचा. गुरुवारी मिरची वर्ज्य. सोमवार-मंगळवारी मीठ आणि गोड चालत नाही. बुधवार-गुरुवारी मात्र सगळं खायचं असं व्रत आहे माझं.

"कशासाठी हे उपास, उज्ज्वला?'' हिलानं विचारलं.

"माझ्या पतीसाठी.''

डॉ. सान्यांनी मोठ्यानं ह्याचा निषेध केला पण त्यांनी कठोरपणानं त्याला दाबून टाकलं. "नाही, ते नाही करू देत, पण मी करतेच, म्हणजे पुढच्या जन्मीही तेच मला पती म्हणून मिळतील.''

रमोना खिदळली आणि पाण्याचा घोट तिच्या घशात अडकला.

तारक म्हणाला, "रमोनाचा ठसका थांबेपर्यंत मी आजचं शेवटचं आणि माझ्या लेखी सर्वांत महत्त्वाचं आश्चर्य तयार करतो.''

त्यानं स्वयंपाकघरातून एक चांदीची प्लेट आणून मोठ्या समारंभानं लल्लीपुढे ठेवली. तिच्या भोवताली बदामाची पानं रचली होती. लाल, सोनेरी, चमकदार हिरव्या रंगाची. त्यांच्यामध्ये चमकदार हलव्याचा तुकडा, त्यावर एक सोन्याचं नाणं. मी लल्लीच्या समोरच बसले होते आणि त्या पदार्थाच्या सुगंधाची मलाच नशा चढली. तुपाचा रेशमी थर, केशराचे धागे, बदामाचे काप असलेला तो हलवा मृदू, भरपूर धुंदी आणणाराच होता. मी खोलवर हुंगला. तारकनं एक छोटा चांदीचा चमचा मोठ्या अदबीने लल्लीला दिला आणि लवून तिला मुजरा केला.

लल्लीनं चमचाभर हलवा खाल्ला आणि डोळे मिटून घेतले.

"उत्कृष्ट!''

"विजयनगरच्या पहिल्या हरिहरच्या दरबारातून १३३६ सालाचा हा पदार्थ आणलाय मी. मात्र १९७६ सालची एक आठवण ताजी करण्यासाठी.''

"पण त्याचा बदामांशी काय संबंध?'' लल्ली आश्चर्यानं म्हणाली.

"बरोबर आहे; पण त्या क्रॉफर्ड मार्केटच्या केसमधून मला तुमच्याविषयी कळलं.''

लल्ली हसली.

"ते तू भेटण्यापूर्वी घडलंय फेलिक्स, म्हणून बरं, नाहीतर तुझ्या पुस्तकाला

शीर्षक म्हणून तू झडप घालून उचललं असतंस ते. हिंदी वर्तमानपत्रांनी त्याला काय म्हटलं माहीत आहे ना– *बदामी बदनामी!*''

''आणि आता सगळ्यांचा जिभेवर हलव्याची चव आहे तेव्हाच तेव्हाच ती १९७६ ची काय भानगड आहे ते सांग ना.''

''नक्की ना तारक?'' तिनं तारकला विचारलं.

''अर्थात.''

''ठीक आहे. ऑर्थर रोडच्या तुरुंगात एका पावसाळी दुपारी एका संशायिताला प्रश्न विचारण्यासाठी थांबलेली असताना एका भांडणाच्या आवाजानं माझं लक्ष विचालित झालं. मी तिथं गेले तर एक सुमारे पंधरा वर्षांचा हडकुळा मुलगा एका आडदांड, धष्टपुष्ट माणसाला ठोसे लगावताना दिसला. मी थक्क होऊन पाहतेय तोवर त्यानं त्या आडदांडाला खाली लोळवलंही, हे विशेष. त्या पोराच्या निश्चयानं मी प्रभवितच झाले. त्याची लढण्याची पध्दत मात्र चांगली नव्हती.

जमिनीवर पडलेला माणूस आमच्या माहितीतलाच होता. नेहमीच बारीकसारीक गुन्हे करणारा, आताही अशाच गुन्ह्यासाठी धरलेला. तो एका म्हाताऱ्याला दुसऱ्याच्या जागेवर अतिक्रमण करण्याबद्दल दमदाटी करून घाबरवत होता, तेव्हा ते पोरगं मध्ये पडलं. त्यावेळी मला त्या पोराला कशासाठी पकडलं होतं हे माहीत नव्हतं; पण मला कळलं की तो एक बांगलादेशी मुलांच्या गटातला असून, ती मुलं काळबादेवीच्या एका जवाहिऱ्याकडे दागिन्यांना पॉलिश करण्याचं काम करतात. जवाहिऱ्यानी पोलिसांकडे सोन्याच्या नाण्यांची एक पिशवी गहाळ झाल्याची तक्रार केली होती. साहजिकच संशयित म्हणून या पोरांना अटक केलं होतं. त्यामुळे चिडून मी ह्या केसमध्ये लक्ष घातलं. ती विम्याची भानगड होती. तसं मला वाटलंच होतं. ही पोरं निर्दोष होती.

पाच वर्षांनी एक तरुण मला भेटायला आला. तो माटुंग्याच्या, जेवणाची कंत्राटं घेणाऱ्या एकाकडे काम करीत होता. तो म्हणाला की त्याला मला काही द्यायचंय. ते हे नाणं. मी त्या माणसाला ओळखण्यापूर्वी ते नाणं ओळखलं. ते जवाहिऱ्याच्या नाण्यांतलं होतं आणि हा तो मला तुरुंगात भेटलेला पोरगा होता. मी ते नाणं तेव्हा स्वीकारू शकले नाही; पण तारक, मी ते आता मोठ्या अभिमानानं घेते. मनापासून आभारी आहे मी तुझी.''

''म्हणजे त्यानं तुला पूर्णपणे मूर्ख बनवलं हो नं? शेवटी चोरच आहे तो!''

''काय मूर्खासारखं बोलतेस तू, उज्ज्वला?'' तिचा नवरा अस्वस्थपणे म्हणाला.

''मूर्खासारखं? हे चांगलं आहे. ह्या बाईपेक्षा अकलेचंच बोलतेय मी. त्याच्याकडे ते नाणं होतं. तो पुरावा आहे. हिला, तुझे चमचे मोजून ठेव. तुझा कुक एक हुषार चोर आहे.''

"खरंच उज्ज्वला," लल्ली नि:श्वास सोडून म्हणाली, "तुझं मन विचित्रच आहे. या माणसानं किती महिन्यांचा पगार साठवला असेल हे नाणं विकत घ्यायला, त्या अधाशी, धूर्त जवाहिऱ्याकडून."

"नेमकं सांगायचं तर चार महिन्यांचा. तोवर मी भांडी धुण्यातून चिरण्या-वाटण्यापर्यंत बढती मिळवली होती."

"पाहिलंस उज्ज्वला, ह्या नाण्याची किंमत करणं अशक्यच आहे. ते फक्त खजिन्यातच प्राणपणानं जपायचं."

"बदामी बदनामीबद्दल बोला ना काहीतरी." त्या भयानक शांततेचा फेलिक्सनं भंग केला.

"ओ फेलिक्स, मी खुनांची चर्चा करीत नसते. ती म्हणजे सायनाईड विष देण्याची एक साथच होती. बळींचा एकमेकांशी संबंध नसला, तरी एक गोष्ट सारखीच होती. सर्वांना पौष्टिक अन्नाची हौस होती. मी तपशिलांत जात नाही, पण याचा धागा बदामांपर्यंत जातो."

"अय्या खरंच! बदामाने विषबाधा होते? बदामात सायनाईड असतं?" चिलीनं विचारलं.

"काहीतरी मूर्खपणा." उज्ज्वला समाधानानं म्हणाल्या. "चिली, तू माझं ऐक. तुला खरंखुरं सायनाईड हवं असेल तर पुढच्या वेळी उंदराचं विष वापर. तुला आनंदाची आणि यशस्वी आत्महत्या करता येईल. हिलाकडे चांगलं उंदराचं विष आहे. मोठे उंदीर, शेतातले उंदीर, चिचुंद्र्या, तुला सहज पुरेल. जिन्याखालच्या कपाटात, वरच्या फळीवरच्या लाल प्लॅस्टिकच्या भांड्यात आहे ते. हिलाला विचार. बरोबर ना हिला? सायनाईडच आहे नं ते?"

"उंदराच्या विषात कधीही सायनाईड नसतं." तिचा नवरा निष्काळजीपणे म्हणाला. "ते बहुधा वार्फारीनसारखे थिजण्याविरुद्धचे घटक असतात."

"नाही. उज्ज्वलाचं बरोबर आहे." हिला म्हणाली. मी थक्क. "मी तिला सांगत होते की ते आसपास ठेवणं किती धोकादायक आहे ते. ते सोडियम सायनाईडचेच दाणे असतात. हा बागेतला रस्ता तयार केला तेव्हा उंदराची असंख्य बिळं खाली सापडली. प्रचंड उंदीर झाले होते इथं. मी तर घर टाकून पळून गेले. पण पेस्टकंट्रोलवाल्यांनी फार उत्तम कामगिरी केली. त्यांनी ते दाणे पाण्यात विरघळून त्या पाण्यानं बिळं बुजवली. पुन्हा आलेच उंदीर तर असू दे म्हणून त्यांनी उरलेलं मिश्रण घरात ठेवण्याचा आग्रह केला."

"तेव्हा चिली, वेळ घालवू नकोस." उज्ज्वला स्वत:च्याच विनोदावर फार खूश झाल्या होत्या. अकरा वाजता रोजच्या व्हिटॅमिनच्या गोळीऐवजी सायनाईडचा डोस घे आणि फरक अजमावून पाहा.

फार थोडेजण, तेही वरवरच हसले.

चिली ओढून ताणून आणलेल्या नम्रपणानं हसली आणि कृतज्ञतेनं रफीककडे वळली. तो सुरीवर लिंबू पेलून त्याचा तोल सांभाळीत दर्शन आणि अर्पिताला हसवीत होता.

उज्ज्वला सानेंनी लल्लीकडून नाणं घेतलं.

"अर्धा तोळा देखील वजन नसेल." त्या समाधानानं म्हणल्या.

रफीक टेबलावर ओणवला, लल्लीच्या प्लेटमधून बदामाचं पान घेऊन त्यात त्यानं नाणं बांधलं आणि गंभीरपणे ते लल्लीला दिलं. "ते लपवून ठेवा. नुसतं त्याच्याकडे पाहून या बाईनं ते हलकं केलं. एव्हानाच ते अर्धा तोळा झालंय. ती अशीच पाहत राहिली तर त्याचं पितळ होईल."

तारक खळखळून हसला, पण माझं अस्वस्थ वाटणं काही कमी झालं नाही. त्याला ते कळलं आणि वळून तो माझ्या बाजूला आला. माझ्या खुर्चीमागे उभा राहून त्यानं मुख्य मेनू सांगायला सुरुवात केली.

"सभ्य स्त्री-पुरुषहो, चला आता मेजवानी सुरू होऊ द्या."

■

मेनू

क्षुधावर्धकं

डाळिंबामृत : हडप्पा, २५०० ख्रिस्तपूर्व.
डाळिंबाचा रस, गोडीसाठी चाफ्याचा मध.

तांदळाचे मद्य : हडप्पा, २५०० ख्रिस्तपूर्व.
गोड मद्य, सुवासिक भाताची पेज.

पंच (मिश्र आसव) : कोलकता, १६६८
आल्बर्ट डी मेंडेस्लोच्या पालेपंझमधील कृतीनुसार.

कडू चवीचे

कार्वेलामृतम् : पाटलीपुत्र, ख्रिस्तपूर्व ३०५ वर्षं.
आंबा व मेथी यांची भरली कारली.

आरम्भक

रेशम कबाब : अवध १७६५
कोंबडीच्या खिम्याचे कबाब.

खमण ढोकळा : काठेवाड १५६०
हरभऱ्याच्या डाळीचा रवा, उकडून, सजवून.

बॉम्बे डक : महिकावती १२६५
कुरकुरीत तळलेले बोंबील

अम्मिनी कोझाकट्टाई : तिरूनेलवल्ली १४६५
मसाल्याच्या डाळीतली भजी.

मद्दूर वडाई : म्हैसूर १८००
कुरकुरीत चपटे वडे.

मखमली शोरबा : दिल्ली १६४५
मटणरस्सा त्यात अक्रोड व देवदाराचे दाणे.

अनासी पाझा रसम : मद्रास १८५०
अननसाचे रसम.

सोलकढी : दक्षिण कोकण १६६०
नारळाचे दूध, कोकम.

चटकमटक

पीच चाट : दिल्ली १८५७
पीचच्या तुकड्यांवर मसाला.

पुली इंजी : पालक्कड १७८०
आंबटगोड आले.

कोशिंबीर : मुंबई १९००
काकडीची कोशिंबीर

बुंदी रायता : वाराणसी १७००
कुरकुरीत दहीबुंदी

मुख्य भोजन

तांदूळ

देवाचे अन्न
नवरतन पुलाव : फत्तेपूर सिक्री १५९०
भाज्या व फळे घालून केलेला भात.

तांदळाची भाकरी : सावंतवाडी १५६०
तांदळाच्या पिठाची भाकरी

बिसीबेळे हुलियान्न : म्हैसूर १७००
डाळी, भाज्या व मसाले घालून केलेला भात.

गहू

हलीम : गोवळकोंडा १६७६
गहू, कोकराचे मटण व बार्ली

आलू पराठा : अमृतसर १६२८
मसालेदार बटाट्याचा पराठा.

गोदमाई रवा पोंगल : कोईमतूर १८००
गहू व मूगडाळीचा रवा.

मांसान्न

सली ने जर्दाळू मां गोश्त : नवसारी १८००
मटण, जर्दाळू व बटाट्याचे लांब काप घालून.

नरगिसी कोफ्ता : अवध १७६५
मटण खिमा व उकडलेल्या अंड्याचे वडे.

तबक माझ : काश्मीर १६२२
बरगड्यांचे मटण.

पक्षी

मुर्गमुसल्लम : दिल्ली १६३२
सबंध भरली कोंबडी.

आग्रा बतखपसंदा : आग्रा १६२८
क्रीम सॉस घालून भरले बदक.
पुरा किचली पाझम मिलागू वारावल : नागपट्टणम् १७७६
संत्रा सॉस घालून भरले कबूतर.

मासे

शोरशे माछ : कलकत्ता १७५६
राईच्या सॉसमधील मासा.

फिश रेचिदो : गोवा १५६०
भरलेले पापलेट.

शेवांडा मोइली : कोझीकोडे १५१०
नारळाच्या रसातील लॉबस्टर

भाज्या

कदम्बम : मदुराई, ८०० ख्रिस्तपूर्व.
अनेक परतलेल्या भाज्या.

आलू पोस्टो : कोलकाता १९००
खसखस घालून बटाटे.

सरसोंका साग : पंजाब १८००
राईच्या पाल्याची भाजी.

डाळी

ओसामो : बडोदे १८००
आंबटगोड तूरडाळ.

राजमा : लुधियाना १९४७
राजम्याची मसालेदार उसळ.

थायिर वडाई : मद्रास १९००
चवदार दह्यात घातलेले उडदाच्या डाळीचे वडे.

मिठाई

मिठाया फार प्राचीन काळापासून जगभर बनत आल्या आहेत.

पोहे

वेल अवील

गूळ आणि वेलची घालून केलेले पोहे.

गहू

हलवा

मैदा

मलिकापसंदा

क्रीम व बदाम घातलेल्या पुरणाचे सामोसे.

नारळ

नारकेल नारू

नारळाच्या कुरकुरीत वड्या.

फळे व मुळे

गाजर हलवा

क्रीम व तूप घालून केलेला गाजराचा उकडून हलवा.

एलाई अडाई

फणसाचे पुरण घातलेला तांदळाचा उकडलेला पदार्थ.

सीताफळ आईस्क्रीम

सीताफळ, साखर व क्रीम. इतर वासाचे पदार्थ नाहीत.

डाळींचे पीठ

पतीसा, म्हैसूर पाक, मोहनथाळ.

सुकामेवा

काजूकतली, बदाम हलवा, शेंगदाण्याची चिक्की.

दूध

रसगुल्ला, अफलातून, पालपोळी.

बल्लव विशेष

मुख्य पदार्थ

रोहू माशाचा कलिया शोक्ती घोर चाल बरोबर : ढाका १९७१
भात आणि रोहू माशाची आमटी.

डेझर्ट

इशरत उल फिरदौस चीजकेक.

■

१२

तारकचा मेनू नेहमीच्या पद्धतीचा नव्हता, उलट त्याने पदार्थ त्यातील घटकांनुसार एकत्र ठेवले होते. कौतुकाच्या एडवर्डकालीन पदार्थांना मात्र तत्कालीन वस्तूंसह असण्याची मुभा दिली गेली होती. बाकीच्यांसाठी त्याची स्पष्टीकरणं नेमकी आणि पाशवीच होती. म्हणजे 'पसंदा'ला फिलेट मिग्नॉन किंवा कोशिंबिरीला 'सालसा' गटात टाकलं नव्हतं.

"सूप प्रथम दिलं गेलं पाहिजे." उज्ज्वला मोठ्यानं म्हणाल्या. त्यांनी बोंबील खाल्ले होते. तारकनं मुद्दामच ते त्यांच्या हाताशी ठेवले होते. आता त्या लोणच्यांच्या भांड्यांतून एकेक चमचाभर घेऊन हुंगून परत त्यातच टाकीत होत्या. चव न घेता. "कबाबांपूर्वीच सूप द्यायला हवं होतं तुम्ही."

श्री. बजाज चष्मा लावून मेनूची तपासणी करीत होते. ते अविश्वासानं उद्गारले "सूप नाहीच?" तारक हसला, "सूप हे बेशिस्त देशांनी शोधलंय, स्वैपाक्याला थोडा सन्मान मिळावा म्हणून. लचके तोडणं, बकाबका गिळणं थोडं कमी व्हावं म्हणून. पोटाला थोडं गप्प करून जिभेला चवीनं एकेक जिन्नस पाहता यावा म्हणून. उपासमार आणि भूक यांविषयीची आपली ऐतिहासिक शिस्त लक्षात घेता भारतीयांना अन्नाचा सन्मान कसा करावा हे चांगलं कळतं. आपल्याला सूप घेण्याची गरजच नाही."

"मला नाही पटत." फेलिक्स म्हणाला. "आपलीही सूप्स आहेत की. पारंपरिक सूप्स. शोरबा, रसम हे काय आहे नाहीतर?"

"पण घरात ती कशी वाढली जातात, पाहिलंस तू कधी फेलिक्स? सूपप्रमाणे नाहीत. शोरबा पातळ भाजीप्रमाणे खाल्ला जातो. याखनी पौष्टिक रस म्हणून. स्वाद म्हणजेच सर्वकाही. रसमचा पोत नाजूक, वेगळाच असतो. शोरबा किंवा रसम देणं ही रेस्टॉरंट्सची फॅशन आहे. त्याला घरगुती पूर्वपीठिका नाही. पण आज तुम्हाला

दोन्ही मिळेल.'' (शोरबा आला. तो म्हणजे अक्रोड, बदाम वाटून त्याची चव किंचित जाणवेल इतपतच घालून केलेला खास रेशमी, जिभेवरून अलगद घसरणारा द्रव होता. रसम तर उत्तम द्रोणातून दिलं होतं, त्यावर अननसाची फोड घालून. त्यामुळे त्याच्या तिखटपणाला एक गोड किनार लाभली होती.)

''मला वाटायचं, तुमच्या जिभेवरच्या चव सांगणाऱ्या स्वादबिंदूंना लक्ष एकाग्र करण्यासाठीच चटण्या आणि लोणची असतात.'' हिला म्हणाली, ''आणि इथं तू ती फारच कमी ठेवली आहेस. का बरं? एरवी तर ती डझनांनी असतात. निवडीला वाव खूप.''

''बल्लवाला आपल्या पाककौशल्याची खात्री नसेल तरच. माझ्यापुरतं सांगायचं तर माझ्या स्वयंपाकात कोणी तोंडीलावणी मागितली तर मला तो माझा अपमान वाटतो.'' तारक म्हणाला. उज्ज्वला त्याच्याकडे टक लावून पाहत होत्या. त्यांनी लोणच्याचं भांडं घेऊन आपल्या ताटात उपडं केलं.

तारकनं तिला रेशमकबाब वाढले. ताबडतोब. अंदाजाप्रमाणेच तिनं लोणच्याला हातही लावला नाही. खमण ढोकळ्यात एरवी सर्वत्र जाणवणारा, घसा कोंडणारा इनोज फ्रूट सॉल्टचा दर्प नव्हता, मेदूवड्याने बाळपणी प्रवासात स्टेशनवर खाल्लेल्या मेदूवड्यांची आठवण जागी झाली; पण हे वडे जास्त कुरकुरीत होते.

''मी आणखी थोडी लुडबूड करणार आहे हं!'' तारक भाताच्या डिशेस घेऊन येत म्हणाला. मेनूखाली तुमच्या प्रत्येकाच्या नावाचं एक पाकीट मिळेल. त्यात तुमचं भविष्य असेल. बिस्किटांत असतं तसं नव्हे. जेवण झाल्यावर उघडा ते. हा माझा अंदाज आहे, तुम्ही कोणते पदार्थ निवडता त्याचा.''

''हे खूप झालं हं!'' रफीक उद्‌गारला. ''तू कसा अंदाज करणार? मी तर यातल्या निम्म्या जिनसांची नावंही ऐकलेली नाहीत. मला काय काय आवडलं ते मलाही नाही सांगता येणार!''

''पण मला येईल.'' तारक. बेरकीच दिसतोय पक्का!

''साधा भात, त्याला कसला आलाय इतिहास?'' बजाजनी थोड्या तुच्छतेनेच विचारलं.

''खरं सांगायचं तर तांदळाच्या दाण्यात देशातल्या लढायांपेक्षा अधिक इतिहास आहे.'' अलिफ बे स्वत:शीच पुटपुटला.

''आपल्या सर्वांचाच इतिहास आठवणींनी सुरू होतो.'' तारक म्हणाला.

त्याचा आवाज रागीट आणि उंच झाला होता. प्रत्येक नवा नवलाईचा पदार्थ मी तुमच्यासाठी तयार केलाय तो तुमच्या स्मरणातली कुठलीतरी आठवण जागवील. तुम्ही मि. बजाज, तुमच्यासाठी स्टीक तार्तार, माझ्या आठवणीतलं ते तुमचं लेबल आहे.''

"घोड्याचं मांस, रेसच्या घोड्याचं." फेलिक्स ऋषिमुनीच्या थाटात म्हणाला.

"कदाचित माझी आठवण भाताच्या शितांनीच सुरू होत असेल. हा मेनू ठरवताना आमच्या घरगुती पाककृतींच्या पुस्तकातून मी प्रत्येक वस्तू ठरवलीय. माझ्या लक्षात आलं की मला माहीत असलेलं घरगुती जेवणातलं काहीतरी केल्याशिवाय हे जेवण अपुरं राहील. मी तुम्हाला माझी घरची चव देतोय. माझ्या स्वत:च्या ढाक्याच्या घरातल्या शेवटच्या रविवारच्या जेवणाची चव. रोहू माशाचा कलिया आणि शोक्ती घर चाल."

ती डिश साधी आणि चविष्ट तर होतीच पण त्यात अश्रूंचीही चव होती.

"तुझा नवरतन पुलाव अगदी जवाहिऱ्याच्या दुकानातल्या खिडकीत मांडावा असा वाटतोय. इतका देखणा, प्रेक्षणीय की कसा खावा हा प्रश्नच आहे." हिला म्हणाली.

"नवरतन पुलाव ही काही घरगुती डिश नव्हे." तारकनं कबूल केलं.

"साधा भाज्यांचा तर पुलाव आहे." उज्ज्वला खांदे उडवून म्हणाल्या, "विशेष काय त्यात? आणि तांदळाची भाकरी आमच्या खेड्यातून खातात. बेचवच."

"मग बिसीबेळे खाऊन बघ." तिच्या नवऱ्यानं सुचवलं.

तीन प्रकारचे भात आणि तीन गव्हाचे पदार्थ वाढायला आणले होते.उज्ज्वलानी जाहीर केलं की बिसीबेळे आणि हलीम हे दोन्ही एकच आहेत.

"पण स्वाद वेगवेगळा आहे." चिलीनं वाद घातला.

आता सानेबाई पोरीसोरींकडून काही ऐकून घेणाऱ्या नव्हत्याच. "तुला काय माहीत आहे? तू कधी स्वयंपाकघरात तरी गेलीस का?" तिनं विचारलं.

सगळेच अचानक एकदम बोलू लागले. तारकनं रंगीबेरंगी भाज्यांचे वाडगे भरून आणले. "स्वाद आवडेल का पाहा. तो प्रत्येकाचा वेगळा आणि आवडही. आपण त्यात मसाले घालतो तेव्हा मूळ भाजीच्या चवीचा गोंधळ उडवून देतो. मसाला हा शब्दच मी टाळतो; खरं तर पाकशास्त्रात ह्या शब्दाला जागाच नाही. तुम्ही या भाज्यांचा नमुना पहा. प्रत्येक भाजी एकेका वेगळ्या चवीची आहे. त्यांच्या स्वत:च्या चवीच्या दोन पावलं मागेच ठेवलेत मसाले. फेलिक्स तू सुरुवात कर."

त्या भाज्यांत कोबीला किंचित ज़िरं, कॉलिफ्लॉवरला मेथी, बटाट्यांना तीळ, सफरचंदाला आलं, उडदाच्या डाळीला लवंगेचा वास दिला होता. वरून तळलेले कांदे. त्यात अगदी किंचित साखर. मी गोंधळले होते. हे खाऊ की ते? किती? की सगळंच? पण तारकनं निग्रहानं ती भांडी माझ्यासमोरून उचलली.

थोड्याच वेळात सारे गप्प झाले. तारकचाही चेहरा निवळला. त्यानं दर्शनला माशातला काटा काढून दिला आणि अर्पिताच्या आईचा डोळा चुकवून अर्पिताला पुरणपोळी वाढली.

"सगळंच इतकं चवदार, मस्त झालंय; पण काहीतरी गोड, जेवणानंतर डेझर्ट म्हणून हवं. भारतीय जेवणात डेझर्ट नसतंच." हिला म्हणाली. "काय देतोस मग?"

"स्वित्झर्लंडमध्ये आम्ही नेहमी 'तिरामिसू' घेत असू. त्याच्याइतकं दुसरं कुठलंच डेझर्ट मला आवडत नाही. भारतात आधी डेझर्टच नाहीयेत." उज्ज्वला म्हणाल्या.

"माझा मतभेद." तारक म्हणाला. "आणि थोड्याच वेळात ती डेझर्टची ट्रॉली आणतोय. तेव्हा तुमचाही सर्वांचा या मताशी मतभेदच असेल."

"वा:! ट्रॉली भरून डेझर्ट्स!" दर्शननं उडीच मारली.

"आणखी पुरणपोळी!" उज्ज्वला जोरात म्हणाल्या.

पण आलं ते पुष्कळच अधिक होतं. "मी अशी काही पक्वान्नं निवडली आहेत की त्यात रसस्वादाची समृद्धी आणि घटकांची सूक्ष्मता जाणवेल. पुन्हा वरून कसले वास घातलेले नाहीत."

"तू तूपसुद्धा काही वास न घालता वापरलंस." फेलिक्सनं कपाळाला आठ्या घालीत म्हटलं. "मोगलाई पक्वान्न करायचं तर तुपात वेलची हवीच."

"बरोबर. कारण मोगल स्वैपाक्यांना तूप करायची माहिती नव्हती. त्यांना ते कधी धड जमलंच नाही. अजूनही लोण्यातून पाणी संपूर्णपणे काढून टाकता येत नाही त्यांना. त्यामुळे तुपाला एक वास येतो. वेलची नसेल तर त्यांच्या तुपाला अर्थच नाही. खऱ्या तुपाचा खमंग स्वाद घ्यायचा तर ही तीन बेसनाची पक्वान्नं पाहा. तिन्ही एकमेकांपासून किती वेगळी आणि तरी तिन्हीतले घटक पदार्थ तेच. बेसन, साखर आणि तूप घ्या. पतीसा, मोहनथाळ आणि म्हैसूरपाक."

त्यातही तिघांत मोहनथाळ म्हणजे स्वयंपाक्याच्या कर्तृत्वाची कमाल होती. पतीसा सहसा फार अनुभवी स्वयंपाकीच करू धजतो. कैक प्रसिद्ध दुकानं मैसूरपाक आणि पतीसात फरक करत नाहीत. पण तारकनं वाढलेले तिन्ही तुकडे जिभेवर विरघळले.

"आणि ही बालूशाही असेल, पण फारच मऊ." एक पिवळा गोळा उचलीत फेलिक्स म्हणाला.

"नाही. ती मलिकापसंदी." तारकनं तोंड पसरून सांगितलं.

"नक्कीच. आत शुद्ध मावा आहे." डॉ. साने म्हणाले. उज्ज्वलानी मिटक्या मारल्या. आम्ही पक्वान्नांचं कौतुक करीत बडबडत होतो तेवढ्यात तारकनं नाही म्हणणं अशक्य, अशी आणखी एक वस्तू आणली. "हे माझं स्वत:चं संशोधन. चीजकेक हा सगळ्यात पौष्टिक; पण मी याला 'इशरत-उल-फिरदौस' म्हणतो. 'स्वर्गसुख'. तुम्हाला नाव पटलं तर सांगा."

मला पटलं. सगळ्यांनाच. सानेबाई आणि त्यांची पोरं सोडून. त्यांना आणखी

गोड हवं होतं काहीतरी. फेलिक्स आणि रफीकनं टाळ्यांदाखल टेबलं बडवली. तारक लाजला आणि वाकून अभिवादन करता झाला. माझ्या प्लेटमध्ये त्यानं आणखी एक तुकडा वाढला. तो चीजकेकच खरा; पण बऱ्याच गुंतागुंतीचा. हिला म्हणालीच. केशराचे ठिपके असलेल्या क्रीमच्या थराखाली बारीक शेवयाही होत्या. केक नरम लुसलुशीत आणि खालचं बिस्कीट अक्रोडाचं.

अखेर सानेबाई आणि बुवांचंही खाऊन संपलं आणि आम्ही आमची पाकिटं उघडली. आश्चर्याचे, आनंदाचे चीत्कार हवेत उमटले. आम्ही आमच्या चिठ्ठ्या उघडल्या. मोठ्यानं वाचल्या आणि आपल्या आवडीनिवडी इतक्या जाहीर झालेल्या पाहून थक्कच झालो. माझ्या चिठ्ठीतल्या यादीत होतं– पीच चाट, भाज्यांची मिसळ, अम्मीने कोझाकट्टाई, नर्गिसी कोफ्ता, तांदळाची भाकरी, पतीसा, इशरत-उल-फिरदौस. यात काही लबाडी नव्हती.

रमोना आणि मुलांनी तारकला घेराव घातला. आम्ही उभं राहून टाळ्यांचा गजर केला. त्यानं कसाबसा त्याचा स्वीकार करून स्वयंपाकघरात पळ काढला.

रफीकनं आणि मी साफसफाई केली तोवर तारकनं त्याचं रोजचं भातभाजीचं जेवण संपवलं. जेवणाचं टेबल ते सिंक या फेऱ्या मारताना रफीक अखंड शीळ घालीत होता. हातातल्या प्लेट्सचा डोलारा, त्यांचा तोल सांभाळीत चवड्यांवर नाचत होता. शिवाय टॅपडान्स करताना फ्रिजमधली लिंबं घेऊन त्यांचाही तोल सांभाळीत कसरती करीत होता. तारक हे सारं मजेनं पाहत होता.

"हं, मग फ्रान्समध्ये देखण्या मुली नाहीतच तर!"

"एकही नाही."

"आणि सगळ्या भारतीय मुली तेवढ्या देखण्या?"

"छे, छे, फक्त एकच. मेरा भारत महान मध्ये एकुलती एक सुंदर मुलगी आहे. अं... कदाचित दोन असतील. नक्की. दोनच सुंदर मुली." आणि मला कळायच्या आत मी गर्रकन फिरवली गेले.

"लक्ष ठेव. थोड्याच वेळात तारक माझ्याशी कुस्ती खेळायला तयार होईल." रफीक माझ्यावर वाकून माझ्या कानात कुजबुजला आणि मला हेलकावत एक गिरकी देऊन स्वत: स्वयंपाकघराबाहेर गेला.

रफीकबरोबर मला टँगो करायचा नव्हता; पण तरी हे सारं छान होतं. तारकनं जेवण टाकून मला धरलं. मी त्या नृत्यानं गरगरले होते. पुढच्या पाच मिनिटांत ते गरगरणं वाढलंच. अपुऱ्या प्रकाशात हलक्या चुंबनांनी आम्ही एकमेकांना कबूल केलं होतं. पण तो मागे झाला तेव्हा त्याचे डोळे त्रस्त होते.

"का केलंस तू असं?" मी म्हणाले.

तो इतक्या तडाख्यानं दूर झाला की जणू मी त्याच्या तोंडातच मारली होती. मी स्पष्ट केलं. "म्हणजे तू जेवणाच्या वेळी केलंस ते! तू त्यांना असं हरवलंस का?"

"हरवलं?"

"नाही? राईचं तेलवाल्या महाभागाला कुठं पाहावं तेच समजेना!"

"हां. हां. ते होय!"

"हो. तेच आणि अलिफ बे लाही हरवलंस तू. त्यानं ते खिलाडूपणानं घेतलं म्हणून आणि फेलिक्सलासुद्धा. त्याला ते कळलंच नाही म्हणून बरं."

"आणि तुला? तुला नाही मी हरवलं?"

"हो. मलाही. प्रत्येकालाच हरवलंय तू."

"तुला आवडलं नाही?"

"अर्थातच आवडलं, पण माझ्याकडे काहीतरी लपवण्यासारखं असतं तर नसतंच आवडलं."

"तेच म्हणायचंय मला."

"म्हणजे माणसाजवळ काही गुपितं असूच नयेत?"

"लाज वाटण्यासारखी नकोतच."

"पण असली तरी आपण ती बाहेर का आणायची?"

रफीकनं बाहेरनं विचारलं, "भांडायला सुरुवात झाली देखील? तुम्हाला पंच हवाय?"

"ती म्हणतेय माणसांजवळ गुपितं असू नयेत. तिला वाटतं गुपितं ही त्यांची खाजगी बाब आहे."

रफीकनं खांदे उडवले.

"कधी आहे, कधी नाही. त्याच्या सुखी किंवा दुःखी असण्यावर ते अवलंबून आहे. मी जर फ्रेंच मुलीच्या ऑम्लेटबद्दल दुःखी असेन तर ती गोष्ट गुप्तच असावी. दुःख नसेल तर गुपित नाही. तारक, तू दुःखदायक गुपितं शोधीत असतोस."

तारकनं तोंड वाकडं केलं.

"आयुष्य ही सुरुंगाने भरलेली भूमी आहे. सुरुंगाचा स्फोट कधी होणार हे माहीत असलेलं बरंच."

हे कसलं अजागळ लॉजिक!

"दुसऱ्याचं गुपित तुम्हाला कशाला दुःखी करील?" मी विचारलं.

"ते मला नाही माहीत. पण सत्य हे सरळ, उघड असावंसं वाटतं मला. मला लोकांची गुपितं समजून घेण्याची हौस नाही. फक्त त्यांना कळायला हवं की त्यांच्या दिखाव्यावर मी जात नाही."

"म्हणजे जसा तू कुक आहेस, तुला कुक म्हणावं, शेफ किंवा पाकशास्त्रज्ञ नव्हे!"

"बरोबर."

आम्ही एकमेकांकडे पाहिलं. शत्रुत्वाची शपथ घेतल्यागत.

नक्कीच. मी माझी लक्ष्मणरेषा ओलांडली होती.

चुंबनानंतर काढलेलं चित्र धूसर होऊ लागलं होतं. त्याच्यासाठी नव्हे. रेषा तर पूर्णपणे जाणवत होत्या. माझं हृदय दुखावलं. तसंच मी ते चालू ठेवलं. नाहीतरी मी फार पुढे निघून आले होते. आता थांबणंही शक्य नव्हतं.

माझे सारे शब्दच चुकीचे होते. मला सांगायचं होतं की तो त्रासदायक वागतोय. मी काय बोलावं हे न कळून त्याच्याकडे पाहत राहिले.

त्याचा चेहरा निवळला. त्यानं माझ्या गालाला हात लावला आणि माझं सारं दु:ख नाहीसं झालं.

रफीक– आमचा पंच म्हणाला, "तारकला कुणी मूर्ख ठरवलेलं आवडत नाही. कबूल. मलासुद्धा नाही आवडत. पण आमच्यातला फरक हा आहे की मला कुणी मूर्ख ठरवलं, बनवलं तर मी वाट पाहतो. कधीतरी वेळ येते की मी त्याला मूर्ख बनवतो. बस, झालं. पुन्हा आम्ही दोघे सारखे! पण तू तारक, तुला कोणी मूर्ख बनवलं तर तू त्याचा ढोल बडवतोस. खरं तर तुला कुणी मूर्ख बनवण्याचीही जरुरी नाही. प्रत्येक मूर्खाच्या तू विरुद्ध असतोसच."

"मग तुझा सल्ला काय आहे?" तारकनं थोडं कुतूहलानंच विचारलं.

रफीकनं असाहाय्यपणे हात वर उडवले.

"मी काय सांगू? तांडवानं मी जे साधतोय ते तू स्वयंपाकानं साधतो आहेस. अर्थात पोटात नव्हे अशी मी आशा करतो. आपण कलाकार आहोत. पॅरिसमध्ये मी हे शिकलो. कलेचा हेतू अस्वस्थ करण्याचा असतो. हृदयात काटे टोचण्याचा, नंतर हृदय काय करतं त्याच्याशी आपला संबंध नाही. त्याला तो काटा कळणं हेच आपल्याला पुष्कळ आहे." तो थोडा विचारमग्न झाला. "तुला माहीत आहे? त्या लोलाबद्दल मला फार वाईट वाटतं. असलं हे आयुष्य! आधी नवरा, मग तो वकील, आणि आता हा दारूड्या आणि कोणी, कोणीही तिचा मित्र नाही. पण तरी तिला हृदयातल्या ह्या काट्याची जाणीव आहे आणि दुसऱ्या लोकांच्या हसण्याला ती किंमत देत नाही. माझ्या मते ही हिंमत आहे. तिला नवल म्हणून तू काय देणार होतास, तारक? की काही बनवलंच नाही?"

"बनवलं तर एक. मला वाटलं ती रात्रीच्या जेवणासाठी इथं परत येईल." त्यानं फ्रीजमधून एक छानपैकी कलात्मक कोरून काढलेली काकडी काढली.

"मी ही पुदिन्यानं सजवून तिला देण्याचा विचार करीत होतो. मी तिला टीव्हीवर एकदा मुलाखत देताना पाहिलं होतं. मुलाखतकारानं तिला विचारलं होतं की ज्यांना खूप सोसावं लागतं अशा स्त्रियांसाठी तिचा काय संदेश आहे म्हणून आणि

ती म्हणाली होती. 'थंड, शांत राहा. काहीही होऊ दे, थंड राहायचं असं ठरवा.' "

जेवणाच्या खोलीतून फुलं काढून टाकताना नंतर मी त्याचाच विचार करीत होते. फुलं व्हरांड्यात ठेवली तर ताज्या हवेत कदाचित रात्रभर चांगली राहतील असं ठरवलं होतं आम्ही. त्यातली नेच्याची काटेरी पानं हलवताना काहीतरी चमकताना पाहून माझी नजर त्यावर खिळली. ते लोलाचं एक कानातलं होतं. अलिफ बे शी रात्री झालेल्या मारामारीत ते पडलं असावं. फुलांच्या कुंड्या इथं आणताना त्या काटेरी पानात अडकून इथं आलं असेल. चिलीनं पाहिलं असतं तर असं फेकलं नसतं.

लोलाचं त्यावाचून अडेल. लोलाला पळून जाताना वजन कमी करण्यासाठी जणू एकेक वस्तू टाकावी लागली असं वाटून मला तिची कीव वाटली.

तारक आला तेव्हा मी ते त्याला दाखवलं. त्यानं ते पुन्हा हळूच नेच्यावर ठेवलं. थोड्याच वेळात स्वयंपाकघरात गर्दी झाली. हिला, डॉ. साने, अगदी श्री. बजाजही आले. लल्लीला फेलिक्सच्या उत्साहानं खेचून आणलं. अलिफ बे ड्रिंक्ससाठी आला. सगळे तारकचं अभिनंदन करीत होते, मोठमोठ्यानं, बटबटीतपणे. तारकनं त्यांच्या डोक्यावरून माझ्या नजरेला नजर दिली. तीत एक उपरोधिक चमक होती. मला मात्र ती मुळीच कळली नाही.

नेहमी गोंधळल्यावर मी करते तेच तेव्हाही केलं. तिथून काढता पाय घेतला. बाहेरच्या अंधाऱ्या ओसरीवर मी आले ती चिलीलाच धडकले. ती भिंतीला पाठ टेकवून उभी होती, स्थिर. मला धनगरी कुत्रा आठवला. अंगावरचा केसन् केस सावध, ताठ. हवेचा वास घेऊन झेप घेण्याचा पवित्र्यात. एक हात वर करून ती कुणाला निरोप देत होती की टाळत होती कुणास ठाऊक! मी पण तसंच केलं आणि पुढे गेले.

अस्वस्थपणामुळे मला वाचायला सुचत नव्हतं. मग डेस्कशी बसून मी लिहू लागले. आता हा मनाला शांतवणारा व्यायाम नक्कीच नाही. आमच्यासारखे लेखक मनातली भुतं नाहीशी करू शकत नाहीत, फक्त त्यांना वेगळ्या पातळीवर आणून सोडतात, इतकंच.

मी माझ्या पैसा मिळवून देणाऱ्या सदराकडे– लुलूकडे वळले. या आठवड्यात मी तिला बरीच दुःखं भोगायला लावली होती.

पानभर लिहून झाल्यावर मला आढळलं की लुलूच्या प्रश्नांना तारकच्या आवाजात उत्तरं मिळताहेत.

"मला काय करावं तेच कळत नाहीये." लुलू विव्हळली. अर्थात हे सांगायला तिला शंभर तरी शब्द खर्चावे लागले.

"तुला रात्रीची गाढ झोप मिळायला हवी."

अर्थात तारक हे लुलूला म्हणाला नाही.

दार धाडकन सताड उघडलं आणि मी चोरून ऐकायला सज्ज झाले आणि मग आपली भूमिका पूर्ण बदलून तारक सगळ्या पुस्तकातून प्रसिद्ध असलेले नाटकी शब्द म्हणाला, "हे सगळं इतकं अचानक होतंय. तू मला थोडा वेळ दे."

मी स्वत:ला लुलूइतकंच मूर्ख मानून घेतलं.

तो हळू, आर्जवी शब्दात म्हणाला, "प्लीज."

"मला वचन दे. पुन्हा माझी फजिती करणार नाहीस." ही चिली. "एकदा झालं ते झालं. पुन्हा होता कामा नये."

"मी वचन देतो."

"वचन दे पुन्हा. पक्कं."

"मी सांगतो. पुन्हा असं होणार नाही."

"आपण आत्ताच सर्वांना सांगूया का? ओरडून सांगू. लाज कसली त्यात?"

"मला वेळ दे कृपा करून."

"तो मुळीच घाईत वाटत नव्हता, अगदी कणभरही. उघडच आहे. चिली पार करणार नाही अशी कोणतीही लक्ष्मणरेषा नसणारच. "पण आता निदान हिलाला तरी का नाही सांगायचं? प्लीज प्लीज."

"नाही. माणसांना नाइलाजानं दुखवावंच लागतं. त्याहून अधिक दु:ख द्यायची माझी इच्छा नाही. मला वेळ हवाय."

"बरं बरं. मी नुसतं विचारलं. तुला हवं तसं कर तू."

शांतता.

त्यानं तिचं चुंबन घेतलं असेल? कुणास ठाऊक. मला कळायला हवं. कळायला नकोही.

कानांनी माझ्या हृदयाला एक मोठ्ठा विजेचा झटका दिला होता. माझं तोंड जळत होतं.

माझ्या स्वत:च्याही लक्षात येण्यापूर्वी मी दार ढकलून उघडलं होतं अणि गच्चीत पाऊल टाकलं होतं.

चिली निघून गेली होती.

तारक कठड्याशी उभा होता. समुद्राकडे पाहत. तो वळला नाही. पण त्या गर्द सावलीत मी श्वासोच्छ्वास ऐकला. माझ्यासारखाच हलका, भरभर, ताणलेला.

चिली आणि तारकमध्ये जे काही घडलं होतं त्याची काळजी माझ्याशिवाय आणखीही कुणाला तरी होती तर!

■

१३

डालीच्या राफाएलेस्क मस्तकस्फोटासारखी वाटणारी रात्र संपत आल्यावर पहाटे मला झोप लागली. आठ वाजता जाग आली ती खारच्या मासळीबाजारात दुपारी यावा तशा आवाजानं. त्या आवाजाची निर्मिती करणारी एकच स्त्री होती.

माझी अंघोळ आणि कपडे होईपर्यंत मनातली तगमग थोडी कमी झाली होती. मी पाय ओढत खाली आले आणि अर्ध्या पायऱ्यांवर चेहरा दोन हातांत लपवून बसलेल्या हिलावर आदळले.

"हिला, काय झालं गं?"

"तू नाही ऐकलंस? सानेबाई मला सांगतेय की कुकला हाकलून दे, तो तरी जाईल नाहीतर ती तरी!"

"आज कोणी कुठं जाणार नाही." लल्ली जिन्याच्या वरच्या पायरीवरून ओरडली. "आपण अडकलो आहोत... की तुझ्या लक्षातच आलं नाही?"

माझ्या खरंच लक्षात आलं नव्हतं आणि हिलाच्याही. पाऊस काल रात्रीपासून थांबला नव्हता, पण पावसाची सतत गर्जनाही पिरपिर वाटावी इतका समुद्राचा आवाज होता. वाढता, अंगावर येणारा, हृदयाच्या ठोक्यांसारखा सतत. एखादं प्रचंड अदृश्य जनावर आमच्या अंगावर झेप घेण्याच्या पवित्र्यात आसपासच उभं असावं तसं वाटत होतं. भिंतीवरच्या चमचमत्या शोभेच्या वस्तू, काचेच्या डोळ्यासारख्या निस्तेज वाटत होत्या. खिडकीतून मला दिसत होता तो फक्त एक पांढरा, मळकट, जाड पाण्याचा पडदा आणि छपरावरून आघळणारे मोतिबिंदूसारखे पावसाचे थेंब.

समुद्र पाहायला आम्ही व्हरांड्यात धावलो. पाऊस आता थोडा कमी झाल्यानं दिसत तरी होतं. समुद्र एखाद्या सिमेंटच्या भिंतीप्रमाणे अंगावर चाल करून येत होता. जड, अटळ. मधले सगळे खडक त्यानं गिळून टाकले होते. किनारी रस्ता

पाणबुडीसारखा पाण्याखाली गेला होता. टेकडीच्या खालचा भाग ओहोटीच्या लाटेमागे जाताना थोडासा दिसायचा, तेवढ्यात फेसाखाली पुन्हा झाकून जायचा. टेकडीच्या चढावापुढे समुद्रही वैतागलेला दिसत होता. 'अर्देशीर व्हिला' जणू पाण्यावर तरंगत होता आणि अनेक तक्रारखोर श्वापदांनी घेरला होता. कुठलाच आवाज मनाला रिझवीत नव्हता.

पूर्वेकडचं खेडं आमच्यापासून पूर्णत: तुटलं होतं. नजर पोहोचेल तिथपर्यंत पाणीच पाणी होतं. सतत फुटणारा एखादा प्रचंड आरसाच जणू.

आम्ही बघता बघताच पाण्याचा पडदा जाड होऊन अधिक जवळ आला. डोळ्यांपुढे धुकट, हलत्या निरर्थक सावल्यांच्या फिक्या आकृत्या दिसत राहिल्या.

"आपल्याकडे अन्न, पाणी, वीज आहे. कुठून काही मदत येईपर्यंत आपल्याला रिझवणाऱ्या गोष्टी करताना आवश्यक साधनसामग्री." हिला खांदे उडवीत म्हणाली.

"पण फोन एव्हाना बंद पडला असेल. श्री. बजाजखेरीज इतर कोणाकडे सेलफोन आहे?" लल्लीनं विचारलं.

नव्हताच. आत्ता तरी. हिला तिचा घरी ठेवून आली होती. लल्ली आणि माझ्याकडे नव्हताच. साने मंडळींनीही त्यांचा आणला नव्हता. सर्वांनीच हे सहलीचे दिवस नेहमीच्या जगाबाहेर काढायचं ठरवलं होतं. राहिले चिली, रफीक, तारक आणि फेलिक्स. मला माहीत होतं की तारक आणि रफीककडेही सेलफोन नव्हता. चिलीनं तिचा रिक्शातून येताना चिडून फेकून दिला होता. फेलिक्सचा त्याच्या शरीरातच बसवलेला असावा. तसा तो दिसत होताच. अलिफ बे ला सेलफोनचा शोध लागल्याचा पत्ताच नसावा.

लल्लीनं माझ्या या तर्काला पुष्टी दिली. "म्हणजे आपण खरंच सुसंस्कृत जगापासून तुटलो आहोत. आता मनासारखं रानटी होता येईल."

काय हे भलतंच बोलणं! असं काही ती बोलेलसं वाटलं नव्हतं. आरडाओरडा पुन्हा सुरू झाला. उज्ज्वला सानेंचा आवाज तर चिडून हिस्टेरियाच्या पातळीवर पोहोचला होता. आम्ही काही हालचाल करण्यापूर्वीच त्या आमच्यावर चालून आल्या, "मग काय ठरवलंयस तू हिला? कुक जातोय की आम्ही जाऊ?"

"ही हवा आज कुणालाच जाऊ देणार नाही. शहरापर्यंत तुला वाटलं तरी पोहत जाणंही शक्य नाही. म्हणजे ते धोक्याचं वाटतंय. तुझी अडचण तरी काय आहे गं उज्ज्वला? आपण त्यावर काहीतरी उपाय नक्कीच शोधू शकू!"

"तो भिकारडा स्वयंपाकी. मी गाढ झोपले असताना त्यानं दार ठोठावलं, मी उठायच्या आत दार उघडून आत आला, एक ट्रे आदळला, एका बशीत काहीतरी ओतलं नि त्याला काडी लावली. वर म्हणाला, "साडेआठ वाजले आहेत, बाईसाहेब, तुमचा ब्रेकफास्ट– क्रेप्स सुझेटी आणलंय. खरं वाटतंय तुला?"

मला वाटलंच. हसूही फुटलं. पण काल रात्रीची आठवण होऊन ते विरलं. पण त्यांचं संपलं नव्हतं.

''मला असं अर्ध्या रात्री उठवायचं? मी विचारलं त्याला तर त्यानं वर तोंड करून काय उत्तर दिलं असेल? मला सगळ्यांचा ब्रेकफास्ट तयार करायचाय, तुमच्या नखऱ्यांनुसार मी बाकीच्यांना ताटकळत ठेवू शकत नाही. असं बोलला तो माझ्याशी! एक स्वयंपाकी! ओः''

''नको खाऊस तू.'' हिलानं समजूत घातली. मी ते परत नेते आणि त्याऐवजी तुझ्यासाठी अंडं आणते उकडलेलं .''

''मला नको उकडलेलं अंडं! त्या माणसानं शिजवलेलं काहीही मी कणभर सुद्धा खाणार नाही. तुला सांगून ठेवते.''

डॉ. साने अस्वस्थ होऊन तिथं आले. त्यांच्या तुंदिल पोटाभोवती एक टॉवेल गुंडाळलेला होता आणि त्यांचा अर्ध्याहून अधिक चेहरा फिक्या हिरवट क्रीमनं झाकला होता.

''मला सुखानं दाढीसुद्धा करू देत नाहीस तू!'' ते बायकोवर गुरगुरले. ''सगळ्या गोष्टींचं अवडंबर माजवायचं. मी खाल्लंय ते. नाहीतरी गारच होत होतं...''

''खाली चला बघू. आपण थोडी गरमागरम कॉफी घेऊ.'' मी सुचवलं.

पण उज्ज्वला ते नाकारून तशाच धुमसत त्यांच्या खोलीत गेल्या. नवऱ्याच्या तोंडावरच त्यांनी दरवाजा धाडकन बंद केला. आता हसू दाबणं अशक्यच होतं.

हिला खरी व्यवहारी. तिनं त्यांना मुलांच्या खोलीत पाठवलं आणि नंतर ब्रेकफास्टचा ट्रेही पाठवते म्हणाली. ते चेहरा पाडून तिथून गेले.

''आता असल्या लोकांशी कसं वागायचं?'' हिला विव्हळली. ''मी करू तरी काय? माझ्या शेजारच्या खोलीत अलिफ बे आहे. हँगओव्हर आल्यानं तो कण्हतोय. श्री. बजाज आणि त्यांची कागदपत्रं यांचा फौजफाटा बरोबर घेतल्याशिवाय मी व्हरांड्यात पाऊल टाकू शकत नाही. थोडा वेळ गेला की पुन्हा सानेमंडळींची नाटकं सुरू होतील. आता काय तमाशा करतेय देव जाणे! आणि तो स्वयंपाकी...!''

माझ्याकडे बोट रोखून ती म्हणाली, ''हा *तुझा* कुक अगदी खुशीत आहे, कारण फेलिक्स रेगोनं त्याला जेवणाचा मेनू बदलायला सांगितलंय.''

''फेलिक्स असं कसं करील?''

''कुणीतरी आव्हान दिलं असेल त्याला किंवा असलाच काहीतरी आचरटपणा. दहा वर्षांचे असल्यासारखे वागताहेत सगळे. *आता* काय?''

रमोना फणफणत नखशिखांत संतापून कोपऱ्यातून धावत पुढे आली.

''मी थोबाडलं त्याला.'' एखाद्या संतानं हुतात्मा होण्याची तयारी दाखवावी तसं तिनं जाहीर केलं.

"शाबास! सगळ्यांनाच थोबाडायला हवंय. तू कोणाला दिलंस हे बक्षीस?"

"अलिफ बे!"

"उत्तम. मी त्याला पावसात उभा करते. माझ्या भाचीच्या वाटेला जातो म्हणजे काय?"

"नको नको. हिला मावशी," रमोना घाबरली. "तसं नाही. तो रडतोय."

"काय?"

"हो. त्याचा हृदयभंग झालाय, फार दु:खी आहे तो; पण माझ्याभोवती हात टाकून तो हुंदके द्यायला लागला म्हणून मी त्याला ढकललं. पुन्हा त्यानं तेच केल्यावर मी एक जोरदार लगावून दिली."

"प्यायलाय तो चिक्कार." हिला विटून म्हणाली. "खरंच. एखादं प्राणिसंग्रहालय सांभाळणं सोपं असेल यापेक्षा."

"डॉ. हिला, जरा एक मिनिट." श्री. बजाज काही कागद नाचवीत अवतरले. हिलानं किंकाळी फोडली आणि ती चक्क तिथून पळाली.

लल्ली शूरपणानं पुढं झाली.

"स्वयंपाकघरात काही अडचण आलीय म्हणून हिलाला जायला हवंय. तुमचा चहा झाला? तुम्ही कॉफी घेत नाही ना? या हवेत गरम ब्रेकफास्ट घेतल्यावर बरं वाटेल." आणि मला नेहमी हेवा वाटतो त्या थंडपणानं ती त्यांना घेऊन गेली.

मी फ्रामरोझच्या सर्वांत वरच्या मजल्यावरच्या खोलीकडे जायला निघाले तर फेलिक्स त्याची खोली उघडून बाहेर आला.

"काय बाई आहे हो ही! मी ऐकलं सगळं. सानेबाई हो!" त्यानं स्पष्ट केलं. "ज्वालामुखी!"

"जागृत झालेला!"

"अरे वा! छान नाव आहे पुस्तकाला. *'जागृत झालेला ज्वालामुखी'* धन्यवाद."

"ठीक आहे. पण हे ऐनवेळी मेनू बदलणं कशासाठी?"

"अरे! मी विसरलोच होतो तुम्ही कारणं शोधता ते."

"तसलं काही करीत नाही मी. पण काय हो, काल ऑक्झॅलिक ॲसिड कसं नव्हतं सांडलं?"

"मी कामात होतो, मला नाही माहीत. मी इतिहासाची टिपणं काढीत होतो."

"त्याची कॉपी असेलच तुमच्याकडे."

"नक्कीच आणि रफीकचा डान्स त्यादिवशीचा, ते वादळ, पंचमहाभूतांचं थैमान, विजेच्या काट्यानं लाल काचेवर ओढलेले ओरखडे. सावल्यांचे खेळ. आवाजांचा खोडसाळपणा. दुसऱ्या दिवशी सकाळी वाळलेले रक्ताचे डाग..."

"अच्छा, म्हणजे तुम्ही आपलं संशोधन लल्लीकडे सोपवलंय तर..."

"मुळीच नाही. पण खरंच ती पोलिसात होती का?"

"मला तरी वाटतं बुवा."

"व्यक्तिश: मला ही कल्पनाच भारी वाटतेय. लैंगिक अत्याचार, हुंडाबळी वगैरेंच्या बाबतीत समाजकार्य करणारे. म्हणजेच मग पोलिस गुन्ह्यांचा शोध लावायला मोकळे. ओ: गुडमॉर्निंग डॉक्टर. काय पाऊस पडतोय हो!"

डॉ. सानेंनी आजची उद्घोषणा केली. "माझ्या बायकोचं डोकं विलक्षण दुखतंय. फारच त्रास होतो तिला. मी तिला जेवायची वेळ होईपर्यंत झोपून राहायला सांगितलंय."

मी फेलिक्सला सहानुभूती दाखवायला सोडून माझ्या खोलीत परतले, तर रमोना माझी कॅडमियम कॅप्री आपल्या अंगाला लावून कशी शोभतेय ते अगदी प्रेमानं आरशात पाहत होती. आज तिनं एक पिवळा रुंद हेअरबँड घातला होता, त्यानं तिचा लालसर केसांचा भारा उठून दिसत होता.

"घालून बघ." मी म्हटलं.

"खरंच?" तिनं आनंदानं जीन्स उतरून कॅप्री चढवली. अगदी ठीक बसत होती तिला ती. मी तिला त्यावरचा शर्टही दिला. तिनं काढून टाकलेल्या ब्लाऊजवरचं चांदीचं फुलपाखरू काढून शर्टवर लावलं.

"आणि तुझं काय? तू काय घालशील?" एकदम आठवून तिनं विचारलं.

"उज्ज्वला सानेंचं बेंबीतलं बटण."

रमोना खिदळली.

"मी सांगते, ती रफीकच्या क्लासला जरूर येईल. तंग पोशाख घालून. अर्पिता म्हणाली की तिच्याकडे तसा वाघाच्या कातड्याचा बनवलेला ड्रेस आहे.

"किती शोभणारी गोष्ट!"

"आज तू थोडी नरम आहेस. हो नं?"

"सगळेच वाटताहेत तसे."

"बिचारा अलिफ बे तर फारच."

"हो तो मोठा लेखक आहे ना." अर्थात मी हे नेहमीच म्हणते.

"तो सारखं म्हणतो की जगण्यासारखं माझ्या जीवनात काहीच नाही. तो काही मूर्खपणाचं करणार नाही, नाही का? म्हणजे आत्महत्या किंवा असंच काही."

"आता त्याला करायचीच असेल तर कोण थांबवणार? पण निदान इथं तसं करून हिलाच्या आयुष्यात गोंधळ घालण्यापेक्षा त्याचा बेत तो स्वत:च्या घरी पोहोचेपर्यंत लांबणीवर टाकील अशी आशा करू."

"ए, तू उगीचच सांगतेस ना? त्याला काही झालं तर तू नक्की किंचाळत सुटशील. आम्ही अकरावीत असताना त्याचा एक लेख होता आम्हाला. भयंकरच होता गं तो. त्याला काय म्हणायचंय त्यात ते कळतच नव्हतं. मी तो ऑप्शनला टाकला होता."

"चल. थोडी कॉफी घेऊ."

"मी घेतलीय. तारकनं मघाशी तमाशा केला, मावशी म्हणाली तुला? फेलिक्सला खूपसं मेयोनेज हवं होतं. मेनूत नव्हतं ते, आत्ता करायलाही वेळ नव्हता; म्हणून तारक बाकीचा स्वयंपाक घाईघाईनं करतोय, म्हणजे त्याला बर्फावर अंडी घुसळायला पुरेसा वेळ मिळेल. पुरुषासाठी हे कसलं आयुष्य ना?"

"मग त्यानं काय करायला हवं होतं? बाहेर जाऊन ब्रेकफास्टसाठी रानडुक्कर मारावं?"

"ब्रेकफास्टमध्ये आज हॉपर्स, स्ट्यू, एग्ज फ्लोरेन्टाईन आणि अननसाचा जॅम आहे. त्यानं मला तुला सांगायला सांगितलंय मुद्दाम हॉपर्सबद्दल. हॉपर्स म्हणजे काय गं?"

"चल, तुला दाखवते." आणि आम्ही आनंदानं खाली धावलो.

चिली हळूहळू येत होती. फिक्कट दिसत होती. आमच्या शेजारी बसायला तिनं खुर्ची ओढली आणि जांभया दिल्या. "मग राजकन्या काय म्हणतेय आज?" तिनं चिडवलं.

"थँक्स, चिली. मी अगदी हिस्टेरिकच झाले होते त्या साडीनं." रमोना म्हणाली. "तू मदत केली नसतीस तर साडी नेसण्याचा बेत मी सोडूनच दिला असता."

चिलीनं तोंड वाकडं केलं.

"तू का अशी उदास?" तिनं मला विचारलं.

मी उदास दिसत असेन असं मला वाटलं नव्हतं. मी हवेचं कारण दिलं.

चिलीनं मान हलवली, "मलाही स्वच्छ प्रकाश आवडतो. एकदा लंडनमध्ये आठवडाभर सूर्य दिसला नाही. मला इतकं आजारी वाटलं. वाटलं मी मरणार. डॉक्टर म्हणाले मी सॅड आहे. मी म्हटलं ते कळतंय. पण तो 'सॅड' नावाचा आजार होता. सूर्य दिसला नाही की होतो तो." त्या दोघींनी माझी प्रकृती गंभीर आहे की काय याची गंभीरपणे चर्चा केली. चिली कुणाला न आवडणं शक्यच नव्हतं; पण मी तिच्यापेक्षा तारकला दोष देईन.

"आजचं जेवण म्हणजे आव्हानच आहे एक. हो की नाही? सात कोर्सेसचं. आपण ते जेवणार आहोत. मी सांगते पैजेवर, की या आठवड्याअखेर माझं वजन दहा पौंडांनी वाढलेलं असेल."

रमोनाचं प्रामाणिक कथन रफीकच्या आवाजानं तुटलं, "चलो. बायांनो, थोडा व्यायाम करा आधी. रमोना, तुझ्या मैत्रिणींना बोलाव."

रमोनानं घाईघाईनं आपली प्लेट संपवली. मी दिलगिरी दाखवून निसटले; पण चिली म्हणाली की तिला रमोनाच्या शब्दांत 'बॉडी मूव्हमेंट'साठी जायला हवं.

"पण फक्त अर्धा तासच हं. मला झोप हवी, नाही तर वाटोळंच माझं उद्याला. अकरा वाजता मला माझ्या खोलीत जायला हवं. व्हिटॅमिनची गोळी घेऊन दोन तास तरी झोपायला हवं जेवणापूर्वी. नाहीतर उद्याला माझी त्वचा मातकट होईल."

त्या गेल्यावर उगीचच मला एकटं वाटलं. स्वयंपाकघराच्या दारावर टकटक करण्याची ऊर्मी मी प्रयासानं दाबली. तारकनं मेयोनेजवरून केलेल्या नाटकाविषयी मी ऐकलंच होतं. त्याला आता कुणासमोर यायचं नसणार आणि मी तरी कशासाठी त्याला सामोरं जाणार होते?

आपण नातं कसं जोडतो? ते जर शब्दांनी असेल तर प्रत्येक वेळी फसवलं जायची तयारी ठेवायला हवी.

मला एक उत्साहदायक विचार सुचला. एव्हाना कदाचित टोपलीतले सारे लॉबस्टर बाहेर येऊन सानेमंडळींच्या दिशेने कूच करीत असावेत. थोड्याच वेळात किंकाळ्या ऐकू येतील...

"ए, इथं आहेस होय तू? मी सगळीकडे शोधलं, सकाळपासून दिसली नाहीस. होतीस कुठे?" तारकच्या हातात तो सुप्रसिद्ध राजस निळा मग होता आणि त्यातल्या कॉफीच्या वाफेनं त्याचा चेहरा धड दिसतही नव्हता, पण हे जगातलं माझ्यासाठीचं सर्वांत हवंहवंसं दृश्य होतं. मग मला आठवलं आणि माझ्या चेहऱ्यावरचं हसू मावळलं. त्याचेही डोळे गढुळले. माझा राग गेला आणि फुटक्या काचेच्या तुकड्यांसारखं एक काळं, दुष्ट हसू तिथं उमटलं.

"तू कसला विचार करीत होतीस?"

"हेच की लॉबस्टर्सनी एव्हाना सानेमंडळींना शोधून काढलं असेल."

"अरेरे! मी आताच दहा मिनिटांपूर्वी त्यांना फ्रीजरमध्ये टाकून आलो."

"म्हणजे आता ते आजच्या मेनूत नाहीत. आणि मेयोनेजचं काय?

"रेगोला काय हवं असेल ते मिळेलच. लॉबस्टर मेयोनेज, काय त्यात एवढं आहे कोण जाणे. वीस मिनिटं फ्रीजरमध्ये ठेवलं की ते गप्प होतात; पण फेलिक्सला काहीतरी अधिक त्रासदायक हवं आहे. असो, पण तू काही त्याचा विचार करीत नव्हतीस नक्की!"

"नव्हते, पण ते काही महत्त्वाचं नाही."

"आहे. तुझे डोळेच सांगतायत."

"बरं. मग जेवणानंतर. लॉबस्टर मेयोनेजनंतर."

"तुझ्यासाठी नाही ते. तुझ्यासाठी खास मी माझी 'कॉर्सिकन डेलिकसी' वाढणार आहे."

"काय आहे ती?"

"निव्वळ स्वर्गीय. लॉबस्टर्सची अस्सल चव हलकेच किंचित क्रीम घालून वाढवून देवदूताच्या केसांच्या घरट्यात वाढणार आहे."

आणि माझ्या हातावर मिनिटभर आपला हात ठेवून तो गेलाही.

■

१४

मी माझी कॉफी संपवली आणि जेवण होईपर्यंत सर्वांपासून दूरच राहिले. तारकवर कसल्याच गुपिताचं – मग ते दु:खदायक असो की मजेदार – ओझं पडलेलं दिसलं नाही. त्यानं चिलीला दिलेल्या शब्दानुसार तोही जेवण होईपर्यंत कशाचं काही बोलत नव्हता.

आठवड्याच्या शेवटच्या दोन दिवसांच्या सहवासाच्या पलीकडे बघण्याचा बेत करणं हा माझाच मूर्खपणा होता.

आता आमचा वेळ संपतच आला होता.

मी शांतच राहीन उद्या सकाळपर्यंत. मग आम्ही निघून जाऊ आणि पुन्हा एकमेकांना कधी दिसणारही नाही. माझं शिस्तबद्ध जीवन उत्कर्षमध्ये चालू राहील. आठवड्यातून एकदा लुलूला भेटणं, उरलेल्या वेळात पुस्तकं लिहिणं, ज्यातल्या कष्टी लेखनाच्या वाचनानं वाचक ताबडतोब आत्महत्येस प्रवृत्त झाला पाहिजे. नंतर साहजिकच मी लायब्ररीकडे वळले.

इथं आल्यापासून हे सारं करण्याची मी वाट पाहत होते; पण आल्यापासून आतापर्यंत मी पुरेशी एकटी अशी नव्हतेच. पुस्तकांच्या कपाटाशी गेल्यावर मी माणसांचं साहचर्य सोसूच शकत नाही. फ्रामरोझची लायब्ररी ही एक अशी खोली होती की जिला हिलाच्या आर्किटेक्टनं स्पर्श केला नव्हता. ती मोठी होती. दिवस चांगला असेल तर तिचा हवेशीरपणा आणि उजेड जाणवायचा. उंच खिडक्या, त्यामध्ये गादीच्या खुर्च्या, खिडकीतून दूरवर दिसणारा समुद्र. आजच्यासारख्या दिवशी काचेच्या तावदानातून दिसणारे पाण्याचे भोवरे, हवेत एक वेगळाच सुन्न प्रकाश होता. क्षणभर मला तसंच मऊ उबदार खुर्चीत दडून बसण्याचा मोह झाला. वाटलं आपल्याच उदास विचारांत बुडून राहावं.

मी दिवे लावले आणि खोली जिवंत झाली. प्रत्येक भिंतीवरून पुस्तकं

माझ्याकडे पाहू लागली. दिव्यांच्या उबदार प्रकाशात त्यांची जुनी कव्हर्स, बाईंडिंग्ज चमकू लागली. दिवेही फ्रामरोझच्या वेळचेच होते. त्यांच्या रुंद पोर्सेलिनच्या शेडस् जमिनीवरच्या लिनोलियमवर प्रकाशाचे सोनेरी गोल रेखाटत होते.

नंतरचा तासभर अगदी सुखाचा गेला. मध्येच मी पुस्तक घेऊन आरामखुर्ची सोडून खिडकीशेजारच्या फरशीवर बसले. आता ब्राउनिंग वाचण्याची माझी इच्छा होती. मी शोधत असलेली ओळ मला सापडली, पण त्यामुळे मी पुन्हा माझ्या अस्वस्थ वर्तमानकाळात परतले. कॉर्सिकन डेलिकसीनंतरच ते करावं– ज्याच्याबद्दल आता मला काहीही रुची उरली नव्हती.

कुणी तरी खाकरलं. अलिफ बे.

"मला तुमच्याशी थोडं बोलायचंय. मी तुमचं पुस्तक काल रात्री वाचलं." अलिफ बेचा डौल परत आला होता. आता तो नेस्टरच्या भूमिकेत होता. "तुम्ही एक हुषार लेखिका होण्याची भीती आहे. हुषार म्हणजे ज्यांचं नाव कुणी घेत नाही अशा."

मी बाहेर पडण्यापूर्वी बोलायला एखादं चांगलं वाक्य शोधू लागले.

"तुमचं मन पुरेसं उत्सुक नाही. फार चटकन विश्वास ठेवता तुम्ही. संशय घ्यायला शिकल्याशिवाय तुम्ही चांगल्या लेखिका होणार नाही. दिसेल तसंच गृहीत धरताच कामा नये. आपल्या स्वयंपाक्यासारखं हवं मन."

"त्याचं मन शंकेखोर आहे?"

"आता विचारलंतच म्हणून सांगतो. कालच्या त्याच्या खेळात त्यानं तुम्हाला गृहीत धरलं होतं."

"त्यानं आपल्यावर पैज मारली होती?"

"नाही. नाही. हे फारच साधं सोपं झालं. तो आपल्याशी खेळला. आपलं वाटोळं केलं त्यानं. आपल्याला छळलं. आपल्या खुनापासून फक्त इंचभरच दूर राहिला तो."

"हे मात्र फारच होतंय तुमचं."

"होय? तुमच्या आत्याला विचारा कधीतरी!"

मी खांदे उडवले. कुकबद्दल मला चर्चा करायची नव्हती.

तारकसारखं मन फार मूल्यवान असतं. मला तसं मन असतं तर!

"सध्या काय लिहिताय तुम्ही?"

"*लुलूची दैनंदिनी.*" मी ताबडतोब उत्तर दिलं. त्याला धक्का बसावा या उद्देशानं. तो हसला. "अरे वा! तुमचं आह ते? मला आवडलं. मस्तच आहे!"

आता मला धक्का बसला. लुलूसारख्या वेडपटाबद्दल वाचण्यात त्याला गंमत वाटत असेल अशी कल्पनाही मी करू शकले नसते. पण त्यानं ते केलं काही काळ.

मलाही ते आवडलं असतं, पण सगळा वेळ एकीकडे मी लोलाच्या बुटाचा विचार करीत होते. ते द्वेषमूलक वागणं या माणसाला शोभत नाही, पण तो वागला तसं, हे तर खरंच. मग?

काल रात्री दहा वाजता मला संशय तरी आला असता का की बारा वाजता तारक चिलीला सुखी भविष्यकाळ कायमचा देण्याचं अभिवचन देणार आहे?

कुणाचं काही सांगता येत नाही हेच खरं!

अलिफ बे नं लोलाचं नाव काढलंच.

''आता लोलाचंच उदाहरण घे. तिची कहाणी विलक्षण आहे. पण ती कशी सांगायची, ते तिला कळत नाही. तिचं लेखन म्हणजे नगरपालिकेचा अहवाल वाटतो. आम्ही तसेच भेटलो. ती आत्मचरित्र लिहीत होती. या आठवड्यात ते पुरं झालं. मुळीच चांगलं नाही ते. मी तिला तसं सांगितलं. ते तिनं कसं घेतलं असेल तूच कल्पना कर.''

मी शांत राहिले आणि त्याबद्दल माझीच पाठ थोपटून घेतली.

''हे बघ, तिनं आत्मचरित्र लिहिलं म्हणून मी तिला दोष देत नाही. त्यातून पैसा नक्की मिळेल. शिवाय, तिला कल्पनेनं काहीच करायचं नाही. त्याचा तर मला हेवाच वाटतो. तू, मी, आपण जी संथ, रटाळ आयुष्यं जगतो त्याऐवजी धोक्याची आयुष्यं शोधून नीटपणे लिहिली पाहिजेत.''

''फेलिक्स तेच करतोय.''

''त्याला काही लेखन म्हणत नाहीत नक्की. तो नुसता लिहीत जातो. मी ऐकलं की आज सकाळी त्यानं कुकचंही डोकं फिरवलं होतं.''

मला यात पडायचं नव्हतं.

''आता इतका वेळ आपण माझ्या पुस्तकावर बोललोय.'' मी ठामपणे म्हटलं. ''मला आता *'द थॉट सायकलिस्ट'* बद्दल सांगा.''

तो थांबला. हात भुवईशी. ह्या मुद्रेत नाटकी काही नव्हतं. फक्त निराशा.

''थॉट सायकलिस्ट असं काही नाही.'' तो पुटपुटला. ''ते सगळं खोटं, फापटपसारा आहे. थॉट सायकलिस्ट कधीच नव्हता.''

काय बोलावं ते मला सुचेना.

मला फार उशिरा कळलं की आपलं आयुष्य एका आभासाशी बांधलं गेलंय, खूपच उशिरा.

तो जायला उठला.

''माझं डोकं विलक्षण दुखतंय.'' मूळ पदावर येत तो म्हणाला. ''आता कुठं कॉफीही मिळायची नाही. कुकनं स्वयंपाकघराला कुलूप घालून घेतलंय.''

''पण कोठीच्या खोलीत त्यानं थोडं काही ठेवलं असेल. तो ठेवतो तसं.''

तो धडपडला. देवदूतांवरचा त्याचा विश्वास? त्याच्या पुस्तकांतली ती देवमाणसं? त्या बायका, मोठाल्या हाताच्या, डनलॉप पिलोसारख्या छातीच्या, स्वयंपाकघरासारख्या विशाल हृदयाच्या? गेल्या वर्षातला तो बर्फ? ते सारं गेलं कुठे?

माझी शांती भंगलीच.

अजून साडेअकराही झाले नव्हते. तारकसमोर पुन्हा जायला दोन तास तरी होते. मी हिंडू लागले. खोलीच्या मागच्या भागात एक मोठं चित्र भिंतीवर, भिंतीकडे तोंड करून लटकवलं होतं. हिला रात्री सांगत होती ते हेच पोर्ट्रेट असावं. मी ते उचलून पाहिलं. त्या नक्षीदार फ्रेममधून रमोना डोकावताना पाहून मी चाटच पडले. ही जर हिलाची आई असेल तर हे साम्य किती विलक्षण! चित्रातली स्त्री, तरुण रमोनापेक्षा थोडीच मोठी वाटत होती. चित्रकारानं तारुण्याच्या ताज्या छटा दाखवायला झळाळत्या रंगाचे पेस्टल्स वापरले होते. हिलाच्या बालपणातली तिची दु:खी आकृती त्यात कुठेही नव्हती. पण हिलाला आई अशीच आठवायला हवी होती.

"तुला माहीत आहे का गं कॉफी उरली आहे की नाही ते?" ह्या सानेबाई.

हुतात्मा झाल्यासारखा चेहरा. त्यांचा जांभळा सलवार कमीजचा पोशाख दु:खांतिकेला साजेसा. "स्वयंपाकघराला कुलूप आहे. कुक काही दार उघडणार नाही. आत काय करतोय तो?"

"कोठीच्या खोलीत कॉफी आहे. कुकला त्रास द्यायचा नाही. त्याला बरीच अंडी फेसायची आहेत." मी जणू कुकची प्रतिनिधी.

"मूर्ख आहे. स्क्रू ढिलाच आहे त्याचा. मला टोस्टवर मश्रूम्स मिळाले नाहीत."

"तुम्हाला रफीकचा डान्स आवडला?" मी रानटीपणानं विचारलं. कुकची सुटका करायसाठी मी म्हटलं.

"भयंकर! मला फक्त अभिजात नृत्य आवडतं."

"उद्या मुलं एक कार्यक्रम करणार आहेत. फार उत्सुक आहेत ती."

"हं! पाऊस-नृत्य. रेन डान्स-पेन डान्स. ती अर्पिता इतकी वेंधळी आहे. काही डौल, ग्रेस नाहीच तिच्यात. कुणाचा विश्वासच बसणार नाही ती माझी मुलगी आहे यावर."

नशिबानं मला उत्तर द्यावं लागलं नाही. त्यांचा नवराच म्हणाला, "तू काय करत्येस इथं?" त्यानं तुटकपणे संतापून विचारलं. "जेवणापर्यंत पडून राहा. तुला मायग्रेनचा मोठा झटकाच यायला हवाय का?"

"मला कॉफी हवी होती." त्या हळूच दम दिलेल्या पोरानं बोलावं तसं बोलल्या.

"कॉफी नंतर देईन मी. जेवणापूर्वी तुला दोन तासांची झोप मिळेल, चल." आणि ते गेले.

आता मात्र मी आरामखुर्ची पकडलीच. लायब्ररीतली शांती नव्याने उपभोगत मी सुखद उंची खुर्चीत स्वत:ला लोटून दिलं. मी माझ्या कोशात मग्न. आवाज आदळले ते त्या कोशावर. समुद्राची गाज, पावसाची रिपरिप, रफीकचा ताल धरणारा आवाज, काही तरी जड हलवलं गेलं. पाय वाजले. खालून वर, वरून खाली गेले. लल्लीचा आवाज. ती काय करीत होती इथे? मला तिला सांगायचं होतं... मला झोप लागली असावी.

उठले तेव्हा माझ्या घड्याळात दोन वाजले होते. अपराधीपणे मी खुर्चीतून उठून बाहेर आले.

■

१५

ते सारे हॉलमध्ये जमले होते. त्याचं नक्षीदार छत, मोठाल्या उंच खिडक्या, प्रचंड मोकळी जागा त्या हुषार अंतर्गत सजावट करणाऱ्यानं उत्तम सजवली होती. फर्निचर सारं फ्रामरोझनंच निवडलेलं, निवडकच होतं. एखाद-दोन वस्तू तेवढ्या दिखाऊ होत्या. अधिक किमती आणि नाजूक. जुन्या वस्तू मुद्दाम काढल्या होत्या. उगीचच जास्तीची टेबलं नव्हती. मांडणीचा रसभंग करणारी. गालिचा डोळ्यांत खुपणारा नव्हता. चित्रं आणि इतर वस्तूंशी रंगसंगती साधणाराच होता. जुन्या मुंबईचे फिकट झालेले फोटो होते. त्या खोलीत प्रत्येकालाच समाधान आणि स्वस्थता वाटत होती .

अलिफ बे मोठ्या खुर्चीत झोपला होता. डॉ. साने एकटेच एका छोट्या टेबलाशी बसून कागदपत्रांची चळत कपाळाला आठ्या घालून तपासत होते. हिला, लल्ली आणि फेलिक्सची हातवारे करून चर्चा चालली होती. चिली बहुधा आपल्या खोलीत अजून झोपली होती. रफीक आणि त्याचा ताफा तिथं नव्हता आणि उज्ज्वलाची संतापातून उद्भवलेली डोकेदुखी बहुधा कमी झाली नव्हती.

फेलिक्स ओरडला, "हे बघा आम्हाला काय मिळालंय. ऑक्झॅलिक ॲसिडपेक्षा चांगलं. हा फोटो बघा. जांभळ्या रेशमी साडीतली लल्ली..."

"गोरंपान कपाळ, अर्धे मिटलेले स्वप्नाळू डोळे..."

"तुला आठवतंय हे बरं." त्यानं पावती दिली. "जांभळी रेशमी साडी. अंहं, निळी. हो नं. भर रात्रीचा गूढ गडद निळा रंग. गळ्यात हिऱ्यांचा हार. छोट्याशा कानात दोन ओघळलेल्या थेंबासारखे निळे खडे."

"ती टेबलापलीकडे पाहतेय. काहीतरी स्मरतंय तिला. मग हळूच कानातले काढते आणि त्याच्या ग्लासात टाकते. 'पी हे. माझ्या नावानं.' ती पुटपुटते."

लल्लीला मजा वाटत होती.

"त्या ग्लासमधे काय टाकलं?" मी विचारलं.

"कराकाव. निळंच असतं. तो ते पितो. तो निळा खडा नसतोच मुळी. ते असतं शुद्ध कॉपर सल्फेट. त्याला कळण्यापूर्वीच तो मृत झालाय."

क्लिओपॅट्राचीच कृती.

"होय. आमच्या शाळेच्या रसायनशास्त्राच्या पुस्तकात होतं हे. मोती होता ना तो. मला माहीत आहे. कॉपर सल्फेट मृत्यूच आणतं. नक्की."

"पण ते पाण्यात मिसळतं?" मी विचारलं.

फेलिक्सनं हातानंच माझी शंका उडवून लावली.

"हिला, जेवणाच्या वेळी तुला तुझ्या आईला पाहिल्याचा आनंद मिळेल." आम्हाला धक्का देत श्री. बजाज उद्‌गारले. कुरकुरीत इस्त्रीच्या शुभ्र कपड्यात ते चमकत होते. ओले केस कपाळावर चकचकत होते. अगदी ॲल्युमिनियमचे असावेत असे. त्यांनी सांगितलं की त्यांनी ते पोर्ट्रेट जेवणघराच्या भिंतीवर लावलं आहे. हिलानं ते पाहून त्याचा कोन नीट साधला आहे की नाही ते सांगावं. गरम हवेत, धुळीत त्यांनी ते काम केलं आणि मग अंघोळ करून ताजेतवाने होऊन ते जेवायला आले होते.

"तुम्ही माझ्याहून लवकर आलात." डॉ. सान्यांकडे पाहून सगळे दात दाखवीत हसत ते म्हणाले. सान्यांनी त्यांना चित्र लावायला मदत केली. "तारकला ती सुतळी दिलीत?"

"नाही. स्वयंपाकघर अजून बंदच आहे. मी कॉफी प्यायला कोठीत गेलो होतो, तिथं ठेवलीय." डॉ. साने म्हणाले.

तारकची खोली – स्वयंपाकघर उघडण्याचा प्रयत्न प्रत्येकानंच केला होता; पण अयशस्वी.

"पण काही म्हणा हिला, तुझा कुक दिलेल्या शब्दाला जागतो हं." श्री. बजाज हसले. तुझे पाहुणे आपला शब्द विसरले; पण ठीक सव्वाअकरा वाजता मी कॉरिडॉरमध्ये कुकला भेटलो. तो नायलॉनची दोरी आणि कात्री घेऊन जेवणघराकडे चालला होता. 'आपण जेवायला जाऊ तेव्हा ते चित्र तिथं लावलेलं पाहायला हिलाला आवडेल.' तो मला म्हणाला.'तू जा, आणि अंडी फेटत बस. हे काम माझ्यावर सोपव.' मी म्हटलं."

रमोनाचं चित्राशी असलेलं साम्य सर्वांच्याच लक्षात आलं होतं. सर्वांनी ते बोलूनही दाखवलं. त्याच्या कॉपर सल्फेट दुर्घटनेत रमोनाचा अंतर्भाव न केल्याचा पश्चात्ताप फेलिक्सनं मोठ्यानं बोलून दाखवला. चित्र टांगलं गेलं तेव्हा घड्याळात दोन वाजले होते.

"मी जाऊन रफीक आणि मुलांना घेऊन येतो." फेलिक्स म्हणाला.

"ह्या जेवणाला उशीर करून चालणार नाही." डॉ. सानेही आपल्या डोकेदुखीग्रस्त पत्नीच्या शोधात निघून गेले. आश्चर्य म्हणजे तारक अजून अदृश्यच होता.

सव्वादोनला सौ. साने आणि चिली सोडून आम्ही सर्वजण हॉलमध्ये हजर होतो. जेवणाचं टेबलं अजून लावलं नव्हतं. अडीच वाजता हिलानं 'कुकला काही झालं तरी त्रास द्यायचा नाही' हा नियम मोडला. ती परत आली ती चिडलेली. स्वयंपाकघराला अजूनही कुलूप होतं आणि तिच्या दार ठोठावण्याला काहीच प्रतिसाद मिळाला नव्हता.

"त्याला राहू दे तिथंच एकटा." रफीक म्हणाला. "सगळे कलावंत कधीतरी नर्व्हस होतातच. रेगोसाहेब कागद पेन्सिल घेऊन बसलेत. तारकला थोडा वेळ अजून हवा असेल, थोडं थांबा. चांगली भूक लागेल."

रमोनाला तिचं सकाळचं साहस शारीरिक हालचालींशी जोडायचं होतं, ती मला बाजूला घेऊन गेली.

लल्ली दाराशी आली तेव्हा तीन वाजून गेले होते. तिला खोली सोडताना मी पाहिलं नव्हतं.

ती आत आली नाही. आम्ही तिला पाहीपर्यंत ती दारात गुपचूप उभी होती. शब्द गोठले होते. तिच्या स्तब्धतेकडे पाहताना भीतीची एक थंडगार शिळीक माझ्या पाठीतून गेली. ती बोलण्यापूर्वीच मला कळून चुकलं पण मी थांबले. ते शब्द ऐकण्याच्या असंख्य यातनांसाठी.

कुक स्वयंपाकघरातच होता. त्याच्या डोक्यात मागच्या बाजूने कोणीतरी जड काही मारलं होतं आणि तो मरण पावला होता.

■

१६

आता इथून पुढे माझी सांगण्याची शैली बदलली आहे. माझी संकटं, दु:खं, वादळं हा काही कथेचा भाग नाही. मला वाटतं, परिस्थिती काय आहे ते लल्लीनं सांगितल्यावर माझ्यापुढे अंधारीच आली होती. मला आठवणारी पहिली गोष्ट म्हणजे हिलानं मला जवळ घेतलं होतं. गच्च धरून ठेवलं होतं. जणू माझे अनेक तुकडे झाले होते आणि तिनं ते सारे एकत्र गोळा केले होते. मी हळूहळू त्या खोलीकडे आले. तिथं सारे परके गोळा झाले होते आणि दारातल्या स्त्रीकडे रिकाम्या नजरेनं पाहत होते.

कोण होती ती? मला का सांगत होती?

ती म्हणाली, ''आता बराच काळ तुला असंच वाटत राहील. हे तुला खोटं, एखाद्या दु:स्वप्नासारखं वाटेल आणि हळूहळू कधीतरी तू त्यातून जागी होशील. बाहेर येशील. नीट ऐक. हे सारं खरं आहे. हे आत्ताचं वास्तव आहे. तारक घोष मरण पावला आहे.''

ती इतरांकडे वळली.

आता मला ती आठवतेय. ती आत्या होती माझी. माझं कुटुंब. तिनं मला धरून ठेवणं, माझ्या दु:खानं दु:खी होणं साहजिकच होतं, पण ती दूर होती आणि काही वेगळंच करू पाहत होती. काय बरं? मला अजून तरी कळत नव्हतं. ती नेहमीपेक्षा उंच वाटत होती. तिच्या डोळ्यांत एक वेगळीच चमक होती. अश्रू नव्हेत.

''मी परत येईपर्यंत याच खोलीत थांब. अर्धा तास लागेल मला. मी साऱ्या परिस्थितीचा ताबा घेतेय आणि प्रत्येक पावलागणिक मला तुमच्या मदतीची अपेक्षा आहे. हवामानानं आपण आधीच एकाकी पडलो आहोत. फोन चालू नाहीत. वीज आहे पण ती कोणत्याही क्षणी जाऊ शकते. कृपा करून सारे एकत्रच राहा. सानेबाई आणि चिली आपापल्या खोलीत आहेत, त्यांना मी इथं

तुमच्यात बोलावते. मी येईपर्यंत कोणीही इथून हलायचं नाही. शांत राहा. प्लीज.''

असं म्हणून ती बाहेर पडली आणि खोलीचं दार तिनं लावून घेतलं.

श्री. बजाज म्हणाले, ''तारक मेला असेल तर मी स्वत: पाहून येतो. मी कुणा म्हाताऱ्या बायकांकडून ऑर्डर्स घेत नसतो.''

''ह्या म्हातारीनं – तुम्ही तिला असं म्हणणं हे शोभत नाही तुम्हाला – जितके खून पाहिलेत तितके तुम्ही ऐकलेही नसतील.'' अलिफ बे त्याच्या कोपऱ्यातून म्हणाला. ''सांगितल्याप्रमाणे करा बजाजसाहेब. खुनाची बाब असते तेव्हा पोलीस कमिशनरही ऑर्डर्स घेतात तिच्याकडून.''

''कमिशनर माझे जवळचे मित्र आहेत. मी त्यांना बोलावतो इथं लगेच.''

सेलफोन काढून घाईघाईनं ते बटणं दाबू लागले. अर्थातच ते निरर्थकच ठरलं. फोन बंद होता.

''लल्ली येईपर्यंत शांतपणे वाट पाहू या. ती खुन्याला पकडील आणि आपण बाकीचे घरी जाऊ शकू.'' अलिफ बे म्हणाला.

''खुन्याला पकडेल?'' श्री. बजाज कडाडले. ''तुम्हाला काय म्हणायचंय, आपल्यात कुणी एक खुनी आहे?''

''इथं एकत्र राहा म्हणताना मग दुसरं काय सुचवलं तिनं? गप्प बसा.'' फेलिक्सनं फटकारलं.

आश्चर्य म्हणजे श्री. बजाज गप्प बसले. अर्पिता आणि दर्शन मला चिकटले. त्यांची भीती त्यांना सांगताही येत नव्हती. त्यांची शरीरं गार पडून थरथरत होती.

मी त्यांच्याभोवती दोन्ही हात टाकून त्यांना घट्ट जवळ घेतलं. रमोना हिलाला बिलगली.

रफीक आणि फेलिक्स एकत्र बसले होते.

फेलिक्स म्हणाला, ''हिला, आता बऱ्याच अवघड गोष्टी कराव्या लागतील. रफीक आणि मी त्या करू; पण तारकच्या कुटुंबाचं काय?''

''त्याला कुणीच नाही.'' मी म्हटलं.

नाहीच. मी सोडून.

''आपण होतो ना त्याला.'' रफीक रांगडेपणानं म्हणाला. ''आपणच त्याची माणसं.''

''आणि तरी आपल्यापैकीच एकानं त्याला ठार केलं.'' हिला म्हणाली. ''माझ्या घरात तो माझा पाहुणा होता. कुणीतरी त्याला इजा केली, पार नाश केला त्याचा.''

मला तिचा हेवा वाटला. ती रडू शकत होती. शोक करीत होती. मला माहीत होतं, मला कितीतरी वेळ रडताही येणार नाही.

फेलिक्स माझ्याजवळ आला.

“अलिफ बे लल्लीबद्दल काय म्हणाला ते खरं आहे?”

“अर्थातच. आता निवृत्त झालीय ती; पण पोलीस अजून तिला बोलावतात. आता उदरनिर्वाहासाठी करते ती हे. खुनी, चोर, गुंड, पळवणारे, मला तिच्या घरी दर आठादिवशी कोणीतरी भेटतोच.”

“मला ती अगदी मूर्ख समजत असेल नं? तुला काय वाटतं. या बाबतीत ती मला संशयींमध्ये जमा करील?

“आपण सगळेच आहोत तसे.” मी कडवटपणानं म्हटलं. तारक तर आता स्मृतींतच जमा. उरलं होतं ते शरीर. फेलिक्सवर आपल्या खुनाचे शिंतोडे उडालेले तारकलाही आवडलं नसतं.

“तू या घटनेतून एक पुस्तक तयार करू शकशील.” मी दुष्टपणे म्हटलं. “*कॅरियन कुक.*”

“ए, पुस्तकाला नाव चांगलं आहे.”

खरंच, ह्याला आनंदी राहायला किती थोडी गोष्ट पुरते!

माझं मन धावत होतं, मी तारकला शेवटी केव्हा भेटले ते आठवायचा प्रयत्न करीत होते. मला काहीच आठवत नव्हतं. त्याचा चेहरा आठवत नव्हता. त्या विचारानं मला जांभई आली.

लल्ली अपेक्षेपेक्षा लवकर आली. तिने मला चिली आणि सानेबाईंना बोलवायला पाठवलं. ‘तुझ्याबरोबरच घेऊन ये’ म्हणाली.

मला हॉल सोडायचा नव्हता. मी घाईघाईनं व्हरांडा पार केला. मागे काय होतं त्याचा विचारही नको होता मला. मी वर धावले आणि सानेबाईंचं दार ठोकलं. पाचव्यांदा ठोकल्यावर ते उघडलं. खिडकीला जाड झाल बांधून खोलीत अंधार केला होता. लेखक ज्याला नम्रतेनं ‘डिशॅवाइल’ म्हणतात. मदर हॅबार्ड सारखी आत्ममग्न. त्यांचा जांभळा दुपट्टा फेट्यासारखा दुखणाऱ्या डोक्याभोवती बांधला होता. त्याचा एक मोठा भाग त्यांच्या एका डोळ्यावर होता आणि तो ओला होता. त्यामुळे तर त्या समुद्री चाच्यासारखी दिसत होत्या.

“काय हवंय तुला?” त्यांनी थकून विचारलं. “मी देवदत्तबरोबर निरोप पाठवलाय. मला जेवायचं नाही. डोकं विलक्षण दुखतंय माझं. मी गार पाण्याची पट्टी ठेवून पडतेय.” त्यांनी तो ओला भाग दाबला.

“इथं एक अपघात झालाय.”

मी तसं का बोलले कोण जाणे! हा ‘अपघाती खून’ तर नव्हता? हे तर फेलिक्सच्या पुस्तकाचं शीर्षक झालं.

त्या मी जायची वाट पाहत होत्या. हे काहीतरी विलक्षण होतं पण मला काय ते कळलं नाही.

“सर्वांना खालच्या हॉलमध्ये जमायला सांगितलंय.”

“कोणी?”

“लल्ली.”

“आता काय हवंय तिला?”

“आपण सारे खालच्या हॉलमध्ये जमायचं म्हणजे या आणीबाणीच्या प्रसंगी कसं वागायचं ते ठरवता येईल.”

“ती का आज्ञा करतेय? आणीबाणी कसली? कुणी आजारी असलं तर डॉ. साने आहेत इथं. दुसरं काही असेल तर पोलिसांना बोलवा. माझा चुलतभाऊ एसीपी आहे.”

“लल्ली स्वत:ही पोलीस आहेच. तीच गुन्हेगार शोधतेय.”

“कसला गुन्हा?”

“तारक घोषचा खून झालाय.”

क्षणभर सारं शांत शांत. मग उज्ज्वला साने मोठ्यानं हसल्या.

“हा काही गुन्हा नाही. त्याला म्हणतात ‘बला टळली’.”

मी गप्प. मला स्वच्छ कळलं की मी तारकला विसरणं काही तास तरी किती आवश्यक आहे ते! मी इथंच असायला हवं आता. सारं बघायचं, ऐकायचं, स्पर्श करायचा. मला वर्तमानाशी जोडून घेता यायला हवं.

उज्ज्वला सानेंच्या हसण्याला माझ्याकडून प्रतिसाद मिळण्याची अपेक्षा असेल तर त्यांचा अपेक्षाभंग झाला होता.

हसतच त्या मोठ्यानं म्हणाल्या, “तुला वाईट वाटतंय ना? जाऊ दे. तू त्यातून बाहेर येशील. बरं बाई, तुझ्या आत्याला सांग, मी येतेय.”

“तुम्हाला आणि चिलीला घेऊनच जायचंय मला.”

“मी अशीच नाही यायची. तू चिलीला बोलाव. तोवर मी कपडे बदलते.”

मी त्यांचा सल्ला मानला, पण रात्र वाईट गेल्यानं चिली गाढ झोपली होती. गेला आठवडाभर झोपेचं खोबरं होत राहिल्यानं ते अपेक्षितच होतं. मी तिच्या दारावर ताशा बडवला आणि पुन्हा सानेबाईंकडे आले. त्यांनी कपडे बदलून पांढरा सलवार कमीज घातला होता. जांभळा दुपट्टा आता गळ्याभोवती होता.

खाली आल्यावर मला ढकलून त्या पुढे झाल्या आणि नाटकीपणानं आत शिरत हिलाकडून दोन्ही मुलांना खेचून घेऊन त्यांच्यावर चुंबनांचा वर्षाव केला.

“देवदत्त, आपण आता निघायला हवं. ताबडतोब. मी माझ्या मुलांना या छपराखाली आणखी एक मिनिटही राहू देणार नाही. सॉरी हिला, तुझं मन चांगलं आहे गं, पण हे सारं आम्ही सोसण्यापलीकडचं आहे. आम्ही सभ्य, सन्माननीय माणसं आहोत, चांगल्या खानदानातून आलो आहोत आणि असल्या गोष्टींची

आम्हाला सवय नाही. मी सांगितलं नाही म्हणशील, पण मला माहीत होतं हे असं होणार हे. मी त्या कुकला पाहिलं तेव्हाच मला कळलं हा रस्त्यावरचा कचरा आहे आणि आता ते त्यानं सिद्धच केलंय.''

त्यांच्या मूर्खपणानं मी थक्कच झाले होते. मूर्खपणाही भव्य, कार्यतत्पर, अचूक होता. अलिफ बे जोरानं खिदळला पण लगेच त्यानं खोकल्यानं तो बदलला. डॉ. सान्यांनी अजिजीनं सर्वांकडे पाहिलं आणि अगदी हळू, खालच्या आवाजात ते बायकोशी बोलू लागले.

''चिली अजून गाढ झोपलीय.'' मी लल्लीला म्हणाले.

तिनं नकळत मान हलवली. तिचे डोळे सर्वांवरून फिरत होते.

सगळे बोलायचं थांबून तिच्याकडे पाहू लागले. माझ्या गैरहजेरीत श्री. बजाजनी आपला मुद्दा मांडून उत्तर मिळवलं असावं. ते रुष्ट होऊन कोपऱ्यात बसले होते. हवेत थोडी गडबड होती.

''बॉडी हलवायला हवी आता. रफीक आणि फेलिक्स, तुमची मदत लागेल.''

तिनं माझ्याकडे प्रश्नार्थक नजरेनं पाहिलं.

''मला बघायचंय त्याला.'' मी म्हटलं. तिनं मान हलवली.

आम्ही तिघंही तिच्या मागोमाग स्वयंपाकघराकडे गेलो. लल्लीनं दार उघडलं. फेलिक्स घाईनं आत शिरला. मी आत शिरावं म्हणून रफीक मागे झाला.

स्वयंपाकघराच्या मध्यावरच्या टेबलावर तारक वाकला होता. पुढे झुकला होता. अजून तो त्या खडबडीत लाडक्या स्टुलावरच बसलेला होता. त्याचा चेहरा दरवाजापासून दूर होता. ते मला बरं वाटलं. त्यामुळे माझं मन तयार व्हायला वेळ मिळाला. एक हात बाजूला लोंबकळत होता. दुसरा बाकावर पसरला होता. हातात काटा धरलेला. काट्यावर अंड्याचा बलक. डोक्याची मागची बाजू, केस रक्तानं जांभळे झालेले. गुंतलेले. कॉलरवर एक दाट रक्ताचा ओघळ वाळलेला. त्याच्यावर मानेच्या काळपट कातडीवर एक चमक. त्याचा चेहरा विलक्षण दु:खानं आक्रसलेला असा रक्त आणि अंड्याच्या बलकानं माखला होता. बाकावर पाणी सांडलं होतं. माझ्या पायाला बर्फाचा खडा लागला. घाईनं मी पाय मागे घेतला, पण तो पुढेच सरकला. सिंकखाली स्टीलचा मोठा वाडगा पालथा झाला होता. जमीन अंड्याच्या बलकानं माखली होती. वाडगा बाकावरून पडला असणार, तारक त्यावर पडला तेव्हा आणि सिंकपर्यंत गडगडत गेला असणार.

लल्लीनं माझ्याकडे लक्ष दिलं नाही. फेलिक्स आणि रफीकला तिनं खालच्या आवाजात काही सूचना दिल्या आणि मग मला घेऊन स्वयंपाकघराबाहेर पडली. आम्ही लायब्ररीकडे जायला निघालो. तिथं मला खुर्चीत बसवून तिनं दार बंद करून घेतलं. स्वत: माझ्या शेजारी खुर्ची ओढून बसली, पण गप्प.

लल्लीच्या मौनानं मला अनेकदा बरं वाटतं; पण या आधी त्यातली दुसऱ्याला हिंमत देण्याची शक्ती मला कधी जाणवली नव्हती. आता मला मुळीच बरं वाटलं नाही. माझं दु:ख उलट तीव्र झालं आणि माझी शक्तीही वाढली.

"मला तुझी मदत हवीय." लल्ली म्हणाली. "सॅव्हिओ इथं नाहीय. हिलाही उद्ध्वस्त झाली आहे. रफीकसमोर अनेक समस्या आहेतच. फेलिक्स काही उपयोगाचा नाही. तुझी मदत मला लागेलच."

"हो."

"टिपणं काढ." तिनं डेस्कवरची कागदाची चळत दाखवली.

"तो आपल्यापैकीच एक आहे?"

"होय. नक्कीच."

"तुला सापडेल तो?"

"किंवा ती. होय."

"पण, तुला साधनं लागतील ना? फॉरेन्सिक साधनं?"

लल्लीनं सुस्कारा टाकला.

"होय. हवीच आहेत. मी औपचारिक परीक्षण करते थोड्या वेळानं आणि पुरावा गोळा करते, पण किती वेळ आपण यात इथं अडकून पडू ते नाही सांगता यायचं मला. मला ताबडतोब उत्तरं मिळाली पाहिजेत. लॅब-रिपोर्ट्ससाठी थांबता नाही यायचं मला. आता आपल्याला पुन्हा गुन्ह्याच्या जागी तपासासाठी जायला हवं. बारीक सारीक टेक्निकल बाबी सोडल्या तर खुनाची केस सोडवण्याची खरी साधनं तुमच्या दोन कानांमध्ये असतात."

मी तपशिलासाठी अधीर झाले होते. मला कळायलाच हवं होतं.

"नेमका केव्हा मृत्यू झाला त्याचा?"

"बारा वाजायच्या सुमाराला. मला वाटतं मला त्याची बॉडी मिळण्यापूर्वी तीन तास तरी."

"हे तू कसं सांगू शकतेस?"

"शरीराचं तापमान. हवा स्थिर असेल तर त्याच्या आकाराच्या माणसाला तीन तास लागतात. हिलाजवळ चांगली प्रथमोपचारांची पेटी आहे. मला थर्मामीटरही मिळालं. मृत्यूनंतर ताशी १.५ डिग्रीज उष्णता नष्ट होते शरीरातून, पण तो बर्फाच्या पाण्याच्या थारोळ्यात तोंड पालथं करून पडला होता, तेही लक्षात घ्यायला हवं होतं मी. अंड्यांमुळे तीन तासांहून नंतरही शक्य नाही."

"अंड्यांचं काय?"

तेवढ्यात फेलिक्स आला. त्याच्या हातातल्या ट्रेमध्ये वाफाळत्या कॉफीचे कप होते आणि सँडविचेस. मी मागे झाले.

"तुला कामं करायची आहेत." लल्ली थंडपणे म्हणाली आणि तिनं एक कप उचलला. कॉफीनं माझी जीभ भाजली, तरी त्याबद्दल मला कृतज्ञता वाटली.

"फेलिक्स, 'बेक्ड अलास्का' म्हणजे काय?" लल्लीनं विचारलं.

बुद्धीची चमक त्याच्या डोळ्यांत तरळून गेली.

"अच्छा, म्हणजे त्यानं ते केलं तर!

"काय?"

"त्यासाठी तो अंड्यातला पांढरा बलक वापरत होता. मी त्याचा मेनू ऐनवेळी लॉबस्टर-मेयोनेज मागून बिघडवला. तो संतापून बोलला. तुम्ही ऐकलंतच ते. आव्हानाचा हा गृहीतच भाग आहे की उगीच काही फुकट जाऊ द्यायचं नाही. त्याला मेयोनेजसाठी पंधरा तरी अंडी लागली असती. म्हणजे पंधरा पिवळे बलक. म्हणून उरलेल्यांचा 'बेक्ड अलास्का'साठी केक करण्याचं ठरवलं."

"म्हणजे नेमकं काय?"

"मुख्यत: अंड्याचा पांढरा बलक आणि साखर. त्यानं मुळात वेगळंच डेझर्ट ठरवलं असणार. पण मूळ घटक तेच होते. स्पंज केक आणि आईस्क्रीम. त्यामुळे हा बदल काही फारसा वाईट नव्हता. 'बेक्ड अलास्का' म्हणजे केकचे थर, त्यावर आईस्क्रीम आणि मेरिंग्यूचे आवरण. वाढण्याआधी थोडाच वेळ बेक करायचा."

"थँक्यू फेलिक्स. रफीकचं झालं का?"

"हो. तुम्ही खात होतात तेव्हाच तो तयार झालाय."

लल्लीनं माझ्या डोक्यावर प्रेमानं हात ठेवला आणि क्षणभर मला जवळ घेतलं. "इथंच थांब आणि बेक्ड अलास्कावर एक टिपण लिहून ठेव." ती म्हणाली.

■

१७

ते काय करणार आहेत ते मला माहीत होतं. ते तारकचं शरीर हलवणार होते. सॅव्हिओनं सांगताना मी ऐकलं होतं. असं शरीर हलवताना जवळपास असणं किती कष्टकारक असतं ते! तिथं त्यांना नेहमी काहीतरी मिळतंच. निदान त्यांना तशी आशा असते. सारंच धूसर वाटत होतं. तो विचारही मला नकोसा होता. तारक कधीही आशेवर अवलंबून नव्हता. कॅमेरे, लोखंडी शिड्या आणि सेलफोन येतीलसं मला वाटलं होतं. हात काही उचलत, मोजत, छापत, ठोकून बघत कामात गर्क असतील. व्हॅक्युम क्लीनर्स, इन्फ्रारेड कॅमेरे येतील. नवं तंत्रज्ञान हाताळणारे लोक टीव्हीकडून येतील. तारकची या सर्वांकडून प्रतारणाच होईल.

रफीक आणि फेलिक्सनी 'कोल्ड चेंबर– बर्फघर' तयार केलं असेल. बहुधा तारकची स्वत:चीच खोली. ती स्वयंपाकघराच्या शेजारीच होती. तिथं एसी हाय लेव्हलवर असेल. फ्रीजरमधला सगळा बर्फ तिथं असेल. वीज होती हे नशीबच. सपाट पृष्ठभागावर ते त्याला झोपवतील. खूप प्रकाशात, एखादा कॅमेरा ठेवला असेलच. त्या वीकएन्डला कोणी फोटो काढल्याचं मला आठवत नव्हतं, अगदी नटून थटून झाल्यावर रमोनानंही.

लल्लीनं रक्ताचे डाग असलेले कपडे फाडून परीक्षण सुरू केलं असेल.

सगळ्यांत वाईट म्हणजे त्यानं आता कुठलीही पातळी गाठली असली तरी मी सतत त्याचाच विचार करीत होते. त्याची ती उपहासगर्भ डोळ्यांची उघडझाप. त्याच्या आवाजातला तो शुष्क विनोद, माझ्या नजरेला नजर भिडताच त्यात येणारी जाणती चमक, मला आठवत होतं ते सारं. मला जाणवलं, माझ्या दु:खात तो सतत माझ्या पाठीशी होता. सत्य आणि उपरोध यांच्या साथीनं.

मी कोलमडलेच, माझं नुकसान जाणवून; पण लगेचच संतापानं माझं मन भरून गेलं, टणक बनलं.

मी स्वत:वरच चिडले होते. सकाळपासूनच माझी चिडचिड झाली होती. तारकविषयीच्या माझ्या रागाचाच मला संताप आला होता आणि तरी मीच दुखावले गेले होते.

चिलीशी मी स्पष्ट बोलू शकले असते. तिला माझं दु:ख दाखवलं नसतं. तारकमध्ये गुंतल्याबद्दल तिला दोष दिला नसता.

रात्रीचं ऐकलेलं बोलणं आठवून लिहून काढलं, तेव्हा हे सारं मला जाणवलं.

लल्ली परत आली आणि मला घाईघाईत स्वयंपाकघरात घेऊन गेली. म्हणून माझी टिपणं मी त्या कागदांच्या चळतीवर तशीच त्यावर वजन न ठेवता टाकून गेले. त्यावर विचार करायला नंतर खूप वेळ मिळाला असता.

आत शिरले आणि इथली पहिली सकाळ आठवून पुन्हा मन खिन्न, दु:खी झालं. सूर्यप्रकाश आमच्या दोघांमध्ये कसा शिरला होता, आम्ही कॉफी कशी प्यायलो, त्या प्रचंड खोलीतल्या खिडकीतून प्रकाशानं कशी खोली उजळली होती, ते सारं लख्ख आठवलं. मी कल्पना करू लागले. तारक त्या बाकावर बसलाय. कोठीतून येणाऱ्याकडे त्याची पाठ असणार. या दोन खोल्यांत मध्ये दार नव्हतं, फक्त भिंत तेवढी कापलेली होती. नुसता कटआऊट. आतून वस्तू देण्याची सर्व्हिंग हॅच– खिडकी, एक कट्ट्यावर तर दुसरी जेवण खोलीत होती.

लल्ली जेव्हा तीन वाजता तारकला शोधायला गेली तेव्हा स्वयंपाकघराचं दार आतून बंद केलेलं होतं. त्याच्या शेजारी मधल्या कॉरिडॉरच्या शेजारी कोठीचं दार होतं. ते बाहेरून बंद होतं. पावसामुळे स्वयंपाकघराची खिडकी गच्च बंद होती. डायनिंग रूममध्ये उघडणारी मधली सर्व्हिंग हॅचही आतून बंद होती. कोठीच्या खोलीत उघडणारी खिडकी ओढून घेतली होती पण खिटी लावलेली नव्हती.

खुनी मुख्य दारातून आत आला असेल तर तारकनं त्याला येऊ दिलं असेल. अर्थात हे तसं अवघडच, कारण आम्हाला सर्वांना दूर ठेवण्याविषयी तो जागरूक होता. 'डू *नॉट डिस्टर्ब*'ची पाटी आताही दारावर लोंबकळत होतीच. त्याच्या नियमांबाबत तो किती कडक होता तेच कळत होतं त्यावरून.

कोठीच्या दारातूनच फक्त खुनी आत येऊ शकत होता. तोच एक रस्ता होता. हे दार बाहेरून कधीच लावलेलं नव्हतं. उलट तारकनं ते आतूनच बंद करताना मी रात्री पाहिलं होतं.

मग, त्यानंच ते उघडं टाकलं असेल? अशक्य, दार कॉरिडॉरच्या शेवटी होतं. घराच्या बाजूनं काटकोन करून वरून बाहेरून येणारा गोल जिना त्याच्या दाराशीच येत होता. तिथून आत यायला कोणतीही आडकाठी, अडचण नव्हती. पाऊस आत

येत होता तिथून. कोठीचं दार उघडं असतं तर ती खोली पाण्यानं भरायला वेळ लागला नसता. तारकनं तसं केलं नसतं.

"मग?" लल्लीनं मला विचारलं. आम्ही स्वयंपाकघराच्या दारात उभ्या होतो.

"तारकनंच आत येऊ दिल्याखेरीज आत यायला खुन्याला कुठूनही जागाच नाहीये. त्यानं स्वयंपाकघर आणि कोठीची खोली दोन्ही आतून बंद करून घेतली असती."

"आणि तारक स्वत:हून कुणाला आत घेईल?"

"नाही. मला नाही वाटत तसं."

"मलाही नाही वाटत. मग हा बंद खोलीतला खून समजायचा?"

"तू हे सांगताना खूश दिसतेस अगदी."

ती हसली.

"बंद खोल्या मला खूश करतातच, त्या उघडणं ही इतकी गंमत असते!"

मी आठ्या घातल्या.

"खुनी सर्व्हिंगहॅचमधून अंग चोरूनही आत येऊ शकणार नाही."

"फक्त फेलिक्स रेगोच्या कादंबरीतला असला तरच."

"मग तो आला कसा?"

"तू कोठीच्या खोलीत जाऊन दार लावून आतून कडी लावून घे. मी तुला दाखवते."

मला तसं करायला मुळीच आवडलं नाही पण मी तसंच केलं. मात्र मी दार आतून लावलं, वरची कडी लावून.

एका मिनिटांत लल्लीनं व्हेंटिलेटरमधून हात घातला. ती ढकलून उघडणारी खिडकी होती. तिनं सहज उघडली. हात आत घातला, कडी उघडली, इतक्या सहज आवाज न करता, जणू तिला तेल घातलेलं असावं. मी दार ढकलून उघडलं आणि बाहेर धावले. ती कुठेही दिसली नाही.

"इथे, वर!"

तिथं ती होती. त्या गोल जिन्यावर. संपूर्ण भिजलेली. त्या बारक्याशा वळणावर. लल्लीच्या उंचीची बाई व्हेंटिलेटरपर्यंत सहज पोहोचू शकत होती. बाकीचं सोपंच होतं. सारं इतकं उघड होतं की मला स्वत:लाच लाथ मारावीशी वाटली.

"एक लेबल किती घात करू शकतं ते पाहिलंस ना?" लल्ली पुटपुटली. "तारकला माहीत होतं ते. त्याला लेबलांचा तिटकारा वाटायचा. बंद खोलीचाही त्याला तिरस्कारच वाटला असता. चल, आता खुन्यासह प्रवेश करू."

■

१८

आम्ही एकत्र कोठीच्या खोलीत प्रवेश केला, मला पहिल्यांदाच मृत्यूचा, हिंसक मृत्यूचा थंडगारपणा जाणवला. या क्षणापर्यंत मला माझं नुकसानच तेवढं जाणवलं होतं. अगदी जेव्हा तारकचं निर्जीव शरीर मी पाहिलं तेव्हाही मला हताशपणा जाणवला, दुःखात बुडून जाणं जाणवलं. आता मात्र त्या रिकाम्या खोलीत उभं राहिल्यावर खुनाची भयंकर कृती आणि तिचा भयानक अटळपणा त्या गरम हवेत आताही धडधडत असलेला मला जाणवला. तिथं तिरस्कार, संताप, धिक्कार भरला होता खोलीत. मला ते सारं कल्पनेनं कळलं, जाणवलं.

"काय पाहतेस तू?" लल्लीनं विचारलं.

मला आता ती खोली स्टेजवरून कलाकार निघून गेल्यानंतरच्या रंगमंचासारखी वाटली. तिथं पसरलेल्या वस्तूंनी मी पुन्हा तेच नाटक तिथं मांडू शकले असते.

कोठीच्या खोलीत फ्रीझर होता आणि तो क्रेट, त्यावर बसून मुलांनी आईस्क्रीम खाल्लं होतं. हे फक्त दोन दिवसांपूर्वी घडलं होतं? सारं आयुष्य गेल्यासारखं वाटतंय तेव्हापासून. क्रेटच्या शेजारी झिंकच्या मोठ्या टबात बर्फाचा तुकडा होता मोठा, अजून त्याच्या लाकडी भुशात, गोणपाटात गुंडाळलेला. त्याभोवती बर्फाचा चुरा लागला होता. माझ्या डोळ्यांना त्यात धातूची चमक जाणवली. जमिनीवर बर्फ फोडण्याचा हातोडा.

"हेच शस्त्र?"

लल्लीनं मान हलवली.

"जखम पाहून वाटत नाही हे असेलसं."

मला दुसरं काही दिसतच नव्हतं.

"खुन्याला दुसरं काय दिसलं?"

"दोन तासांपूर्वी त्याला तारक दिसला."

स्वयंपाकघराचा रस्ता माझ्या उजवीकडे होता. माझ्या नजरेच्या रेषेत समोरचा तारकचा बाक होता. तो तिथं बसला होता, ती अंडी फेटत. तेव्हाच खुन्यानं त्याला पाहिलं. त्याची पाठ असणार आत घुसणाऱ्याकडे. त्यानं त्याला मान वर करून पाहिलं असेल? आणि वळून अभिवादनही?

"नाही. त्यानं खुन्याला पाहिलं नाही." ही लल्ली. सहज, छपवाछपवी न करता.

"*तू* खून केला असतास तरच."

"काय?"

"तुला लागलं असेल तर माफ कर. पण मी हे तार्किकदृष्ट्या म्हणतेय. तारक टोकाची भूमिका घ्यायचा. दुसरं कुणी आलंय हे कळल्यावर तो पुन्हा अंडी फेटायला गेला नसेल. तो येणाऱ्याबरोबर दारापर्यंत गेला असता आणि तो गेल्यावर त्यानं दार घट्ट लावून घेतलं असतं, पण जर *तू* आली असतीस तर तो अंडी फेटत राहिला असता आणि एकीकडे तुझ्याशी बोललाही असता. तुझ्याकडे पाठ फिरवून काम करतानाही त्याला काहीच संकोच वाटला नसता. तुझ्याबरोबर असताना त्याला सुरक्षित वाटत होतं."

"सुरक्षित?"

"हो. तुला ते दिसलं नाही? तारकसारखं आयुष्य जगणारा माणूस कुणीतरी तितकंच सुरक्षित वाटल्याखेरीज आपल्या रक्षणाबाबत निश्चिंत नसतो. तू त्याच्याकडे कितीही आवाज करीत आलीस, त्याच्याशी बोलत राहिलीस आणि त्याच्या डोक्यावर प्रहार केलास तर शक्य होतं. त्याचा तुझ्यावर विश्वास होता. दुर्दैवानं खुन्यानं तसं केलं नाही."

"नाही?"

"नाही, तो, किंवा ती, तुझ्या थोड्या डाव्या बाजूला उभा राहिला अनिश्चितपणे, मला वाटतं तो संतापानं फणफणत होता तेव्हा, नेमकं काय करावं ते न कळून, तेवढ्यात त्याला हे हत्यार दिसलं. त्यानं ते उचललं. आवाज न करता पुढे झाला आणि उंचावरून उजव्या हातानं तो प्रहार केला."

"थांब. हा तुझा अंदाज आहे. तुला काय माहीत, उदाहरणार्थ, तो अनिश्चितपणे उभा राहिला किंवा फणफणत इथं उभा होता ते? ती एक कल्पनाच."

"कबूल. त्याची मानसिक अवस्था अनिश्चितच होती. पण इथं त्याचा प्रत्यक्ष पुरावा आहे तो अनिश्चित असल्याचा बघ."

खालच्या शुभ्र लाद्यांवर चिखलाचे डाग होते. पावलांच्या खुणा आणि त्यातच आकार बदललेल्या दुसऱ्या पाऊलखुणा.

"मोठे पाय, नऊ नंबरचे मला वाटतं. अनेक बायकांचे पाय मोठे असतात. ह्या खुणा अस्पष्ट आहेत त्यामुळे टाचांबद्दल काही सांगता यायचं नाही, पण थोडा

उंचवटा आहे बहुधा विनीलची टाच असावी, पण तशी तर अनेक पावसाळी बुटांना असते. तो उंचवटा बघ. एका पायावरून दुसऱ्या पायावर वजन टाकलं की तसा ठसा उमटतो. तसेच ठसे आहेत बरेचसे. म्हणून मला वाटतं की तो तिथं थोडा वेळ असावा. तो मागेपुढे करीत होता. मग आवाज न करता पुढे झाला असावा.

"आवाज न करता?"

"नक्कीच. या खुणांपैकी पुढच्या दोन तेच सांगताहेत आणि मग त्यानं प्रहार केला."

मी तिच्या मागोमाग स्वयंपाकघरात गेले आणि खालच्या लाद्या अजून स्वच्छ केल्या नव्हत्या. बर्फाचा तुकडा वितळून एवढासाच उरला होता.

हत्यार गुळगुळीत, गोल, बोथट होतं. फार ताकदीनं ते मारलं असावं. त्वचा आतपर्यंत फाटायला आणि त्याला काही काळ बधीर करायला पुरेल इतकी ताकद.

"काही काळ! त्या प्रहारानं त्याला *ठार* केलंय."

"अंह! अर्थात शवविच्छेदनानंतरच माझी शंभर टक्के खात्री पटेल, पण जखमेत कुठलेही हाड तुटल्याची खूण नाही. त्याच्या मेंदूला इजा झालीय. रक्त थोडंच आलं.

"थोडंसं!"

"ते खूप दिसलं तरी एरवी केसांखालच्या अशा जखमेतून रक्ताची धार लागते. इथं हे टेबलावरचं आणि त्याची कॉलर भिजवणारं एवढंच रक्त आलंय. आणखी रक्त जायला हवं होतं. तसं गेलंही असतं जर..."

ती अचानक थांबली आणि टेबलाखाली वाकली. पुन्हा उभी राहिली तेव्हा तिचे डोळे चमकत होते. तिनं पाठीमागे काहीतरी लपवलं होतं.

"रक्त जास्त गेलंही असतं जर... जर काय?" मी आठवण करून दिली.

"पाठोपाठ त्याचा खून झाला नसता तर!"

तिनं एक दोरीचा तुकडा माझ्यापुढे नाचवला.

"ह्याच्या साहाय्यानं!" मी तोंड वासलं.

मी ती दोरी ओळखली. पोर्ट्रेट अडकवायला आणलेली नायलॉनची दोरी होती ती. "डोक्यावरच्या प्रहारानं बेशुद्ध होऊन त्यानं टेबलावर डोकं टेकलं. त्यानंतर काही मिनिटांतच तारक या नायलॉनच्या दोरीच्या गळफासानं ठार झालाय." लल्ली सावकाश बोलली. मी त्याच्या शरीराची तपासणी केली तेव्हा त्याचा मृत्यू बारीक दोरीच्या गळफासानं झाल्याचं माझ्या लक्षात आलं होतं. खूण पिळलेल्या दोरीची होती. अशीच ही दोरी त्या खुणेला लावून बघते आता.

"मला कळतच नाही. त्याला मारून *मग* गळा कशाला आवळायचा? प्रथमच का गळफास घातला नाही?"

खुन्याचं त्या वेडातलं चित्र माझ्या डोळ्यांपुढं आलं. हातात स्टॉपवॉच घेतलेलं, तारकला मारून त्याच्यावर तो वाकलेला, अपेक्षित वेळात त्याचा जीव गेला नाही. मग दुसरा प्लॅन... ए वरून बी वर जाणं...''

''तो मरण पावलाय असं तू प्रथम सांगितलंस तेव्हा त्याचा गळा दाबल्याचं तुला माहीत होतं?''

''होय. मी त्याचे कपडे फाडून काढले तेव्हाच त्याच्या गळ्यावरची खूण मला दिसली होती. पण त्याच्या शरीरावर आणखीही खुणा होत्या. तुला त्यांचा तपशील नकोय ना?''

''हवा आहे.'' मला शत्रू पाहायचा होता. भागच होतं ते.

''चेहऱ्याचे स्नायू आक्रसणं, चेहरा काळानिळा पडणं. त्वचेतला थोडा थोडा रक्तस्राव, नाकांतून आलेलं रक्त, ठिकठिकाणी साकळलेलं रक्त हे सारं गळा आवळून गुदमरल्यानं होतं. मला हेही कळलं होतं की पहिल्या आघातानंतर लगेचच गळा आवळला गेलाय कारण जखमेतून फार थोडं रक्त...''

''असल्या सगळ्यासाठी तुला डॉक्टरची जरुरी पडत नाही?'' मी विचारलं. ''वैद्यकीय परीक्षक किंवा तसाच कोणी?''

लल्ली हसली. ''म्हणजे पदवी लागते का? मी फोरेन्सिक्समध्ये एम.डी. केलंय. तेवढं पुरेसं आहे ना?''

हे सर्व चालू असताना लल्ली स्वयंपाकघरात सर्वत्र फिरत होती. फ्रीज, ओव्हन, मायक्रोवेव्ह, उघडत होती. कट्ट्यावरची झाकलेली भांडी उघडत होती. मग एका कागदाच्या तुकड्याकडे बराच वेळ पाहत राहिली. 'तो' मेनू असल्याचं माझ्या लक्षात आलं. फ्रीजमधून तिनं मला दाखवायला वाडगाभर फेसलेला पदार्थ आणला. ते दूधअंड्यांचं मिश्रण होतं म्हणे. डायनिंग टेबलवर नेण्यासाठी तारकनं एकत्र केलेली चमकदार भांडी ती बघत राहिली. कटग्लास, स्फटिकाची भांडी, चांदीची चमचमती पॉलिश केलेली भांडी, बर्फासारखे शुभ्र, कडक इस्त्रीचे लेस लावलेले रुमाल व इतर कापड, मृत्यूच्या अवगुंठनाखाली समृद्धीच्या त्या साऱ्याच खुणा भयाण वाटत होत्या.

''त्याच्यावर हल्ला झाला तेव्हा अंडी फेटायला त्यानं नुकतीच सुरुवात केली होती. बघ, काही अंड्याचे बलकही अखंड आहेत. ते तेल बघ.''

बाकावर लहानशा भांड्यात तेल होतं. भांडं न पडता अजून उभं होतं. ते पूर्ण भरलं होतं. त्यानं त्यातलं तेल अजून घेतलंही नव्हतं.

''मी आत आले तेव्हा सांडलेल्या अंड्याचा बलक घट्ट झाला होता. त्यावर साय धरायला साधारण तासभर लागतो. तितकं घट्ट व्हायला तो तीन तास आधी सांडायला हवा. हल्ल्याची अंदाजे वेळ तीच असावी. शरीराच्या तापमानाशी ती जुळते म्हणजे बघ, सगळं जमतंय.''

"तरी माझ्या प्रश्नाचं उत्तर नाही मिळालं. माणसाला दोनदा का मारायचं?"

"मला वाटतं खुन्यानं एकदाच मारलंय. आवाज न करता, निश्चितपणे. सफाईनं त्याचा गळा आवळला गेलाय. खुन्यानं हे यापूर्वीही केलं असणार."

"पण..."

"डोक्यावरचा प्रहार हा वेगळाच भाग झाला. आपण दोन वेगवेगळ्या मनोवृत्तींचा विचार करतोय. एक अचानक उद्‌भवलेली हिंसक पण चटकन घाबरणारी. दुसरी थंड, विचारपूर्वक आखून कृती करणारी. उद्धट."

मला ऐकूच येईना.

भीतीची थंडगार लहर माझ्या मनाला स्पर्शत होती. त्या स्पर्शानं बर्फाचा स्तंभच होऊन लल्लीकडे पाहत राहिले. भीतीनं माझ्या तोंडून शब्द फुटेना.

मी काय केलंय?

माझ्या घाबरटपणानं मी लल्लीला काही तासापूर्वीच सांगायला हवं होतं ते अजून सांगितलेलं नाही.

तिचे शब्द माझ्या मेंदूत घणघणू लागले. त्यांच्या आघातानं माझ्या हाडांचा जणू भुगाच होऊ लागला.

'मला वाटतं खुन्यानं एकदाच काय ते केलंय. आवाज न करता, निश्चितपणे. तारकचा गळा सफाईनं आवळला गेलाय. खुन्यानं हे पूर्वीही केलं असणार.'

लल्ली मला कोठीच्या खोलीतल्या खुर्चीकडे घेऊन गेली. तिनं आणलेलं पाणी मी प्यायले. मी बोलायला तोंड उघडलं; पण शब्द बाहेर पडेनात. मग मी घेतलेली टिपणं मला आठवली. मी ताडकन उठले आणि तिला माझ्या बरोबर फरफटत लायब्ररीत घेऊन गेले. लल्ली ते वाचेल.

मी घेतलेली टिपणं नाहीशी झाली होती. मला फक्त माझा कोऱ्या पांढऱ्या कागदांचा गठ्ठा दिसत होता.

मग माझ्या तोंडून शब्दांचा धबधबा सांडू लागला. गेली दहापंधरा मिनिटं माझा घसा आवळून धरणारी भीती जाऊन मी बोलू लागले. माझं पुरं होईतो लल्ली थांबली नाही. ती धावत वर गेली. मी तिच्या मागे धडपडत गेले.

तिनं चिलीच्या दारावर एक जोरदार थाप मारली. माझ्याकडे वळून ती मला म्हणाली, "रफीकला घेऊन ये."

मी हॉलकडे धावले. मी आत शिरताना त्यानं वर पाहिलं. मला शब्दही बोलावा लागला नाही. तो मला मागे टाकून वर धावला.

कुठे जायचं ते त्याला कसं कळलं?

लल्ली अजून चिलीच्या दाराशीच झगडत होती. रफीक आल्यावर न बोलता ती मागे झाली. त्यानं ते दुहेरी फळ्यांचं सागवानी भक्कम दार एकदा पाहून घेतलं

आणि वेळ न घालवता आपला सारा भार त्यावर लोटला. एक खुर्ची घेतली, त्यावर चढून अंगातला शर्ट काढला. हाताभोवती गुंडाळला आणि दारातल्या पंख्याचा दिवा उखडून काढला. मग तिथून हात घालून आतली वरची कडी काढली.

लल्ली आम्हाला मागे सारून एकटीच खोलीत शिरली. माझ्या शेजारी रफीक दुःखानं गुरगुरला, खालच्या आवाजात. तो पूर्वापार चालत आलेला दुःखी श्वापदासारखा चीत्कार होता. दुःख त्यातून फुटू पाहत होतं. मला सत्य काय ते कळायला लल्लीपलीकडे पाहावंच लागलं नाही.

चिली बिछान्यावर पसरली होती. बिछान्यावरच्या चादरींचा एक गुंता झाला होता. उशीवर तिच्या केसांचं जाळं पसरलं होतं. तिचा चेहरा गुदमरून आक्रसून पार ओळखण्यापलीकडे पोहोचला होता. तोंडातून आलेल्या रक्तरंजित फेसानं माखला होता. तिच्या ओठांवर रक्त होतं. त्याचा एक ओघळ हनुवटीपर्यंत आला होता. तिचे उघडे डोळे निस्तेजपणे चमकत होते.

कमाल म्हणजे माझी पहिली प्रतिक्रिया संतापाची होती. मृत्यूनं तिचं सारं रूप नष्ट केलं होतं. तिचा जन्मजात डौल, तिचा स्फूर्तियुक्त गोडवा. कशाकशाचा अंशही शिल्लक राहिला नव्हता.

आश्चर्य म्हणजे लल्लीला पहिला विचार सुचला तो रफीकचा. तो भिंतीशी जड होऊन टेकला होता. तिथं ती आली. तो बिछान्याकडे एकटक पाहत होता. डोळे फाडून लल्लीकडे त्यानं प्रश्नार्थक मुद्रेनं पाहिलं.

तिनं दुःखानं मान हलवली. "त्याला गाठीनच मी!"

मी तिला इतकी चिडलेली कधीच पाहिली नव्हती. *'त्याला* गाठीन?' तो कोण होता ते तिला ठाऊक होतं? तो? मारेकरी? तिच्यापर्यंतही पोहोचला होता तो? की ही आत्महत्या होती?

कुठेतरी मला हेव्याची सुरी टोचली. चिलीनं पुन्हा माझ्यावर मात केली होती. तारकच्या मृत्यूनं लल्लीत हा संताप जागा झाला नव्हता. तो तिला चिलीइतका महत्त्वाचा नव्हता तर!

माझी चूक होती ती.

ती म्हणाली, "त्यानं दोन खून केलेत, तो आणखी करील."

तिच्या खात्रीनं मी अस्वस्थ झाले. इतका कसा अंदाज बांधू शकते ती?

"लायब्ररीत जा. टिपणं काढ. सारं लिहून काढ. प्रत्येक शब्द, प्रत्येक हालचाल, चिलीचं जे जे आठवतंय ते. तिनं तुला सांगितलेलं सगळं. काहीही सोडू नकोस. काहीही कमी महत्त्वाचं नाही. सगळं लिहून काढ. तूही रफीक. हे करच. आता मला इथं थोडं काम आहे ते मी एकटीनंच करायला हवं. इतक्यात कुणाला सांगू नकोस."

मला रफीकला खेचून बाहेर काढावं लागलं. मी त्याला लायब्ररीतल्या एका खुर्चीवर ढकलून बसवलं आणि त्या हरवलेल्या टिपणांबद्दल सांगितलं. त्यात काय काय होतं ते भीत भीत पण सर्व सांगतलं.

"तुला काय वाटतं, तू लिहिलेलं कुणीतरी वाचलं आणि वर जाऊन तिला मारलं."

"नाही. मला फारसं माहीत नाही याबद्दल; पण असं दिसतंय तिला मरून खूप वेळ झालाय."

त्यानं आश्चर्यानं मान हलवली.

"आज सकाळी ती तेजस्वी सुंदर होती. मी तिला विचारलं, तिला वर्षानृत्यात भाग घ्यायचाय का म्हणून. तिनं लहान पोरासारख्या टाळ्या वाजवल्या, विचारलं, 'मी कोण होईन?' इतकी आनंदानं भारलेली होती ती!"

तो मोठ्यानं हुंदके देऊ लागला. मी सोडून सगळे रडू शकत होते तर! तो दुःखानं थरथरत होता. रिकाम्या डोळ्यांनी वर पाहत होता. मी त्याला काही सांगू शकत नव्हते. तो मला काही सांगू शकणार नव्हता. आम्ही, आपापल्या स्वतंत्र दुःखात पूर्णतः एकेकटे होतो.

लल्ली आत आली. ती *म्हातारी* दिसत होती.

"चिलीला मरून सहा तासांपेक्षा जास्त वेळ झालाय. आता सहा वाजून गेलेत. दुपारपूर्वीच तिचा मृत्यू घडलाय. तिला तुम्ही कुणी सकाळी पाहिलं होतंत?"

रफीकनं शांत, जड स्वरांत मला आधी सांगितलेलं सांगितलं.

"तिला तू नृत्यात कोणतं काम देणार होतास?"

लल्लीच्या प्रश्नानं मला धक्काच बसला. अशा परिस्थितीत हे विचारणं म्हणजे वेडेपणा, खरं तर दुष्टपणाच होता.

"बिजली. ती बिजलीच होती अचानक चमकणारी, तेजस्वी, भीतिदायकही..."

त्याचा आवाज जड झाला, आत आत गेला. त्यानं आपल्या मळक्या शर्टासारखं इंग्लिश टाकून दिलं आणि उर्दूत म्हणाला, "विजेसारखं तिनं मला दिपवलं, विजेसारखंच मला फसवलं."

लल्लीनं तिकडे दुर्लक्ष केलं. ती माझ्याकडे वळली. मी आजची सकाळ आठवू लागले. दुर्दैवानं मला त्या भेटीतली माझी परिस्थिती, मानसिक स्थिती जेवढी आठवत होती तेवढे आमचे नेमके शब्द आठवत नव्हते. मी ते काहीच आता सांगितलं नाही.

लल्ली म्हणाली मला आठवतंय. "ती म्हणाली होती की, 'ती अर्ध्या तासाहून जास्त नाचू शकणार नाही. मग तिला झोपायला हवं नाहीतर तिची त्वचा खराब होईल. उद्या तिचं शूटिंग आहे.'

'मी व्हिटॅमिनची गोळी घेऊन जेवणापूर्वी दोन तासांची झोप काढीन.' असंही ती म्हणाली होती. तिनं गोळी घेतली.'' लल्ली दु:खानं म्हणाली. ''ती घेतल्यावर काही मिनिटांतच प्राण गेला तिचा. तिनं ब्रेकफास्ट काय घेतला होता?''

मी आठवायचा प्रयत्न केला. एक कप कॉफी, दुसरं काही नाही. तोही कप तिनं संपवलेला मला आठवेना.

''आहा!'' लल्ली म्हणाली. जणू मी एखादा शोधच लावला होता.

''पण कसं शक्य आहे? पहिल्या दिवशी तिनं सहा गोळ्या घेतल्या होत्या तरी काही झालं नव्हतं.'' रफीक म्हणाला.

''त्या खऱ्याच व्हिटॅमिनच्या गोळ्या होत्या. हे विष होतं. चिलीच्या व्हिटॅमिनच्या गोळ्या नव्हत्या तर कॅप्सूल्स होत्या. वापरणं सोपं. ती रिकामी करून तीत इतर काही भरता येतं.'' ती थांबली. आमच्या चेहऱ्यावर शोधू लागली काहीतरी. ''रफीक, तू चिलीच्या खोलीबाहेर पहारा दे. मी दार लॅच लावून बंद केलंय. मी परत येईपर्यंत कोणी आत जाता कामा नये. तिच्याजवळ थांब.''

लल्लीचं बोलून संपण्यापूर्वीच रफीक गेलाही होता.

''विष!'' मी चिडून उद्गारले. ''तू अशी बोलतेस जसं काही लोक विष खिशात घेऊनच नेहमी हिंडत असतात. कुठलं विष होतं ते? ते जुनं चेस्टनट होतं असं नको सांगूस. ते आजच्या विज्ञानालासुद्धा माहीत नसलेलं दुर्मिळ असं पौर्वात्य विष आहे म्हणून. रफीकसाठी त्या थापा चालतील, मला नाही.''

''त्या थापा नाहीतच. पौर्वात्त्य काही नाही, सोडियम सायनाईडचं दाणेदार विष असतं ते. हिलाचं उंदराचं विष. तेच, जे उज्ज्वलानं काल रात्री चिलीला प्रेमानं देऊ केलं होतं.''

''अरे देवा! तुला वाटतं चिलीनं ते घेतलं असेल?''

''जीव *द्यावा* म्हणून नसेल घेतलं. बाटलीतल्या साऱ्या कॅप्सूल्समध्ये सायनाईड आहे. तिनं स्वत: ते केलं असतं तर एखाददुसऱ्या कॅप्सूलमध्येच विष भरलं असतं. फारच तर चारपाच. तीस गोळ्यांत नाही. इतका वेळ मी तेच करीत होते. सगळ्या कॅप्सूल्स रिकाम्या करीत होते. उंदराच्या विषाच्या पाकिटात आणि तिच्या व्हिटॅमिनच्या कॅप्सूलमध्ये तेच विष आहे. दोन्ही सारख्याच दिसतात. मृत्यूच्या कारणाबद्दल संशयच नाही. सायनाईड विष. वासावरूनही ओळखता येतं.''

मला हे स्वीकारताच येत नव्हतं. नाटकातलं, अविश्वसनीय वाटत होतं.

''मला वाटत होतं बोर्जियाबरोबरच सायनाईडही नाहीसं झालं असेल.'' मी म्हणाले.

''तो नीरो बरं का, ल्युक्रेझिया नव्हे. चेरी पानांचं पाणी. तो ते सर्वत्र वापरीत असे. बोर्जियाजनी आर्सेनिक वापरलं. सायनाईड इतकं मॉडर्न आहे की ते मिळतं

आजही. इराकनं इराणविरुद्ध ९८ साली ते वापरलंय. अर्थात तोपर्यंत युरोपियन्स आणि अमेरिकन्स झिक्लॉन बी बद्दल सारं काही विसरले होते. घरात हे विष सापडणं ही असाधारण गोष्टच आहे. काल रात्रीचं जेवणाच्या वेळचं बोलणं, उज्ज्वला सानेचे मूर्ख प्रताप ह्या सर्वांमुळे खुन्याला हत्यार अगदी हातात आणून मिळालं. मी कधी खुनाची चर्चा करीत नाही. कधीच नाही.''

लल्ली संतापानं थरथरत होती.

''तुला वाटतं उज्ज्वला सानेनं हे केलं असेल?''

''तिनं केलं असेल तर गुन्हेगारीच्या इतिहासात तिच्या गर्वोद्धतपणाला तुलना नाही. नाही नाही. ती धोकादायक आहे खरी, पण मूर्ख. अर्थात मला माहीत असलेला प्रत्येक खुनी मूर्खच होता म्हणा!''

ती रागाने फेऱ्या घालू लागली. मग खिडकीत बसली. रडण्यानं तिचा आवाज बसला होता. पण तिचे अश्रू संतापाचे होते. दुःखाचे नव्हते.

''आपण हिलाला सांगायला हवं. हे सगळं तिला उद्ध्वस्त करणार आहे. हिलाला मी इथं आणते आणि सांगते. पण नंतर मला चिलीच्या खोलीकडे जायला हवं. तू हिलाबरोबर राहा. तिला सांभाळ.''

रफीक चिलीच्या मृत्यूनं ढेपाळला असेल, तर हिलाचीही प्रतिक्रिया कमी दुःखाची नव्हती. दुःखाच्या पहिल्या आवेगानंतर तिला ताबडतोब चिलीच्या खोलीत जायचं होतं. मी आणि रफीक खोलीबाहेर उभे राहिलो आणि त्या दोघी चिलीजवळ.

हे सारं आपण पूर्वी अनुभवलंय हा भास मला थरकापवत होता. दोनच दिवसांपूर्वी याच जागी मी याच वेळी मी एका स्त्रीचे हुंदके ऐकत उभी होते. त्या रात्रीही चिलीनं निराशेच्या झटक्याचा नाटकी देखावा करताना व्हिटॅमिनच्या गोळ्या गिळल्या होत्या. त्या विनोदी घटनेची ही काळी बाजू होती. चिलीच्या व्हिटॅमिनच्या गोळ्या मूर्खपणातून मरणाकडे गेल्या होत्या. मृत्यूच्या कल्पनेशी अश्रू आणून ती नेहमीच खेळत आली होती. प्रत्यक्ष मरणानं मात्र तिचे डोळे कोरडेच राहिले होते.

माझ्या शेजारी रफीक खोल उसासे सोडीत होता. सारखा अस्वस्थ हालचाली करीत होता. जणू त्याची कातडी फुटून स्फोट होणार आहे.

अखेर लल्ली आणि हिला बाहेर आल्या. रफीकला घेऊन खाली कॉरिडॉरमध्ये गेल्या. मला काही न सांगता बोलता. आता मीच ती बातमी सगळ्यांना सांगायची होती.

■

११

मी बातमीपत्र तयार केलं. रीतसर अर्थपूर्ण वाटावं असं. अर्थात ते जेव्हा मी सांगितलं तेव्हा सारे शब्द चुकीचे आहेत असं वाटलं.

मी आत शिरले तेव्हा सर्वांनी वर बघितलं.

मी माझ्यामागे दार काळजीपूर्वक लावून कडी घातली. असं का केलं याचं स्वत:च आश्चर्य वाटून घेतलं.

माझ्या तोंडून शब्द बाहेर पडण्यापूर्वी घाईघाईनं त्यांनी माझा चेहरा वाचण्याचा प्रयत्न केला.

"चिली मरण पावली आहे. त्यांनी तिच्या खोलीचं दार फोडलं. लल्लीच्या मते तिला कुणीतरी विष दिलंय."

नि:शब्द शांतता.

मग उज्ज्वला साने खिदळल्या.

"रॉबर्ट ब्रूस! मला नाव आठवलंच असतं. तोच म्हणालाय, पहिल्या प्रयत्नात यश नाही मिळालं तर पुन्हा प्रयत्न करा. अर्पिता, दर्शन, तुमच्या इतिहासाच्या धड्यात सांगितलंय. आठवतं? किती वेळा या चिलीनं प्रयत्न केला. शेवटी 'एका कोळियाने' सारखं एकदाचं तिला यश आलं."

"लल्लीच्या मते चिलीचा खून झालाय."

"लल्लीच्या मते. लल्लीच्या मते! कोण आहे ही लल्ली? कुठून आली ती? साधं आडनावही नाही तिला. नुसतंच लल्ली? एखाद्या देशी टॉम, डिक, हॅरीसारखं? ती एवढी मतं का देते? का विचार करते?" उज्ज्वला साने फिस्कारल्या.

"ते तिचं काम आहे म्हणून." डॉ. साने कडकपणे म्हणाले. "आणि आता तुझं काम आहे तोंड बंद ठेवण्याचं. अक्षर बोलायचं नाही. ऐकू येतंय? नाही. तू तोंड उघडलंस की काहीतरी आपत्ती कोसळतेय. आता गप्प रहा अगदी."

जखमी झाल्यासारखी विव्हळून त्यांची बायको चिडून उभी राहिली.

"पुष्कळ सहन केलं मी, पण हा आता अगदी अंत झाला." त्यांनी जाहीर केलं.

त्या बाहेर गेल्या, अगदी व्ही. शांताराम स्टाईल. पण ती संतप्त स्त्रीमूर्ती दाराबाहेर मात्र पडू शकली नाही. मी दाराला पाठ लावून घट्ट उभी होते. त्यांचा विचार बदलला आणि जवळच्या मऊ सोफ्यात चक्कर येऊन सावकाश पडल्या. कुणाला पटलं नाहीच.

मध्येच आलेल्या या अडचणीनं प्रसंगातील भयानकता अधिक वाढलीच. डॉ. साने म्हणाले, "लल्लीला माझी मदत लागेल. हा गंभीर प्रसंग आहे." जणू तारकचा खून ही सहज जाता जाता होणारी साधीशीच बाब होती.

"तुम्ही थोडे थांबलात ना डॉ. साने, तर लल्ली इथंच येईल. मला खात्री आहे तिला तुमच्या मदतीची गरज आहे. आता ती हिलाबरोबर आहे."

माझ्या भाषणाबद्दल मीच मला 'अ' वर्ग दिला. आता माझं काम होतं सहा वाजण्याच्या सुमाराला हॉल कोणी सोडला होता हे शोधण्याचं. थोडंसं चुचकारून प्रत्येकाला विचारताच उत्तरं मिळाली. प्रत्येकजण बाहेर गेलाच होता. माझी टिपणं कुणीही चोरू शकत होता, पण बहुधा फेलिक्सनं ती घेतली असावीत. त्याच्या पुस्तकातून अशा गोष्टी त्याची पात्रं नेहमी करीत. बहुधा ते पुरावा खाऊन टाकीत. तो त्या लिखाणानुसार वागणार असेल तर पोटदुखीचा पहिला बळी तोच झाला असता.

रमोना आणि मुलं माझ्याभोवती गोळा झाली. हळू आवाजात अर्पितानं सांगितलं की फेलिक्सनं सँडविचेस केली होती. त्यांनी खाऊन घेतलंय.

"मला वाटलं तेच जेवण होतं. आम्ही पटपट ती खाल्ली. विचार केलाच नाही." रमोना म्हणाली

दर्शन रडू लागला. आवाज न करता; पण हृदय फुटून. त्याचं सांत्वन कशानंच होईना.

"तो अस्वस्थ झालाय कारण आपण तारकनं दिलेल्या वस्तू खाल्ल्या."

अर्पिता थोडं विषादानं म्हणाली. "इंजिन, गुलाब आणि लांबट सफरचंदाचं साल, जगातलं सर्वांत मोठं. त्याला वाटतं आपण ते ठेवायला हवं होतं. आता आपल्याजवळ काहीच नाही."

थोड्या वेळानं तिनं विचारलं. "आत्ता चिली कुठे आहे?"

कुणी उत्तर दिलं नाही.

श्री. बजाजनी विचारलं. "तो नर्तक कुठे आहे? पुन्हा नवा खून झालाय आणि तो इथं दिसत नाही."

"होय."उज्ज्वला साने नाटकीपणानं उठत म्हणाल्या.

"काल मी त्याला चिलीकडे पाहताना पाहिलं. मी म्हटलं तिला तो माणूस तुझ्याकडे कसा पाहतोय बघ. त्याच्याशी बोलू नकोस. त्याची पार्श्वभूमी तुला माहीत आहे. फारशी चांगली नाही. तिला बजावलं. अजून तो तिच्याकडेच बघत होता. इतका वेळ. हे नॉर्मल नव्हतं."

अलिफ बे हसला. "आपण सगळे चिलीकडे तसेच पाहत होतो. ते पूर्णपणे नॉर्मल होतं."

यावर प्रतिक्रिया दाखवणं उज्ज्वला सानेंना शक्य झालं नाही कारण तेवढ्यात लल्ली आणि हिला आत आल्या. हिला धपकन खुर्चीवर कोसळली.

लल्ली म्हणाली, "तुम्हाला चिलीच्या मृत्यूबद्दल कळलं असेल. ती दुपारच्या सुमाराला मरण पावली. आपण खोलीत झोपायला गेलो तेव्हाच. तिला विष घातलंय कुणीतरी. ती नेहमी घेते त्या व्हिटॅमिन कॅप्सूल्समध्ये विष भरून..."

उज्ज्वलानी पुन्हा ती त्यांची प्रसिद्ध कॅसान्ड्रा किंकाळी मारली.

"मी सांगितलं तुम्हाला! मी सगळ्यांना सांगितलं. मला माहीत होतं. बातमी ऐकली तेव्हाच मला कळलं होतं."

लल्लीनं लक्ष दिलं नाही.

"आता काय करायचं आपण?" अलिफ बेनं विचारलं. खिडकीतून कोसळणाऱ्या पावसाकडे निराश होऊन हात झटकले.

"तुला काय म्हणायचंय? आता कोण?"

"आणखी खून होणार नाहीत. ते संपलंय." उज्ज्वला साने म्हणाल्या. "त्या चिलीनं कुकचा खून केला, मग स्वत: जीव दिला. त्यांचं अफेअर होतं. ते संपलं."

त्या उत्साहानं म्हणाल्या, अगदी पटवून देण्याच्या सुरात. स्वत:च मान हलवीत. प्रत्येकजण अविश्वासानं पाहत होता.

"नाही. हे खरं नाही. चिलीनं तारकला मारलं नाही. माझ्या परीक्षेतून असं दिसतंय की ती सहा तासांपूर्वी मरण पावली. तारकपूर्वीच. या खुनाचं कारण प्रेमप्रकरण असू शकणार नाही. या भानगडीत आपण सारेच अडकलो आहोत. तुम्ही काहीतरी खाल्लेलं दिसतंय. छान. रात्रीही तुम्ही ही खोली सोडायची नाही. वरच्या तुमच्या खोल्यांत जायचं नाही. इथल्याच बाथरूम्सचा वापर करा. हवेनं परवानगी दिल्याशिवाय आपल्याला बाहेरून मदतही मिळणं शक्य नाही. मी लायब्ररीत बसून तुमची स्टेटमेंट्स घेते."

"किती वेळ लागेल त्याला?" अलिफ बे नं विचारलं. "सकाळपर्यंत आपण त्यासाठी थांबू शकत नाही का?"

"नाही. मी आत्ताच सुरुवात करतेय. तुम्ही पाळीपाळीनं या." कुणी प्रश्न विचारण्यापूर्वीच तिनं स्पष्ट करून टाकलं.

तिचं न पटल्याची एक लहर खोलीतून वाहत गेली. हिलानं दमलेला हात उंचावून तिचं निरसन करण्याचा प्रयत्न केला. तिनं अतिशय सहनशीलतेनं सर्वांशी बोलून त्यांना सहकार्य देण्याचं आवाहन केलं. तिचं बोलणं संपताना तिचा अश्रूंचा बांध फुटला. त्यानंतर अर्थातच सारेच नीट वागले.

मी लल्लीला लायब्ररीत जाऊन मिळाले.

नऊ वाजत आले होते. वातावरणात काहीच खरं वाटत नव्हतं.

लल्लीनं कागदांचा गठ्ठा माझ्यापुढं टाकला. ताज्या कॉफीचा एक मग माझ्या पुढ्यात ठेवला. मी तो अधाशासारखा घशाखाली घातला.

''फेलिक्स आपल्याला काहीतरी खायला आणतोय. त्याला इथं बसायचं होतं, पण मी नाकारलं.''

''मग तो संशयित आहे का?''

''हो, तूसुद्धा. तुला कारण होतं, संधी होती. शस्त्र सहज मिळालं असतं. मला तुझा ठावठिकाणादेखील तपासायला हवा. मला संधी होती. ठावठिकाणा होता, शस्त्र? होतं. पण कारण नव्हतं. आता येत्या काही तासांत आपल्याला कोणीतरी मिळेल ज्याला खून करण्याचं कारण, संधी, शस्त्र असेल आणि खुनाची जागा सोडून दुसरीकडे असण्याचा पुरावा नसेल आणि तरी त्यानं हे खून केले नसतील. खुनाची वेळ आली की काहीही नियमानुसार घडत नाही.''

''मग तुम्ही शोधता तरी कसं?''

''ते खुन्यावर अवलंबून राहतं. त्याला किती दडपण येतं त्यावरही. त्याच्या एकाकी पडण्यावर. त्याच्या नैराश्यावर.''

''एकाकीपणा?''

''मी ढिगांनी डिटेक्टिव्ह कथा वाचल्या आहेत. पण हे ऐकलं नव्हतं.''

''मला माहीत असलेल्या बहुतेक खुन्यांनी एकाकीपणातून अगदी नैराश्यातूनच खून केलेत. एकटेपणाची भीती, सोडून दिल्याची भीती. दुसरा काही पर्याय न मिळाल्यानं होणारा नाइलाज, पण पर्याय असतोच. नेहमीच. माणसांचा नाइलाज झाला की ती मूर्खपणा करतात. खून हा मोठ्ठा मूर्खपणा आहे.''

''एकटेपणा, नाइलाज या भावना आहेत. बळींबद्दल काही वाटण्याच्या...''

''ते झालंच, शिवाय संवाद. प्रत्यक्ष घटनेपूर्वीचा. तो लक्षात घेणंही महत्त्वाचं.''

''तुला काय म्हणायचंय? ते बोलतात एकमेकांशी? खुनी आणि बळी?''

''शब्दांनीच नसेल. नाहीच. शब्द हा फार वरवरचा मार्ग आहे. विचारांची देवघेव करण्याचे त्याहून खोल, जलद मार्ग असतात.''

मी मान हलवली. तिच्या शब्दांचा अर्थच मला कळला नाही.

पण तसा कशाचाच अर्थ आता मला कळत नव्हताच.

मी फक्त काल रात्री ऐकू आलेल्या संभाषणाचा विचार करीत होते. त्याच्या हातांचा स्पर्श त्यावेळी मला आठवू नये असं फार वाटत होतं.

"त्या सगळ्यासाठी नंतर हवा तेवढा वेळ आहे." लल्ली सुस्कारा टाकीत म्हणाली. "आता काम करायला हवं. तू काय ऐकलंस ते कुणाला सांगितलं आहेस?"

"फक्त रफीकला."

"इथून पुढे कुणाला सांगू नकोस. फक्त ऐक. आपण अलिफ बेपासून सुरुवात करू."

तो माझ्यासाठी तर्कशुद्ध क्षण होता. मी ऐकलेल्या साऱ्या संभाषणांचा एकमेकांशी संबंध लावण्यासाठी. पण का कोण जाणे, मी ते केलं नाही.

■

२०

अलिफ बे आत आला तो विशिष्ट हेतूनं चालत. नेहमीच्या अनुत्साही घासत चालण्याहून खूप वेगळा. त्याचे डोळे लक्षपूर्वक पाहत होते. हनुवटी प्रश्नार्थक होती. वागणं ताठ, नेमकं.

"मला तुला सांगायचंय, की मी स्वत:ला तारकच्या खुनाबद्दल जबाबदार समजतोय." तो म्हणाला. मग तो पुरेशा स्वस्थपणे बसला आणि लल्लीकडे आव्हानात्मक नजरेनं पाहू लागला.

"तू त्याचा खून केलास?" जणू हवापाण्याबद्दल बोलतेय अशा थाटात तिनं विचारलं.

"अक्षरश: अर्थाने नाही. पण त्याचा मृत्यू आणणाऱ्या परिस्थितीला मी जबाबदार आहे.

"तू त्याचा खून करण्याचा कट केलास?"

"अगदी कट नाही केला, पण हाऊसपार्टीची कल्पना माझी. एक अनैसर्गिक परिस्थिती, जिथं विरुद्ध स्वभावाची माणसं एक नम्रतेचा बुरखा घेऊन वावरतात. अशी परिस्थिती प्रयोगशाळेतल्या उंदरालाही असह्य वाटेल. ही छान छान खाण्या-पिण्याची, रानवटपणे नाचण्याची कल्पनाही माझीच. त्याला अशा दृश्यांचा तिटकारा होता. कधी पुऱ्या न होणाऱ्या मानवी हावरेपणाचाही वीट होता. ज्यामुळे त्याचा मृत्यू घडवणारी परिस्थिती निर्माण झाली. ती माझी जबाबदारी आहे."

"तारक काही हृदयविकाराच्या झटक्यानं मेला नाही. त्याचा खून झालाय."

"मृत्यूचा प्रकार बिनमहत्त्वाचा आहे. त्याच्या अस्तित्वाच्या परिस्थितीमुळे या अकाली मृत्यूला त्याला सामोरं जावं लागलंय."

"मग मी तुझ्याशी सहमत आहे." लल्ली मला बुचकळ्यात टाकत म्हणाली.

"त्याचा खून झाला असेल तर त्या परिस्थितीलाही मी जबाबदार आहे."

“तेही मी कबूल करते.”

“छान, मग आणखी काही सांगण्यासारखं नाहीच.”

त्यानं जवळजवळ हातकड्यांसाठी हात पुढे केलेच होते.

“काही तपशील स्पष्ट करायचे होते.” लल्ली पुटपुटली.

त्यानं ते हातानेच विचार म्हणून खुणावलं. मग खुर्चीवर रेलून बसला, नेहमीसारखा झुलत राहिला नाही हे लक्षात आलं माझ्या. मांजरासारखा सावध होता तो.

“तुला तारक घोष कितीसा माहीत होता?”

“याच वीकएन्डला तो प्रथम भेटला मला.”

“मला सांग, मला उत्सुकता आहे फार त्याच्याबद्दल. तुला काय वाटतं?”

अलिफ बे नं माझ्याकडे पाहिलं आणि लगेच नजर वळवली.

“तो उत्तम स्वयंपाकी होता. अर्थातच. खरा कलावंत, त्याशिवाय अस्वस्थ, उत्सुक, बुद्धिमान, भीतिदायकही होऊ शकला असता. मी म्हटलं ना खरा कलावंत.”

“भीतिदायक?”

“तो मध्यस्थ होता. होय ना? काल रात्रीच्या जेवणाला त्याने अनेक लोकांना वैताग दिलाय.”

“तुला त्रास दिला का त्यानं?”

“दिला असता, मी वेगळ्या मूडमध्ये असतो तर. साधारणपणे मी माझ्या खाजगीपणावर कोणी आघात केलेला चालवून घेत नाही.”

“काल तू पार्टी एन्जॉय केलीस की!”

“मला तो आवडला, त्याच्या मृत्यूचं मला दुःख झालं. नुसतं नम्रपणा, रीत म्हणून नाही म्हणत मी, मला तो आवडलाच. मला फार कमी लोक आवडतात. त्याहून कमी लोकांना मी आवडतो.”

“आज त्याला तू कधी पाहिलंस?”

“आज? आज मी पाहिलंच नाही. सकाळी काही आरडाओरडा झाला होता. सानेबाईंमुळे. मी त्याला अकरा वाजता शोधला. माझं डोकं खूप दुखत होतं तर थोडी कॉफी घ्यावी म्हणून; पण स्वयंपाकघराला कुलूप होतं. *'डू नॉट डिस्टर्ब'*च्या पाटीनं. त्यापाठोपाठ तुमची भाची मला इथं लायब्ररीत भेटली. त्यानंतर मी हॉलमधल्या जनावरांवर लक्ष ठेवायला गेलो. त्याच्या खुनाची बातमी तुम्ही आणेपर्यंत मी तिथेच होतो.”

“तुमचं डोकं वारंवार दुखतं का?”

“फक्त मी पितो तेव्हा. लोला गेल्यापासून मी थेंबभरही प्यायलो नाही. मला वाटतं तुम्हाला ते सगळं माहीत आहे.”

"तुमचं भांडण झालं होतं."

"वाईट तऱ्हेनं. मी झोपलेला असताना ती निघून गेली. एक शब्दही न बोलता. तिचं सारं सामान मी पोहोचवावं म्हणून मागे ठेवून. मी ते करणार आहे असं नाही. मी ते इथंच टाकणार आहे. तिला वाटतंय. प्रत्येक पुरुष हा तिचं सामान वाहणारं जनावरच आहे."

"पुन्हा तुमचं जुळून यावं, मतभेद मिटावेत असं वाटतच नाही तुला?"

"त्याच्याशी तुझा काय संबंध? पण विचारतेच आहेस तर ऐक. नाही. मी चटकन कंटाळत नाही कशाला, पण काही बाबतीत मी रेघ आखून ठेवली आहे."

"आणि लोलानं आखलेली नाही?"

"बहुतेक." तो आता अस्वस्थ झाला होता.

लल्ली म्हणाली, "इथल्या बाकीच्यांचं काय? त्यातले कोणी तुझे जुने मित्र आहेत का?"

"हिलाशिवाय कोणी नाही. तेही नेमकं बरोबर नाही. जिमी ड्रायव्हर माझा मित्र होता. आधी आम्ही फक्त एकत्र प्यायचो. मग मित्र झालो. तेव्हा तो सर्व घालवणारा दारूडा झाला नव्हता किंवा कदाचित असेलही. मी कसा आहे तसाच. आम्ही दोघंही घालवणारेच."

"चिलीचं काय? तू तिला ओळखत होतास आधी?"

"आम्ही पार्ट्यांना एकदोनदा भेटलो होतो. माझ्या दुसऱ्या आयुष्याचा भाग आहे तो. ज्यामुळे माझी बिलं भागवता येतात. छान मुलगी. 'सुंदर स्त्री' म्हणावी अशा गटात अजून आली नव्हती ती. मी काय म्हणतोय लक्षात येतंय ना? चुकू शकणारी. मी ऐकलंय. तारुण्य आणि सौंदर्य यांचा लाजिरवाणा नाश! या तरुणांना कळत कसं नाही की त्यांनी स्वतःला सिद्ध करायची गरज नसते. त्यांना सोसायलाही नको. ते तरुण आहेत, एवढंच पुरेसं आहे. तारुण्य हेच स्वतः नंदनवन आहे."

हेच असंच बडबडणं आणखी चाललं तर मी छताला भगदाड पाडीन. टिपणं घेत असल्यानं मी दुसरंही काही करू शकत नाही.

"अजून लोकांना शॉर्टहँडमध्ये लिहिता येतंय हे किती चांगलं आहे." अलिफ बे म्हणाला. "संगणकांनी लिहिण्यातली सगळी मजा काढून घेतलीय. होय ना?"

तो बाहेर गेला, दार बंद झाल्यावर मी आत्याकडे वळले. "इतक्या गरम हवेत हे सगळं तू सहन कसं करतेस? देवाशपथ, लल्ली, हा माणूस पूर्ण खोटा आहे."

"काय म्हणतेस? मला तर तो मोठा लेखक वाटत होता."

"तू टिंगल कर माझी, पण तो खोटारडेपणानं भरलाय पूर्ण. हेच सत्य आहे."

"गंमतच आहे. मला फक्त एक खोटं कळलं. बाकीची तू सांग."

मी खोल श्वास घेतला आणि माझ्या चोरून ऐकण्याच्या कारकिर्दीतून तो

गुंतागुंतीचा इतिहास सांगायला सुरुवात केली. सानेबाईंचा भाग सांगताना तर लल्ली शीळ घालीत होती.

"अरे रामा! ती *मोहिनी* आहे! कुणाचा विश्वास तरी बसेल? त्या माणसाला किती मूर्खासारखं वाटत असेल आता!"

"तेवढंच नाही. अजून लोलाचा भाग यायचाय."

मी तिला सारं काही सांगितलं. सारं. लोलाचा सँडल सापडण्याशी येऊन माझी कथा संपली.

"तिचे सँडल्स डबक्यात फेकणं हे फारच दुष्टपणाचं कृत्य झालं हं. तिला त्यांचा किती अभिमान होता हे माहीत असल्यावर तर फारच. तिचा तो अभिमान हीही करुणच गोष्ट. 'तू आणि तुझे भिकारडे रस्त्यातले जोडे.' मी ऐकलं होतं त्यांच्या तोंडून ती दोघं जिन्यावर भांडताना. मग तिनं त्याच जोड्यांनी त्याचं तोंड फोडलं. मला मला आठवतंय. दोघांचेही डोळे चिडीनं चमकत होते. अंधारात आणखी आठवावं तर मला वाटतं तिचे कानातलेही त्यानं ओरबाडून काढले. नक्कीच."

"काय, ते मोबाईलसारखं?"

"हो. ते फुलांमधल्या नेच्यात अडकलेले सापडले मला काल रात्री, जेवणघरात जेवणानंतर खोली साफ करताना. एका पितळी कुंडीत. ती आपण दाराजवळ ठेवतो तीत."

"तू काय केलंस त्याचं?"

"काय करायचं ते मला कळलंच नाही. तारकनं ते पुन्हा तिथंच ठेवलं. मला ते मिळालं तेव्हा तो होता माझ्याबरोबर."

"नेच्यामध्ये?"

"मला वाटतं अजून ते तिथं लोंबकळत असेल."

"दुसऱ्या कोणी ते पाहिलंय?"

"फक्त तारकनं. तो कोड्यात पडला. काल सगळा वेळ तो कोड्यातच पडला होता." आमच्या चुंबनानंतर त्याच्या डोळ्यांत दिसलेली ती नजर त्याबद्दल काही न आठवायचा प्रयत्न केला मी. पण लल्ली माझं पुढचं काही ऐकतच नव्हती. तिचे डोळे दूरवर खिळले होते. मी माझी टिपणं संपवून यादीतल्या पुढच्या नावाचा पुकारा केला. रफीक खान.

■

२१

"आधी त्यांना कुणी मारलं ते शोधून काढा आणि मग त्याला माझ्यावर सोपवा." इतकं सरळ विधान ऐकल्यावर रफीककडून आणखी काही मिळण्याची शक्यताच नव्हती. चिलीचं नाव काढताच तो पिसाळलाच. रानटीपणानं, तिथून पळून जाण्यासाठी तो वाट शोधू लागला.

लल्लीनं चुचकारून, समजुतीच्या शब्दांनी त्याला शांत केलं. त्या शब्दांना एरवी काही अर्थ नव्हता, पण त्यांनी त्याला वास्तवाचं भान दिलं.

"तिनं मला मारून टाकलंय. काय म्हणू आणखी? तिनं माझा सर्वनाश केला." मला आश्चर्य वाटलं याचं की लल्लीही म्हणाली, "हो, तुला ते सारं मनात ठेवूनच जगावं लागणार आहे, रफीक."

त्यानं आंधळेपणानं वर पाहिलं. दुःख आणि संतापानं तो भांबावून गेला होता. त्याचे डोळे हळूहळू लल्लीवर स्थिर झाले. त्यात भीती डोकावू लागली.

"आता माझं काय होईल?" तो तोंडातल्या तोंडात म्हणाला. त्यानं आपले लांब हात टेबलावर पसरले आणि तो आमच्याकडे पाहत राहिला. त्याला उत्तर हवं होतं. लल्ली म्हणाली, "ते आता नंतर काय होतं यावर अवलंबून आहे, रफीक! तुला माहीत आहे ते. आपण फक्त थांबून पाहायचं. पण तोपर्यंत..."

त्यानं मान हलवली. "तोपर्यंत काय करायचं ते तू सांग मला, मी करीन. आधी तू तुझं काम कर. मग मी माझं करीन."

"चिलीला मारावं असं वाटणारा कोणी तुझ्या मनात येतोय का?"

"फक्त ज्याचा तिनं हृदयभंग केला असेल तोच. तिनं ज्याचा सर्वनाश केलाय तोच. आता जर ती इथं असती तर तिनं मला ज्या यातना दिल्या त्यासाठी मी तिला ठार केलं असतं."

लल्ली या भयंकर अतार्किक विचारानं मुळीच विचलित झाली नाही.

"रफीक, तुला वाटतं का तारक चिलीच्या किंवा चिली तारकच्या प्रेमात पडली होती." उत्तरासाठी रफीक माझ्याकडे वळला. त्याच्या कठोर नजरेला नजर देणं मला शक्य नव्हतं.

एक शब्दही न बोलता तो खोलीबाहेर गेला.

"आता हे सगळं काय?" लल्लीनं मला विचारलं.

"मी काल रात्री काय ऐकलं ते सांगितलं त्याला."

"कदाचित त्यानंही ते ऐकलं असेल."

ह्या जागेत चोरून ऐकणाऱ्यांची गर्दीच झाली होती. हवा असली खराब होती. चांगल्याशा उन्हाळी रात्री सार्वजनिक ठिकाणी असावी त्याहून अधिक गर्दी होती इथं. गच्चीत उघडणाऱ्या साती खोल्यांतल्या कुणीही यापैकी काहीही ऐकलं असणं शक्य होतं. पण त्याचबरोबर सावलीत लपून कुणी मुद्दामही ऐकलं असेल.

लल्ली म्हणाली, "बजाजना बोलावू या."

श्री. बजाजही अलिफ बे प्रमाणेच विशिष्ट हेतू मनात धरून चालत आले. हे त्यांचं बहुधा शक्तिप्रदर्शन असावं असं मला वाटलं. बोर्डरूममध्ये त्यांचा हा दरारा त्यांना सवयीचा असावा; पण त्यांच्या मनात आता दरारा मुळीच नव्हता. त्यांनी लल्लीकडे पाहून आदरपूर्वक मान हलवली, माझ्याकडे सहानुभूतीची दृष्टी टाकली आणि मदतीला सर्वतोपरी तयार असल्यागत खुर्चीत बैठक मारली.

"सकाळी मी बाहेर पडेन," त्यांनी जाहीर केलं. "लहान मुलं असलेल्या घरात एका वेळी दोन प्रेतं म्हणजे असह्यच गोष्ट. मी माझी पाजेरो गाडी घेऊन जवळच्या खेड्यात जातोय. मी सकाळी निघेन."

"सकाळ झाली तर..."

लल्लीनं खिडकीकडे बोट केलं. विजेच्या प्रकाशात पाण्याचे भाले गर्द काळ्या रात्रीवर सुटत होते.

"सकाळ होतेच." त्यांनी प्रामाणिकपणे म्हटलं. "वाट पाहावी लागते, पण पहाट फुटतेच तिची वेळ झाली की. अशा कितीतरी काळ्या लांबचलांब रात्री मी पार केल्या आहेत."

"सकाळ खूप दूर आहे आता. तुम्ही मदत केलीत तरच." लल्ली म्हणाली.

"काहीही. मी काहीही करायला तयार आहे. बिचाऱ्या हिलाचं हे दुःस्वप्न संपावं म्हणून. तिनं खूप सोसलंय, मी काय करू मदतीसाठी सांगा. तुम्ही तुमचे प्रश्न विचारा. मला शक्य तेवढी स्पष्ट उत्तरं देईन."

"थँक्यू मि. बजाज, प्रत्येकजण तुमच्यासारखा सहकार्याला तत्पर असला तर काम सोपं होईल. तुम्ही तारक घोषला कधीपासून ओळखत होता?"

"गेल्या वीकएन्डपूर्वी मी त्याला कधी भेटलो नव्हतो. मी आल्यावर हिलानं

तिचा प्लॅन मला सांगितला. मला संशयच होता. मला तो मुळीच पसंत नव्हता. पण तो उत्कृष्ट स्वयंपाकी होता. ते रेशमकबाब! वाहवा!''

''तुमच्या स्टीक तार्तारचं काय?''

''ओह. तो त्याचा घोड्याच्या मांसाबद्दलचा विनोद! मला तर सन्मान केल्यासारखंच वाटलं. आधी कुणा एकासाठी एखादा पदार्थ मुद्दाम तयार करणं हाच केवढा सन्मान आहे. काल असा प्रत्येकाचा सन्मान केला त्यानं आणि आम्ही त्याबदली काय दिलं त्याला बघा.''

''पण स्टीक तार्तर देणं बरोबर होतं? तुम्ही घोड्याची पैदास करता?''

''इतका महत्त्वाकांक्षी नाही मी. माझ्याकडे एक उमदा घोडा आहे. ब्रुनो. त्यानं दोनतीन शर्यती जिंकल्या आहेत. आधी माझ्याकडे पुष्कळ चांगले घोडे होते. पण घोड्यांची पागा सांभाळायची तर पुष्कळ पैसा हवा. वेळ हवा. मला घोड्यांची निगा स्वत: राखायला आवडतं. तुम्ही त्यांना चांगलं वागवलंत तर ते तुम्हाला सन्मान देतात.

''सोपं नाही दिसत हे शिक्षण.''

''मला थोडा अनुभव होता. मी रँचवर घोड्यांची व्यवस्था पाहत असे. मी टेक्सासचा आहे. तुम्ही असं म्हणू शकता की टेक्सासनं मला घडवलं. घोडेस्वारांचा देश, पण एकदा घरी आल्यावर मी पुन्हा परत गेलो नाही. नाहीच. हे माझं घर आहे. माझी मुळं इथं आहेत. मी इथं राहतो.''

''तुम्ही व्यावसायिक आहात मि. बजाज. तुमचा व्यवसाय कसला आहे नेमका?''

''कठीण प्रश्न आहे. कितीतरी व्यवसाय आहेत माझे. मी तेलात पैसा कमवला. मग थोड्या कमी स्पर्धेच्या व्यवसायात उतरलो. मी आजारी उद्योग खरेदी करून त्यांना पुन्हा चालू करतो. आता मी फक्त इलेक्ट्रॉनिक्समध्ये आहे.''

''हिला आणि तुम्ही एकत्रितपणे ही जागा हॉटेलमध्ये परिवर्तित करण्यासंबंधाने काय कल्पना आहे तुमची?''

''आधी मी तो विचार केला होता. आता नक्की नाही सांगता यायचं. ह्या सर्व शोकांतिकेनंतर ही मालमत्ता घेणं म्हणजे जबाबदारीचं ठरेल. बातम्या पसरतात बाहेर.''

''तुम्ही तारकला आज शेवटचं कधी पाहिलंत?''

''मी नेमकं उत्तर देऊ शकतो या प्रश्नाचं. सव्वा अकराला मी त्याला कॉरिडॉरमध्ये भेटलो. ह्या दाराबाहेर. तो हातात नायलॉनच्या दोरीचं भेंडोळं आणि कात्री घेऊन चालला होता. 'हिलाला ते पोर्ट्रेट जेवणापूर्वी हॉलमध्ये लावायचं आहे.' तो म्हणाला. 'माझं अजून खूप काम उरकायचंय. तेव्हा मी स्वत:ला स्वयंपाकघरात

कोंडून घेणार आहे. मीं कोठीच्या खोलीत काही खायला आणि कॉफी करून ठेवलीय, जर कुणाला भूक लागली तर म्हणून. तुमचं चित्र लावून झालं की ह्या वस्तू कृपया कोठीत ठेवा.' हे शब्द होते त्याचे."

"तुम्ही दोरीचं काय केलंत?"

"मी ती घेऊन जेवणघरात गेलो. चित्र कुठं लावावं ते ठरवायला. मग मी चित्र लायब्ररीतून आणलं आणि एकट्यानं ते लावण्याचा प्रयत्न केला. पण ते थोडं जडच गेलं मला. ते धरायला मला कुणाची तरी मदत हवी होती. खरं तर मी ते चित्र लावायला उचललं तेवढ्यात घड्याळात ठोका पडला आणि मी इतका दचकलो की ते चित्र हातातून पडलंच असतं. म्हणून तर इतकी नेमकी वेळ सांगता आली मला. मी ते चित्र तिथंच ठेवून हॉलमध्ये मदत मागायला गेलो."

"कुणी मदत केली तुम्हाला?"

"फेलिक्स आणि देवदत्त. सुमारे दहा मिनिटांत आम्ही ते काम पुरं केलं."

"मग काय झालं?"

"आम्ही थोडा वेळ त्या चित्राबद्दल गप्पा मारीत उभे राहिलो. देवदत्त म्हणाला, तो बायकोसाठी कॉफी करतोय, आम्हाला हवी का? तर आम्ही दोघेही नको म्हणालो. मी त्याच्याकडे दोरी आणि कात्री दिली परत ठेवायला, मीही धुळकट झालो होतो, दमलोही होतो, मी माझ्या खोलीत गेलो. मला छातीत थोडं अस्वस्थ वाटू लागलं. गेल्या वर्षीच माझी बायपास झालीय. मला काळजी घ्यावी लागते. मी मग तासभर बिछान्यावर पडून राहिलो. बरं वाटलं. थोडी झोपही लागली असावी. आठवत नाही. मी शॉवर घेतला, कपडे बदलले आणि खाली आलो. भूकही कडकडून लागली होती. खाली येऊन पाहतो तो हे!"

"चिलीचं काय? तिला तुम्ही आधी ओळखत होता?"

"मुळीच नाही. मला सांगितलं की ती टॉप मॉडेल आहे म्हणून, आंतरराष्ट्रीय. पण तिला पाहिल्यावर यावर विश्वास ठेवणं कठीण वाटलं मला. काल जेवताना मी तिला प्रथम पाहिलं. माझ्यावर तिचा प्रभाव पडला नाही."

लल्लीनं त्यांना उत्तेजन देण्यासाठी मान हलवली. आज तिला श्री. बजाज पटले. कदाचित माझ्यासारखीच तीसुद्धा कठीण प्रसंगात त्यांच्या मदतीला येण्याच्या वृत्तीनं प्रभावित झाली असेल. अलिफ बे च्या कलावादी, सौंदर्यवादी मुद्रेपेक्षा थोडं ताजंतवानं वाटणारा हा बदल होता.

"दोन्ही खून एकमेकांशी संबंधित नसावेत, की असतील?" त्यांनी विचारलं. "मी ऐकलं की त्या मुलीनं एवढ्यात अनेक आत्महत्येचे प्रयत्न केले. प्रेमात अपयश. या वयाच्या मुली फार भावनाप्रधान असतात. मुलगे म्हणजे जनावरंच असतात. त्यामानाने.

"तुम्हाला मुलगी आहे?"

त्यांचे डोळे गढूळ झाले.

"आम्हाला मुलगी होती. एकटीच. तिच्या दहाव्या वर्षीच ती गेली."

"माफ करा."

"मेंदूज्वर झाला तिला. काय म्हणतात त्याला? मेनिनजायटिस. कोणत्याही तरुण मुलीची काही शोकांतिका झाली तर ती मनाला भिडते माझ्या. यंदा ती एकोणीस वर्षांची झाली असती."

कदाचित म्हणून त्याची बायको तरुण विद्यार्थ्यांशी इतकी वाईट वागत असेल. मला वाटलं, मी तिच्या मनाचा विचार करून तिच्याबद्दलचं मत बनवायला हवं.

"मि. बजाज, इथल्या बाकीच्यांचं काय? त्यांना तुम्ही नीट ओळखता?"

"फक्त हिला आणि साने कुटुंब. ते जुने मित्र आहेत माझे."

मग त्यांनीच प्रश्न विचारायला सुरुवात केली. लल्लीला शोधाची प्रक्रिया विचारली. एकमेकांशी संबंध थांबवल्यावर काय होईल. त्यांनी सरळ मालाड पोलिसस्टेशनकडे जावं का? की थेट कमिशनरकडेच? ते त्यांचे चांगले मित्रही आहेत.

या सर्व प्रश्नांना लल्लीनं अंतहीन शांतपणानं उत्तरं दिली.

"मी पहाटे निघेन." मंत्र म्हणावा तसे ते म्हणाले.

"मग किती असत्यं सापडली तुला यावेळी?" ते गेल्यावर लल्लीनं विचारलं.

"असत्यं नाहीत, गुप्त संभाषणं नाहीत, अफवा नाहीत. मी त्यांचा द्वेष करण्याच्या तयारीत होते, जेव्हा मला कळलं की तो लता संदेहाचा नवरा आहे; पण तो तर सर्वांत अधिक सभ्य निघाला. प्रामाणिक, मदतीस तयार."

"आता कुठला संशयित बोलवायचा? डॉ. सानेंना बोलाव."

आणि याच वेळी मला, शुक्रवारी पहाटे उठताना अर्धवट आठवलेलं स्वप्नं आठवलं.

तारक आणि डॉ. साने गच्चीवर बोलत होते.

"माझा इत:पर त्याच्याशी काही संबंध नाही. माझ्याशी संबंध असणारे मरण पावले आहेत. संपलंय सगळं. तुम्ही मला पूर्वी पाहिलंही नव्हतंत." तारक बोलत होता.

मी लल्लीला माझ्या धूसर मेंदूकडून मिळालेली मदत कळवली. बाकीचं स्वप्नांच्या अफाट जगात हरवून गेलं होतं.

■

२२

"माझ्या बायकोला फार त्रास होतोय. ह्या कामाला फार वेळ लागणार नाही अशी मला आशा आहे." डॉ. साने आत शिरल्याबरोबर प्रथम बोलले ते हे!

"मग मी फक्त महत्त्वाचे तेवढेच प्रश्न विचारते. तुम्ही तुमच्या बायकोसाठी कॉफी करायला कोठीत गेलात तेव्हा नेमकं काय झालं?"

"तुम्हाला कसं कळलं ते?"

"प्रत्येकालाच माहीत आहे की चित्र टांगून झाल्यावर तुम्ही कुठे गेलात ते! की तुमचा बेत बदलला?"

"नाही. मी कोठीत गेलो. कॉफी केली, ती आमच्या खोलीत घेऊन गेलो. मी उज्ज्वलाजवळ बसून तिला ती प्यायला लावली. मग थोड्या गप्पा मारून मी पुन्हा खाली आलो."

"तुम्ही कोठीत शिरलात तेव्हा तुमच्याजवळ काय होतं?"

"काही नाही. ओ: बजाजनी मला दोरी आणि कात्री कोठीत ठेवायला सांगितली होती. स्वयंपाकघराचं दार बंद होतं. तुम्हाला माहीतच आहे. 'डू नॉट डिस्टर्ब'ची पाटी होतीच. तेव्हा मी त्या वस्तू कोठीतच ठेवल्या."

"कुठे ठेवल्यात?"

"कट्ट्यावरच. पण हीटर आणि कपांच्या जवळ नव्हे."

"म्हणजे 'एल्' आकाराच्या कट्ट्याच्या दुसऱ्या भागावर."

"बरोबर. तो 'एल्' आकाराचाच कट्टा आहे."

"सर्व्हिंग हॅच उघडी होती तेव्हा?"

"मी पाहिलं नाही."

"तुम्ही दोरी आणि कात्री ठेवलीत त्याच्या नेमक्या वरच होती ती. डोळ्यांच्या पातळीत."

"बंद होती ती."

"तुम्हाला आता आठवतंय?"

"हो. आठवतंय. मी विचार करीत होतो की तारकशी दोन शब्द बोलू, पण ती खोली बंद पाहिली. टकटक करावीशी वाटली नाही."

"तुम्ही तिथं कोठीत किती वेळ होतात?"

"पाणी उकळायला वेळ लागतो तेवढा वेळ. माझी बायको काळी कॉफी पिते. मला फक्त पाण्यात इन्स्टंट कॉफी तेवढी चमचाभर टाकायची होती."

"पाणी उकळत असताना तुम्ही काय करीत होतात?"

"काही नाही."

"डॉ. साने, स्मृतीलाही संधी द्यावी लागते. तिला खुणा पटवाव्या लागतात. तुम्ही पाणी उकळायची वाट पाहत होतात तेव्हा हिटरजवळच्या दोन डब्यांची पाहणी केलीत."

त्यांच्या चेहऱ्यावर शरमेचा भाव आला.

"होय. पहिल्यात केळ्याचे वेफर्स होते. मी त्यातले थोडे खाल्ले."

"तुम्ही दुसरा डबा उघडला नाहीत?"

"हो. उघडला. बिस्किटं होती त्यात. मला नाही आवडत बिस्किटं."

"आता तुम्हाला हे प्रसंग स्पष्ट आठवतायत, तर काही आवाज किंवा हालचाल ऐकू आली का ते आठवा बरं!"

"नाही, मला काही आठवत नाही."

लल्लीनं अचानक मार्ग बदलला.

"चिली उंदरांच्या विषानं मेलीय. आदल्या रात्री उज्ज्वला त्याबद्दल बोलत होती हे आम्ही ऐकलंय. खून त्याच तत्त्वांवर झालाय."

"तुम्ही तिचा संशय घेता कामा नये." डॉ. अजिजीनं बोलू लागले. "उज्ज्वला कधी कधी मूर्खासारखी बोलते, तो तिचा उच्चवर्गीय अभिमान आहे. तिचं कुटुंब पारंपरिक, उच्चवर्गीय, बड्यांपैकी आहे. तिला आपल्यासारख्या सामान्य लोकांत मिसळायची शरम वाटते. तिचा संशय नका घेऊ, तिला प्रश्नही नका विचारू. मी तिचा नवरा आहे, मला तिचं रक्षण करण्याचा अधिकार आहे. आम्हाला दोन छोटी निष्पाप मुलं आहेत. त्यांचा जरा विचार करा."

"शांत व्हा डॉक्टर, मला तुमच्या बायकोनं खून केलाय असा संशय नाही. पण मला कळायला हवंय की तिनं चिलीविषयी अढी का दर्शवली होती?"

"फक्त सगळ्या देखण्या स्त्रियांबद्दल तिला जो तिरस्कार वाटतो तेवढाच. फार मत्सरी आहे ती; पण तिचं हृदय निर्मळ आहे. माझ्यावर विश्वास ठेवा."

लल्लीनं खडूसपणानं खांदे उडवले.

"शिवाय तिचं मन तसं नाही. म्हणजे ती हिशेबानं कटकारस्थान करू शकत नाही. मला तर शंका आहे की कॅप्सूल उघडून रिकामी करता येते हे तरी तिला माहीत आहे की नाही!"

"मग कसं आहे तिचं मन?"

"ऐनवेळी सुचेल ते करणार. ताबडतोब. धसमुसळेपणानं. मग खूप पश्चात्ताप होतो तिला."

"असलं मन की आपला राग न जाणवणारा धक्का देऊन मोकळं होईल? हाताशी येईल ते हत्यार घेऊन प्रयोग करील?"

डॉ. साने गप्प होते. आपल्या थरथरणाऱ्या हातांकडे पाहत होते.

लल्ली म्हणाली, "तुमच्या बायकोच्या मनात कुकबद्दल इतका पराकोटीचा संताप का होता?"

ते जडपणे म्हणाले, "वर्गाभिमान. तिच्या कुटुंबात कुक हा नोकर असतो आणि नोकर म्हणजे गुलाम."

"तुम्हाला हे मत मान्य आहे?"

"मी लोकशाहीवादी आहे. मला आशा आहे की माझी मुलं माझ्यासारखाच विचार करतील असं मी त्यांना वाढवू शकेन; पण एवढ्यात सांगणं कठीण आहे. लग्नावर अवलंबून आहे ते."

"लग्नावर अवलंबून आहेच ते." लल्लीनं एक सुस्कारा टाकून पुन्हा म्हटलं. "डॉक्टर तुम्हाला राईच्या तेलाचं नेमकं काय करायचं असतं?"

क्षणभर ते मागं सरकले. मग स्वत:ला स्थिर करीत सहज थोडं हसले.

"मला वाटतं माझ्या मित्रांनी काल रात्री थोडी जास्तच अतिशयोक्ती केली. मी काही पारंगत नाही! तारकला तसं वाटलं कारण त्याच्या मित्राच्या एका केसमध्ये याबाबतीत माझी साक्ष काढल्याचं त्यानं ऐकलं होतं."

"१९८५ साली?"

"अं? नाही. नाही. १९८८. ते निर्दोष ठरले होते."

"तारकचे मित्र निर्दोष ठरले होते?"

"हो. म्हणून त्याला वाटलं मी आश्चर्यजनक काम केलंय. तो फक्त माझ्या बाबतीत सढळ हात ठेवीत होता."

"तुम्हाला त्यांची नावं आठवतात?

"नाही. किती छोटी गोष्ट आणि किती जुनी. ते छोटी दुकानं चालवीत होते. त्यांनी फुटपाथवर वस्तू विकायला सुरुवात केली होती. फुटपाथवासीच होते ते, तारकसारखेच. त्याच्याइतकं त्यांचं बरं चाललं नव्हतं पण तारकनं त्यांचा माग, त्यांचा संबंध ठेवला होता."

“मला कळत नाही. डॉ. साने, तुम्ही असल्या केसमध्ये पुरावा घ्यायला नेमके कसे आलात?”

डॉ. साने हसले.

“त्या दिवसांत, मीही त्यांच्यासारखाच गरीब होतो. माझी छोटीशी प्रॅक्टिस काळबादेवी इथं चालत होती. मजूर, छोटे दुकानदार, असलेच गरीब लोक माझ्याकडे येत. मला माझी वैद्यकीय संशोधनं, पाहण्या, परीक्षा कोर्टात सांगाव्या लागत. तेलात काही विष किंवा भेसळ आढळली नव्हती. तेव्हा तारकला भेटल्याचं आठवतं. इथं तो भेटताक्षणीच मी त्याला ओळखलं. त्यालाही आठवत होतं. बघा, म्हणजे आम्ही जुने मित्र होतो.”

“कदाचित सौ. सानेंनाही आठवत असेल, ती ओळख!”

“छे, छे, उज्ज्वलाला त्यातलं काही माहीत नाही. तिला मी भेटण्याच्या खूप आधीची गोष्ट आहे ती.”

“तुम्ही आता काळबादेवीला प्रॅक्टिस करत नाही?” ते सहज हसले.

“नाही. नशीब माझं! आता माझ्याकडे चांगले लोक येतात. सुसंस्कृत माणसं!”

“उज्ज्वला तुमच्यासाठी चांगलं नशीब घेऊन आली म्हणायची.” लल्ली हसली.

तेही पुन्हा हसले. लल्लीचं विधान मान्य करणारं श्रीमंत हसू. त्यांच्या चेहऱ्यावरची बरीचशी वर्षं पुसली गेली.

“तिच्याशी लग्न करून मी नशीबवान ठरलो. माझं कुटुंब मध्यमवर्गीय. उच्च मध्यमवर्गीय म्हणा फारतर. संभवित, खानदानी पण मध्यमवर्गीयच. तिचं घर बोळींजकरांचं, साखरवाले. माहीतच आहे तुम्हाला.”

“उज्ज्वलाला माहीत होतं ती एका यशस्वी माणसाशी लग्न करतेय हे?”

डॉ. साने हसले. स्वत:ला सांभाळून आपली मान पुसली. “कदाचित! मी माझी प्रॅक्टिस ऑपेरा हाऊसला सुरू केली माझं लग्न ठरल्यावर. तिच्या वडिलांना मी कर्तबगार वाटलो. कुणी आयता श्रीमंत घरातला नाकर्ता जावई आणण्यापेक्षा उजवा वाटलो.”

“त्यांनी तुमच्या कामातल्या कुशलतेविषयी ऐकलं असेल?”

“उज्ज्वलाच माझी पेशंट होती. बारीकसारीक कुरकुरी. पण मी त्या ज्या प्रकारे हाताळल्या, ते फार खूश झाले. त्यांना माझ्यात चांगले गुण दिसले. उज्ज्वलाला अभ्यासू, प्रभावशाली व्यक्तिमत्त्वाच्या नवऱ्याची गरज होती. माझ्या लग्नानं माझ्या करिअरला चांगलीच मदत झाली. मी ते लपवीत नाही, का लपवू?”

मी दंतपंक्ती दाखवून पुढच्या वाक्प्रचाराची वाट पाहू लागले. तो आलाच. “मी व्यवहारी माणूस आहे. प्रॅक्टिकल.”

लल्लीचं अजून संपलं नव्हतं. तिनं त्याला चांगलाच दणका दिला.

"डॉ. साने, तुमच्यासारख्या अनुभवी व्यक्तीला हा प्रश्न विचारल्याशिवाय राहावत नाही. अखेर डॉक्टरपेक्षा मानवी मानसशास्त्रावर आणखी कोण उत्तम मत देईल? तुम्हाला खुनी कोण असेल असं वाटतं?"

त्यांनी पापणीही झुकवली नाही. खुर्चीत मागे रेलून एक समजुतदार मोठं स्मित केलं.

"हा हेव्यादाव्याचा प्रकार आहे. त्यातून गुन्हा. तो डिशमागून डिश खात होता. प्रत्येक पदार्थ त्याच्या कल्पनेबाहेर चविष्ट. आपल्या स्वत:च्याच कमीपणानं, अपुरेपणानं तो शरमला, वैतागला होता. लैंगिक आणि स्वयंपाकातील. तुम्ही त्याची पुस्तकं वाचा. मी सांगतो. आधी कुक, मग ती मुलगी. दोन्ही अप्राप्य इच्छा."

"म्हणजे तुमच्या मते...?"

"उघडच नाही का? फेलिक्स रेगो."

■

२३

गी लल्लीशी चिडून बोलत होते. "मला तुझी लाज वाटते." मी म्हटलं. "त्यानं सगळं गिळून टाकलं आणि तो इतका सरळ आहे की प्रत्येक बाबतीत मोकळेपणानं बोलला."

"खरंच?"

"आता हे थोडं अस्वस्थ करणारं आहे, की इतक्या सहज त्यानं बायकोच्या अपराधीपणावर विश्वास ठेवला. पण त्याच्या मूल्यांवरून त्याच्याविषयी मत नाही करता यायचं. त्याची तत्त्वं अजब आहेत पण त्यामुळे तो काही खुनी बनणार नाही. निदान तो खोटं बोलत नाही."

"नाही?"

"नीट पाहिलं तर नाही."

"मला काही तारखा त्याच्या बायकोला विचारून पुन्हा तपासून घ्यायच्या आहेत. माझं तुटून पडणं मी तोवर थांबवते."

"मी बघितलं. तारकचा गळा आवळल्याबद्दल तू काही बोलली नाहीस. तुला नाही वाटतं त्याला हे कळावं असं? तो त्याला लायक नाही?"

"लायक? लायकीचा प्रश्नच कुठे येतो?"

वेळोवेळी ही आत्या मला जाणवून देते की ती किती परकी आहे.

मी तिच्यात हा थंडपणा पूर्वी पाहिला नव्हता. तिचे उद्धट वाटणारे डोळे, चमकदार, अगदी झळाळते पण सावध, धूर्त, शिक्षा देणारे दिसत होते. तिचा बोलण्यातला अर्थ माझा थरकाप करीत होता. स्वच्छच होतं की तिच्या लेखी देवदत्त सानेइतका खालच्या दर्जाचा कोणीच नव्हता.

फेलिक्स रेगो एखाद्या कारस्थान्यासारखा आत आला. त्यानं खुर्ची ओढली. टेबलावर वाकला, हात उघडे पसरले, जणू उडी मारण्याच्या तयारीत राहिला.

"आपण तिला सापळ्यात पकडलं पाहिजे. पुन्हा तिनं काही करण्याआधी."

आपण निर्माण केलेल्या सेन्सेशननं संतुष्ट होऊन तो आरामात मागे झुकला आणि सरळ 'कॅरियन कुक' वाचू लागला.

तुमच्यापैकी ज्यांनी ते पुस्तक वाचलंय त्यांना कळेल की यावेळी पहिली तीन प्रकरणं फेलिक्सच्या मेंदूतून अजून लिहिली गेली नव्हती. ती तो चक्क बोलू लागला. चौथ्या प्रकरणातलं वर्णन तो जसं बोलला तसं खाली देतेय.

"सारी रात्र तिनं घशातून फुटू पाहणारी, भक्ष्य शोधणारी भयावह किंकाळी दाबून ठेवली होती. घशाला पिळवटत येणारी. तिच्या शेजारी घोरत पडलेल्या माणसापासून अस्वस्थतेने ती उठली. अंगावरची तलम, दिखाऊ, आवरणं ओरबाडून टाकून ती पावसात धावली.

पाऊस झोडपत होता. उघडं मोकळं मांसल शरीर आतलं रक्त उसळून बाहेर येईपर्यंत झोडलं गेलं. विजेच्या प्रकाशात चमकणाऱ्या, डंख करणाऱ्या पियानोच्या तारांनीही तडफडलं. तिचा दुष्ट शास्ता तिचा गच्चीवर, पायांच्या उघड्या तळव्यांवर मारीत पाठलाग करीत होत. ती पडली. तिचं उघडं गोरं शरीर तडफडलं, काळ्या अंगावर येणाऱ्या ढगांच्या ढिगातून वीज धावत होती. सतत फटकारे मारीत होती. पावसाच्या आंबट माऱ्यात डोळे उघडताना खोल खोल, तिच्या गर्भाशयात, काळ्या अंधारातून एक सनातन कण्हण्याचा सूर उमटला. तिच्या पाठीचा कणा हजारो अग्निज्वालांनी तरलपणे जळू लागला.

तिनं आंधळेपणानं डोकं उचललं आणि जड झालेल्या, फुटलेल्या, फेसानं माखलेल्या ओठांतून कण्हत त्याचं नाव बाहेर आलं."

लल्ली बोलू लागली तेव्हा तिला गप्प करायला त्यानं ओठावर बोट ठेवलं. "थांब."

"पाऊस थांबला. ती स्त्री उठली. तो ज्वर उतरला. रक्ताचा वास तिच्या नाकात घुटमळत होता. फक्त प्रतिशोधासाठीच तिला जगणं आवश्यक होतं. बाकी सारं मृगजळ. हेच एक सत्य.

तिनं डोकेदुखीचं नाटक केलं. बाकीच्यांनी तिला तिथंच अंधारात सोडलं. जणू धुमसता कोळसा, आतून जळणारा पण बाहेरून न दिसणारा. जणू कर्मकांड असावा असा पोशाख तिनं केला. मग वळणदार जिन्यावरून ती खाली गेली.

तिनं त्याला चकित केलं. पुन्हा एकदा तिचं स्त्रीत्व हार मानायला तयार नव्हतं. तिनं त्याला कुरवाळलं, भुलवलं. तो तिला हसला. तिनं प्रहार केला..."

"कशानं?" लल्लीनं मध्येच अडवलं.

"काहीही. कशानंही. एखादी जड बोथट वस्तू." तो खेकसला.

''कुठली बोथट वस्तू?'' लल्लीनं पाठच पुरवली. स्वयंपाकघर किंवा कोठीच्या खोलीत तशी कोणतीच वस्तू नव्हती.

''ओ! मग तिनं बरोबर आणली असेल.''

''म्हणजे हे ठरवून केलं होतं.''

''नक्कीच.''

''तसं असेल फेलिक्स तर मी तुला सांगते की त्या फटक्यानं तारकला मारलं नाही. तो नायलॉनच्या दोरीच्या गळफासानं गुदमरला, त्या दोरीच्या बंडलातल्या.''

फेलिक्स शीळ घालू लागला, ''पण मला आवळल्याची खूण दिसली नाही.''

आवळल्याची खूण. मला फक्त शब्दशः अर्थ कळला. पण फेलिक्सनं तो शब्द विशिष्ट सुरात उच्चारल्यानं त्याला खुनाचं साधन हा अर्थ मिळाला. या माणसानं बरंच संशोधन केलेलं दिसतंय भयानक प्रसंगाचं.

''खुन्यानं खुनाचं साधन मानेवरून काढून घेतलंय. त्याच्याजवळ सफाई, कुशलता, क्रूरता सारंच होतं. त्यानं हे आधीही केलं असल्याचा शोध लागला तर मला नवल नाही वाटायचं.''

''म्हणजे ही पाहा आणि मान्य करा अशीच केस आहे तर.''

''असं?''

''नक्कीच. डॉ. साने कोठीत बायकोसाठी कॉफी करायला शिरतात. आपण सर्वांनी ते ऐकलंय. सर्व्हिंग हॅच उघडतात, बायकोला पाहतात. बायको हात झटकते. खिडकीशी येते. म्हणते, तारक अजून मेला नाही. फक्त बेशुद्ध झालाय. डॉ. साने मदतीला येतात. दोरीचा तुकडा कापून घेतात. दुसऱ्या दारातून निसटतात. ती त्यांना आत जाऊ देते. साने काम पुरं करतात. दोघेही गोल जिन्यानं वर जातात. आपल्यामागे कोठीच्या खोलीचं दार लावून घेतात.''

''कॉफीचं काय?'' मी विचारलं. ''त्यानं कॉफी बायकोसाठी खोलीपर्यंत नेली होती. मी तिला बोलवायला गेले तेव्हा तो कप तिथंच होता.''

''ते सोपं आहे. तिला त्यानं तो सर्व्हिंग हॅचमधून दिला. स्वतः कोठीची खोली सोडण्यापूर्वी. ते तो वर घेऊन गेले.

सौ. साने गुन्ह्याची जागा सोडून भर पावसातून कप घेऊन जातानाचं दृश्य *'कॅरिअन कुक'* मध्ये नक्की असणार.

''चिलीचं काय?'' लल्लीनं विचारलं.

''हा डॉक्टरनं केलेला खून आहे. हो ना? कॅप्सूल विषानं भरणं? साने जोडपं रात्रभर हाच उद्योग करीत बसलं असेल.''

''आणि त्याचं कारण?''

“मला कारणाची पर्वा नाही. खुन्याची लहर. उज्ज्वला खरी मूलतत्त्ववादी आहे. राग आणि भूक.”

“फार पटणारं आहे, फेलिक्स. मला आश्चर्य नाही वाटत. तुझी पुस्तकं इतकी खरी वाटतात.”

“आभार! याला काही अर्थ आहे. तू सांगावंस म्हणजे!”

“हे सारं संपलं की तू काय लिहितोस त्याची मी वाट पाहतेय. आता मला सांग, तू नेमकी केव्हा सर्व्हिंग हॅच उघडलीस?”

“क्-काय?” फेलिक्स अवाक् झाला होता.

“अरे! मी ते पाहिलं नसेल असं तर तू समजत नाहीस? मला फक्त नेमकी वेळ कळायला हवीय. डॉ. साने दोरी घेऊन कोठीत गेले त्याच्या आधी की नंतर? आता मला असं नको सांगूस की तू कोठीत गेलाच नाहीस कारण तू गेला होतास हे मला ठाऊक आहे.”

“बरं बरं. शांत हो, मी कोठीत गेलो होतो. झालं? बाथरूममधून येताना गेलो होतो मी. मला पाहायचं होतं तारकनं तिथं खायला काय ठेवलंय ते. सुमारे एक वाजून पंधरा मिनिटं झाली असतील. तिथं दोन डबे होते. एक जवळ जवळ रिकामा. त्यात केळ्याचे काप होते. दुसऱ्यात बिस्किटं. जिंजरनट. मी एक घेतलं. मी सहसा ब्रेकफास्ट घेत नाही, म्हणून मला थोडी भूक लागली होती. सर्व्हिंग-हॅच उघडल्याचं मला आठवलं नाही.”

“का?”

“का काय?”

“सर्व्हिंग हॅच उघडल्याचं तुला का आठवलं नाही?”

“कारण मी ती उघडली नाही.”

“किंवा तुला ते आठवलं नाही कारण तुला ते विसरायचं होतं. तू सर्व्हिंग हॅच उघडलीस फेलिक्स, आणि तू त्यातून जे पाहिलंस ते तुला विसरायचं होतं. फेलिक्स, तू काय पाहिलंस तिथून?”

फेलिक्स एकदम गप्प, काष्ठवत् उभा राहिला.

“हॅचमधून सर्वसाधारण दृष्टी असणाऱ्या कुणाचीही नजर स्वयंपाकघराच्या मध्यावर जाते. तुझ्या नजरेत काही दोष आहे, फेलिक्स?”

फेलिक्स म्हणाला, “मी तारक घोषला मारलं नाही.”

“तू मारलंस का असं मी तुला विचारलं नाही. मला फक्त दोन प्रश्नांची उत्तरं हवी आहेत. एक – तू हॅच उघडलीस तेव्हा किती वाजले होते आणि दोन – तू हॅचमधून काय पाहिलंस?”

त्याचं सारं शौर्य त्याला सोडून गेलं होतं. तो विलक्षण गोंधळलेला दिसत होता.

आश्चर्य म्हणजे लल्ली आपली खुर्ची सोडून त्याच्या शेजारी आली. त्याच्या खांद्यावर तिनं त्याच्या सांत्वनार्थ हात ठेवला. थोडा वेळ गेला नि तो पूर्ण सैलावला. लल्ली पुन्हा आधीच्या जागी गेली नाही. तिनं त्याच्याशेजारी खुर्ची ओढली.

तो म्हणाला, ''मी कोठीत गेलो तेव्हा एक-पंधरा झाले होते. मी एक बिस्कीट खाल्लं. मी हळूच काळजीपूर्वक हॅच उघडलं. वाटलं की तारकच्या लक्षात येणार नाही. आधी दार सबंध नाही उघडलं. थोडं उघडून तो दिसला नाही तेव्हा आणखी थोडं उघडलं. मी मूळ महत्त्वाच्या वस्तू शोधत होतो. सजवण्यापूर्वी आणि वाढण्यापूर्वी तयार केलेले पदार्थ. कलात्मकरीत्या सजवलेल्या वस्तूत अनेक चुकीच्या गोष्टी दडवता येतात. माझ्या अपेक्षेप्रमाणे बहुतेक थंड पदार्थ कट्ट्यावर मांडून ठेवले होते हो, मला स्वयंपाकघराचा मध्यभाग दिसत होता पण फक्त जमीन. मला बाक किंवा तारक दिसत नव्हता. हॅच आणखी न उघडता मी जिथे उभा होतो तिथून काहीच दिसत नव्हतं आणि मग मी ते पाहिलं.''

''ते?''

''जमिनीवर सांडलेली, फोडलेली अंडी. मी त्याबद्दल त्याला दोष दिला. देव मला क्षमा करो. पण शपथ, मला आणखी काही दिसलं नाही.''

''छान. अर्थात जेव्हा बातमी पसरली, तेव्हा तू मला हे सांगितलं नाहीस कारण तुला जाणवलं की खुनी कोठीच्या खोलीतूनच आत शिरला असला पाहिजे. जसा तू गेलास तसाच. हो नं?''

माझा श्वासच थांबला. फेलिक्स झोडपल्यासारखा दिसू लागला. लल्लीनं आपला दबाव कायम राखला.

''तुला हे जाणवलं तेव्हा तू हॅचमधून जे पाहिलंस ते तुझ्याकडेच ठेवलंस. पण आता सांगितलंस तर बरं. फेलिक्स, स्टोअररूममध्ये तू काय करीत होतास? कधीपासून होतास तू तिथं?''

''बारा वाजल्यानंतर, कदाचित सव्वाबारा वाजता. मी हॉल सोडून माझ्या खोलीत गेलो कारण माझ्या नव्या पुस्तकाची प्रत मला अलिफ बेसाठी आणायची होती. मी एकदम माझ्या खोलीत गेलो नाही. स्वयंपाकघरावरून गेलो. कुतूहल म्हणून. तिथं कोठीचं दार उघडं दिसलं. मी क्षणभरच तिथं होतो. जरा आत डोकावलो. डबडं पकडलं...''

''काय पकडलं?''

''कचऱ्याचा डबा. तो दाराशी ठेवला होता. मी तो घराबाहेर ओढत नेऊन त्यात घाईनं पाहिलं. पुन्हा ठेवला आणि शक्य तितका आवाज न करता निघालो. मग माझ्या खोलीत गेलो, केस पुसले, मी फारसा भिजलो नव्हतो आणि माझ्या काळ्या

टीशर्टमध्ये भिजल्याचं कळतही नव्हतं. मग परत हॉलमध्ये आलो. मी बाहेर जाऊन आल्याचं कुणाला कळलंही नाही.''

''कचऱ्याच्या डब्यात तू काय शोधत होतास?'' लल्लीनं विचारलं.

''कितीतरी स्वयंपाकी तयार सॉस, मिक्स आणि ड्रेसिंग्ज वापरतात. आंतरराष्ट्रीय स्वयंपाक म्हणजे नाटकच झालंय एक आजकाल. अफवा नुसती. क्रॉफर्ड मार्केटमध्ये एक फेरी मारली सकाळी की दुपारी सगळी पाकिटं आणून कोणत्याही प्रकारचं जेवण तयार! मला तसलं मुळीच चालत नाही. मी नेहमी कचरा पाहतो. पण तारकच्या डब्यात असायला हवा तोच कचरा होता.''

हे खरोखर रीतसर होतं. फेलिक्स रेगोजवळ मांजराची नीतिमत्ता, संस्कृती होती. तो म्हणाला, ''मी त्याला मारलं नाही. मला तो आवडत होता. तुझा विश्वास का नाही माझ्यावर?''

''आहे ना. माझा विश्वास आहे तुझ्यावर.'' लल्ली म्हणाली.

तो संतापलेला दिसत होता.

''चिलीच्या मृत्यूबद्दल तुझ्या काय कल्पना आहेत?'' लल्लीनं विचारलं.

''मला विचारशील तर तिनंच स्वत:ला मारलंय. मला तिचा आधीचा हृदयशून्य प्रियकर ठाऊक आहे. बिचारी अपेक्षेहून अधिक हृदयभंग सोसत होती. इतकी कल्पना नसेल तिला. तुला एक माहीत आहे? कॅप्सूल कशी भरायची ते तिला माहीत होतं. त्या दिवशी सहा कॅप्सूल घेऊन तिनं जीव द्यायचा प्रयत्न केला होता तेव्हाच तिनं मला सांगितलं होतं.आत्महत्येचा उत्तम मार्ग म्हणजे कॅप्सूलमध्ये विष भरून घेणं.'' ती म्हणाली होती. ''ते दिसतं छान आणि कसली चवही घ्यावी लागत नाही.'' ''लल्ली, मला खात्री आहे तिनंच स्वत:ला मारलं आणि आता रफीकला वाईट वाटतंय. तू पाहिलंस? आपण एकदा खुन्याला पकडलं ना की आपल्याला रफीककडे पाहावं लागेल, नाहीतर आणखी एक खून होईल.''

मी त्या 'आपण'ने वैतागले, पण लल्लीवर काही परिणाम नव्हता.

''फेलिक्स, मला सांग तारकनं ते मेयोनेज नक्की कसं बनवलं असेल?''

''अं... अशा हवेत तुम्हाला ते मोठ्या प्रमाणात बनवायचं असेल तर अंड्याचे बलक बर्फावर फेटणं उत्तम. चांगला कुक अशावेळी ब्लेंडर किंवा इलेक्ट्रिक बीटर कधीही वापरणार नाही. खूप जास्त उष्णता निर्माण होते या यंत्रांनी. एक वाडगा बर्फात ठेवायचा किंवा बर्फाच्या ठोकळ्यात मोठंसं भोक पाडून तो भांड्यात ठेवायचा आणि दोन्ही हात मोकळे ठेवून अंडी फेटायची. तेल थेंबाथेंबानं मिसळायचं, नाही तर त्याचं दही होतं. त्याला हवा तसा मऊ एकसंधपणा येत नाही. मी ऑलिव्ह ऑईल वापरतो, पण काही कुक तिळाचं तेल घेतात. तारकनं तेच घेतलं होतं. तंत्र सोपं आहे. अंडी फोडायची, बलक वेगवेगळे करायचे. काट्याने घुसळायचे.

थेंबाथेंबानं तेल घालायचं. मग जोरानं, मनगटाची शक्ती लावून फेटायचं. अर्धीअधिक अंडी तरी अशी फेटल्यावर उरलेल्यासाठी वेगानं हात चालवायचा. हेच मुख्य. मग हवं तर लसूण किंवा राईचं वाटण मिसळायचं."

लल्लीनं फेलिक्सला आणखी काही विचारलं नाही.

"मी तुझं शीर्षक वापरलं तर चालेल ना?" त्यानं मला विचारलं.

मी मूकपणे मान हलवली. तो गेला.

"कसलं शीर्षक?" लल्लीनं विचारलं.

"*कॅरियन कुक.* तो ते नाव पुढच्या पुस्तकाला देणार आहे."

"अरे देवा! तो त्याच्या पुस्तकातलं बोलत होता का?"

"जवळजवळ. लिहिताना तो आणखी अश्रुपूर्ण विशेषणं घातलेली नाटकी भाषा वापरील."

"हूं. काही असो. आपण त्याचे आभार मानले पाहिजेत. आपल्याजवळ आपलं बोथट हत्यार आहेच."

"आपल्याजवळ?"

"होय. पण आधी रमोनाचं ऐकूया काय म्हणणं आहे ते!"

■

२४

रमोना आत घुसली. "मला वाटलं तुम्ही मला बोलावणारच नाही. मला सोसवेनाच ते. मला काही सांगायचंय. तुम्ही लोलाला बोलवा. ताबडतोब. तिला सगळं माहीत आहे."

"क्षणभर स्थिर बस रमोना!" लहान मुलांशी बोलावं तसं लल्लीनं सांगितलं. "नीट भानावर ये. नीट पूर्ण वाक्यात सांग. तू काय सांगशील ते सर्वांत महत्त्वाचं असेल."

ती जर *'सर्वांत महत्त्वाचं'* म्हणाली नसती तर उपयोग नव्हता. त्या शब्दांचा परिणाम झालाच. रमोनाला स्वत:लाच महत्त्वाची व्यक्ती असल्यासारखं वाटलं.

"लोलाला काय माहीत आहे?"

"तिला माहीत आहे, चिलीला तुम्हाला काय सांगायचं होतं ते. मला माहीत आहे चिलीनं कधी सांगितलं नाही. कारण मला ती शेवटचं म्हणाली, तिच्या खोलीत जाण्यापूर्वी की, जर लोला इथं असती तर मी लल्लीला सर्व सांगितलं असतं आणि माझी काळजीतून मुक्तता झाली असती. हेच शब्द होते तिचे. लोलानं मला सांगू दिलं नसतं आणि आता तारकही म्हणतोय की मी सांगू नये. तो म्हणतो, थांब, प्रत्येकजण मला थांबायला सांगतोय. तिचे हे मला सांगितलेले शेवटचे शब्द, तिचे हे शेवटचेच शब्द असतील." रमोनाचा बांध फुटला आणि ती मुक्तपणे रडू लागली. तिचा पहिला जोर ओसरेपर्यंत लल्ली शांतपणे वाट पाहत राहिली. मग तिनं विचारलं. "आणखी काय म्हणाली चिली तुला?"

रमोना नाक पुसून म्हणाली, "ती गरोदर नव्हती."

"ती म्हणाली तुला असं?"

"अगदी असं नाही. ती म्हणाली की तिच्या मित्राबरोबर ती इतकी कधी वाहावत गेलीच नव्हती. तिचा त्याच्यावर विश्वासच नव्हता आणि ती गरोदर नव्हती हे

देवाचे उपकारच आहेत. काही असो, आता बाहेर प्रत्येकजण तेच म्हणतोय की, तिनं स्वत:ला मारलं कारण ती गरोदर होती. त्यांना काय करायचंय? एवढंच सुचतं का त्यांना? तिच्या आयुष्याचं काय? तिचं सारं सुंदर आयुष्य, वर्षांच्या वर्षं फुकट गेली, आता त्याचं काय?''

आणि रमोना खरोखर तेवढंच सांगू शकली.

बाकीचं सारं असंबद्ध आणि संतापाच्या उद्रेकाचंच रूप होतं.

''मी पहिल्या दिवशी चिलीशी फार दुष्टपणानं वागले.'' ती म्हणाली. ''मला वाटलं ती शिष्ट आहे. एवढी श्रीमंत, सुंदर, प्रसिद्ध असल्यावर असणारच; पण ती तशी मुळीच नव्हती. ती प्रेमळ आणि मैत्रीपूर्ण होती. ती सर्वार्थाने सुंदर होती आणि वाटली तेवढी श्रीमंतही नव्हती. माझ्या जेवणाला तिनं काय घातलं होतं पाहिलंत? म्हणजे तुम्हाला वाटेल की काहीतरी छान, औपचारिक घालील, पण नाही साधा सलवार कमीज. माझा चांगलासा ड्रेस देऊ का, मी विचारलं. खरं तर तिनं घातल्यावर माझा ड्रेस ताणला जाईल अशी भीती होती मला. आम्ही काही एकाच मापाच्या नाहीत. तर ती हसून म्हणाली कधी तरी एखाद्या वेळी तरी सुखाचं वाटेल असं घालू दे की. मला खरंच वाईट वाटलं तिच्याबद्दल.''

एक दु:खाची लहर लल्लीच्या चेहऱ्यावरून गेली. मला कळलं, ती चिलीच्या घातल्या न गेलेल्या त्या नव्या ड्रेसचा विचार करीत होती.

रमोना बोलतच राहिली.

''तुला कल्पना आहे? आम्ही एकाच कॉलेजातल्या आहोत. तिला साऱ्या गॉसिप्स आणि सगळंच माहीत होतं. मी तिला सांगत होते की फिजिक्स लॅबमध्ये जायला आम्ही किती घाबरायचो आणि त्यापायी कितिकांनी सायन्स सोडलं होतं आणि आश्चर्य म्हणजे जेव्हा ते घडलं तेव्हा ती अगदी तिथंच होती.''

''काय घडलं कधी?''

''ती शहरी अफवा! शुक्रवारी संध्याकाळी तिथं येणारं एक भूत.''

''आणि चिलीला ती कहाणी माहीत होती?''

''नाही! तिला ते *भूत* माहीत होतं. तिची सर्वांत चांगली मैत्रीण होती ती. अर्थात तेव्हा ती भूत नव्हती. ती पायल होती. तिनं फिजिक्स लॅबच्या एक पुलीला टांगून घेऊन आत्महत्या केली.''

''त्याला तुम्ही शहरी अफवा– अर्बन लीजंड म्हणता?''

''हो. सायन्स ब्लॉक तसाच होता. झपाटलेला आणि शुक्रवारी, महिन्याच्या दुसऱ्या शुक्रवारी कोणीही लॅबपासून मैलभराच्या परिघातही जायचं नाही. तेव्हाच पायलनं टांगून घेतलं होतं. ती नुसती आत्महत्या नव्हती. कैक गोष्टी होत्या त्यात. मला वाटतं चिलीला सारे तपशील माहीत असतील. ती खरोखर म्हणाली की तिला

माहीत आहेत. पण ती सांगत नव्हती कारण लोलानं तिला तसं सांगितलं होतं. लोलालाही सगळं माहीत होतं. ती म्हणाली, लोला ग्रेटच आहे, पण चिलीला थोडी तिची भीती वाटायची. मी तिला कधी खोडून काढलं नाही; पण तू काढ, लल्लीमावशी. तू तिला सांगायला लावू शकशील आता? अगदी जबरदस्तीच कर. कदाचित म्हणूनच चिली मरण पावली असेल.''

हे ऐकायला कसंतरीच वाटतंय, पण लल्ली तिच्याशी फार गोड वागली. तिला बोलतं ठेवलं, तिला सांगितलं की हे सारं संपल्यावर उद्या त्यांनी ते रेनडान्स-वर्षानृत्य करावं. हिलाला थोडं हसवावं म्हणून तरी.

''आता जा आणि थोडी झोप. प्रयत्न कर.'' ती म्हणाली. ''एखादा सोफा मोकळा असेल. जिथं अलिफ बे घोरत नाही.''

रमोना खिदळली. तिनं लल्लीला एकदम आलिंगन दिलं. ''मला माहीत आहे, तूच सगळं नीट करशील.'' ती म्हणाली.

''मुलांचा विश्वास ही मोठीच जबाबदारी असते.'' लल्ली सुस्कारा सोडत म्हणाली.

''मला ह्यात लक्ष घातलंच पाहिजे. आता थोडा वेळ मी दूर जाणार आहे. इथंच थांब तू. थोडा वेळ मी नाही आले तरी काळजी करू नकोस.''

ती काही तपशील तपासायला गेली. तारकची खोली ए.सी. होती आणि रफीकला हे आवडलं नाही तरी दोन्ही मृत शरीरं तिथंच ठेवली गेली.

लल्ली तासाभरानं परतली. तिनं शॉवर घेतला आणि शुभ्र लखनवी पोशाख घालून तयार झाली. तिनं एका प्लेटमध्ये ती जिंजर नट बिस्कीटं आणली. फेलिक्सनं त्याचा नमुना घेतलाच होता. तिच्या दुसऱ्या हातात एक प्लॅस्टिकची बॅग होती ती तिनं जमिनीवर ठेवली. ते बघून मला आठवलं...

''तुला कसं कळलं फेलिक्सनं सर्व्हिंग हॅच उघडल्याचं? बिस्किटांचे तुकडे...?'' मी विचारलं.

''नाही. मला माहीत नव्हतं. माझा आपला अंदाज...''

तिचे ओले केस तिनं पाठीवर सोडले होते. त्यानं ती गंभीर दिसत होती. तिनं सारा गोंधळ आवरला. तिचे छोटे हात पोलादी पंजासारखे दिसत होते. तिनं माझ्याकडे परक्यासारखीच नजर टाकली. ''जा, अलिफ बे ला घेऊन ये.''

■

२५

तो आत आला. त्याच्या चेहऱ्यावरची दु:खाची जागा थोड्या लबाडीनं घेतली होती. त्यानं एक बिस्कीट घेतलं. ''या कॉलसेंटरवर मी तुम्हाला कशाप्रकारे मदत करू शकतो?''

लल्लीनं बिस्किटं उचलून दूर ठेवली. तिनं लक्षपूर्वक बॅगेतून काहीतरी बाहेर काढलं. ते टेबलावर थड् असा आवाज करीत पडलं. ते एक प्लॅस्टिकचं पाकीट होतं, पारदर्शक. त्यात चिखलात मळलेला, वेडावाकडा झालेला पण तरी सहज ओळखता येण्यासारखा लोलाचा बूट होता.

अलिफ बे आक्रसला.

''हा ओळखीचा आहे?''

तो निस्तेजपणे हसला. ''खरं म्हणजे हो. तो दिसतोच आहे लोलाच्या त्या भिकार बुटासारखा. मला वाटलं ती ते घालून गेलीय. तिचे बाकीचे शूज वर आमच्या खोलीत आहेत.''

तो अचानक हसला.

''तुम्ही कल्पना नाही करू शकत? ती लोला आहे सगळीच्या सगळी. ती रात्रभर फणफणत जागी राहिली असेल आणि उजाडताना निघाली असेल. मी तिला दोष देणार नाही. मी सकाळी कुणी भेटावं असा नसतो. ती पाय आपटत गेली असेल चिडून; पण या असल्या त्रासदायक बुटात कोणी झालं तरी किती पाय आपटणार? तिनं ते फेकून दिले असतील आणि पुढे अनवाणी गेली असेल. ती तिची पद्धत आहे. दुसरा बूट कुठाय?''

''मला फक्त हाच मिळाला.''

''समुद्रकाठच्या रस्त्यावर?''

''नाही. मागच्या बागेतल्या छोट्या तळ्यात. ती जागा थोडी लांबच आहे, नाही का?''

“तळ्यात?” कदाचित कावळ्यानं टाकला असेल किंवा उंदरानं नेला असेल. कावळ्याची शक्यता जास्त. त्यांना चमकणाऱ्या वस्तू आवडतात.

“मला हेही सापडलं.”

तिनं लांब कानातलं काढून टेबलावर ठेवलं.

“हेही तिचंच आहे.” त्याचा आवाज थांबला. “मला काळजी वाटते. ती हे फेकणार नाही. तिला हे कानातले आवडतात. यातला एखादा हरवला तर ती घर उलटंपालटं करते. असल्या दागिन्यांच्या बाबतीत ती लहान मुलांसारखी आहे. मोठ्या, खऱ्या, किमती दागिन्यांचं काही नाही; पण असले खोटे दागिने तिला जीव की प्राण आहेत.”

“तुमचं भांडण कशावरून झालं?”

“हा प्रश्न असभ्य नाही वाटत?”

“प्लीज. उत्तर दे.”

“नेहमीसारखंच. आमचं हल्ली जमत नव्हतंच. आम्ही एकमेकांना योग्य नाहीच.”

“तुमची भांडणं नेहमी हिंसक होतात का?”

“नाही. कधीच नाही. मी हिंसक माणूस नाही. मी मारामारी टाळतो.”

“तरी त्या रात्री जनावरासारखा वागलास?”

“मी प्यायलो होतो.”

“की संतापला होतास?”

“तेही होतंच. मी खूपदा पितो, पण त्यापूर्वी कधी हिंसक बनलो नव्हतो.”

“कशावरून चिडला होतास तू?”

“तिचं सतत टोचणं. त्यानं मला कानकोंडं व्हायचं. एकदा तिनं ‘आपण’ची भाषा सुरू केली की मला निघून जावंसं वाटायचं. मला हे नकोय, असं मी म्हणायचो. तिच्या पैशाची मला गरज नाही, मी तिला सांगितलं. तिच्या कमनशिबाचा ती फायदा घेतेय. मला त्याची पर्वा नाही.”

“तिच्या नेमक्या कोणत्या वागण्यानं तुला संताप आला ते मला सांगणार नाहीस का?”

“नाही. तुम्ही ते तिलाच विचारायला हवं.”

“आणि नंतर, तू म्हणतोस तू झोपलास.”

“मेलोच जवळजवळ.”

“आणि हा जोडा तळ्यात कसा आला किंवा तिनं कानातलं कुठं टाकलं याची तुला काही कल्पना नाही.”

तो कण्हला आणि मला तिटकाराच आला.

"मला भीती वाटतेय. मला फार भीती वाटतेय."

त्याचे घाबरलेले डोळे दाराकडे वळले.

"मला काहीतरी द्या. ती भीती जाऊ दे." त्यानं विनवलं.

"अरे, असं नको करूस."

मी लल्लीला यापूर्वी इतकं अस्वस्थ कधीच पाहिलं नव्हतं. तिनं त्याला खुर्चीतून बाहेर यायला मदत केली आणि जाऊ दिलं. अचानक. त्याच्यापुढे फक्त दोन पर्याय होते. तसंच पडून राहायचं किंवा पायावर उभं राहून निघून जायचं. तो गेला.

"तो खोटं बोलतोय." मी म्हटलं. "नक्की त्यानंच तो बूट फेकलाय तळ्यात. तो तिला नको नको ते बोलला. तो कितीही क्रूर बनू शकतो."

"क्रूर? तो नाही गं. त्याला फक्त दडपण सहन होत नाही आणि तिला तेच हवं असतं. तिला त्याची नशा चढते. ती त्याची अवस्था बघत नाही. दडपण कायम ठेवते. मग त्याचा स्फोट होतो."

"तुला लोलाशी बोलायला हवं."

लल्लीनं खांदे उडवले.

"मला ते करता येईल की नाही कोण जाणे! पण लोला माझ्याशी बोलेल."

मी कॉरिडॉरमध्ये गेले. थोडी ताजी हवा मिळावी म्हणून.

अलिफ बे प्रमाणेच मलाही त्यांच्यापैकी अनेकांची तोंड बघायची नव्हती. प्रत्येकाचं संशयखोर बोट दुसऱ्यावर रोखलेलं होतं. संशयाच्या फेसाखाली त्यांची भीती त्यांनी लपवली होती. पण त्याचा दुखावणारा डंख दिवस उगवल्यावर विरघळून जाऊ लागला. त्याची लक्षणं दिसत नव्हती. घड्याळात पाच वाजून गेले होते, पण बाहेरच्या सर्द काळ्या ढगाळ वातावरणात ते खरंच वाटत नव्हतं. लल्लीला त्या तळ्यापर्यंत जाताना खूप त्रास झाला असेल.

समुद्राची गाज वाढलीच होती. अचानक माझ्या पायातली शक्तीच गेली. मी जमिनीवर बसकण मारली; पाठ भिंतीला टेकवून. पाऊस सोडून सारं थांबलं होतं. बाकी सारं पोकळ, आकारहीन, रूपहीन, अनामिक, धूसर, निरर्थक झालं होतं. फक्त पाऊस होता. पाऊसच.

■

२६

उज्ज्वला साने मनात नसताना खाली बसल्या. टोपलीत पकडून ठेवलेल्या मांजरासारखी ती नखं काढीत होती. कपाळाला फेटा होताच. तो वाळून कडक झाला होता आणि पडलेल्या ओलसर जागच्या घड्या तिनं डोकं हलवताच उभारत होत्या.

"किती वेळ आम्हाला असं इथं अडकवणार?" ती खेकसली. "हे फार झालं! आम्ही प्रतिष्ठित माणसं आहोत. असल्या गोष्टी आमच्या कुटुंबात कोणी ऐकल्याही नाहीत."

"जरा सभ्यपणानं वाग, उज्ज्वला." लल्ली म्हणाली. "आहेस त्याहून अधिक मूर्ख असल्याचं दाखवू नकोस."

मी थक्क. लल्ली खरंच तिला *हवं तसंच* वागवीत होती.

"तुझ्या डोकेदुखीबद्दल सांग." लल्लीनं सांगितलं.

उज्ज्वला सानेंना जराही आश्चर्य वाटलं नाही. स्वत:ला सतत आजारी समजणाऱ्यांना वाटतं तसं त्यांच्या आजारपणाची काळजी सर्वांना वाटणं हेच त्यांना साहजिक वाटत होतं. त्याचं वैशिष्ट्य त्यांनी खूप तपशिलानं सांगितलं. लल्लीनं त्यांना मध्येच थांबवलं तेव्हा तर त्यांना पूर्ण डोकेदुखीचा मोठाच झटका आला.

"हो. पण आज काय झालं? तुझी डोकेदुखी कधी सुरू झाली? काय औषधं घेतलीस तू?"

कुकच्या उद्धट वागण्यानं ती सुरू झाली होती. दुसरं काय? लल्लीनं विचारायला कशाला हवं होतं? त्यांना पुन्हा पहिल्यापासून अस्वस्थ करायला?

"बरं ते सोड." लल्ली घाईनं म्हणाली. "पण तू त्याला भेटण्याचा नंतर सकाळी प्रयत्न केलास तो का?"

"मला त्याला चांगलं सुनवायचं होतं." त्या म्हणाल्या. "त्याला काय वाटतं,

मी काय फालतू कचरा आहे का चिली किंवा लोलासारखी?'' त्या विजयाने माझ्याकडे वळल्या. ''माझ्या आईच्या घरी मला पाण्याचा पेलाही उचलावा लागत नाही.''

''ते तुमच्या घशात ओततात?'' मी विचारलं, पण लल्ली मध्ये पडली. ''साधारण किती वाजले होते तेव्हा?''

''मला कसं कळणार? अशा गोष्टी समजून घेणं हे माझं काम नाही. तुझे प्रश्न पटापट विचार आणि आम्हाला जाऊ दे.''

''आणखी थोडेच प्रश्न. अकरा वाजून गेल्यावर तू तुझ्या खोलीत गेलीस असं तुझा नवरा म्हणाला. काय केलंस तू?''

''डोकं दुखत असल्यावर काय करतात? नाचतात त्या झोपडपट्टीतल्या नाचणाऱ्यांसारखं? सगळी हिलाची चूक आहे. आम्ही तिच्यासाठी इतकं केल्यावर ती अशी त्याची परतफेड करते.''

लल्ली तिच्यावर वाकून तिच्या फेट्यावर थोपटत पुटपुटत होती, ''हो गं हो. तुला किती अस्वस्थ वाटलं असेल ना? बिच्चारी!'' हे पाहून मी 'आ'च वासला होता.

उज्ज्वला सानेंनी तिचा हात धरला आणि त्यांना अश्रू अनावर झाले.

''म्हणजे तू वर जाऊन पडलीस! तुला झोप लागली का पण?'' लल्लीनं मऊपणानं विचारलं.

''हो. नाही. मला माहीत नाही. डोक्यात नुसते घण पडत होते.''

''आता कुठे तुला जरा बरं वाटताना दिसतंय.''

''बरं? माझी निष्पाप मुलं प्रत्येक मिनिटाला खुन्यासाठी मोकळी असताना?''

''पण कोण आहे खुनी तुझ्या मते?''

''मला नाही माहीत. अशा गोष्टींबद्दल मला काही माहीत नाही. मी फक्त पत्नी आणि आई आहे. माझा नवरा आणि मुलं. माझा फक्त त्यांच्याशी संबंध आहे. मी हुषार नाही तुझ्यासारखी, पण तुलाही नवरा आणि मुलं असणं म्हणजे काय ते माहीत नाही. नाही का?''

लल्लीनं या विलक्षण हल्ल्याला फक्त गंभीरपणे मान हलवून प्रतिसाद दिला.

''मला कळतंय तुला काय सांगायचं ते. तुला इतर कशाहीपेक्षा तुझा नवरा आणि मुलांचं महत्त्व अधिक वाटतं. हो ना?''

''होय तसंच.'' त्यांनी त्यांचा तोफखाना माझ्याकडे वळवला. ''मी लग्न केलं नसतं तर बऱ्याच गोष्टी केल्या असत्या. तू पुस्तक लिहिलंस असं ऐकलं. मी तुला सांगते. मी एक नाही अनेक पुस्तकं लिहिली असती.''

''अजून लिहा की!'' मी म्हटलं. त्यांना त्याचं फारच महत्त्व वाटत होतं असं दिसलं.

“आता नाही. ते सारं संपलंय. आता फक्त नवरा आणि मुलंच लक्षात घ्यायची.”

“प्रत्येक चांगल्या आईला तुझ्यासारखंच वाटतं.” लल्ली म्हणाली.

“मी चांगली आई आहेच. उत्तम आई आहे. हिलाला विचार. तिला रोज कितीतरी आया भेटतात; पण ती फक्त एक गोष्ट सांगते मला, उज्ज्वला तुझ्यासारखी आई मला अजून भेटायचीय.”

सानेबाईंकडे अशा कौतुकोद्गारांचा साठाच होता.

“तुझं लग्न फार यशस्वी झालंय. डॉ. साने हा सुखी माणूस आहे.”

“ते देवच आहेत.” त्या सहज म्हणाल्या. “देवमाणूस, मदर तेरेसासारखे. आयुष्याचा मोठा भाग त्यांनी गरिबांसाठी काम करण्यात घालवलाय. ‘आधी सेवा, मग मेवा.’ ते म्हणतात.”

“हो?”

“हो. ते लग्नापूर्वी काळबादेवीला काम करायचे. सगळे खालच्या वर्गातले रोगी, घाणेरडे कामगार, अर्धावेळ दारू पिऊन झिंगलेले. खालच्या दर्जाची विचारसरणी. एक पैसा देत नसत. त्यांची जागा लहान होती. एक शेड फक्त. मी माझ्या डोळ्यांनी पाहिलीय. मी काळबादेवीला जुनी जर विकायला किंवा सुरती उंधियु आणायला कधी कधी जायची. उत्तम उंधियु तिथंच मिळतं साऱ्या शहरात. ते दिवसरात्र राबत असायचे.”

“पण त्यांना त्याचं बक्षीस मिळालं. तुझ्याशी लग्न झालं त्यांचं.”

“छे. छे. असं नको म्हणू. ते चांगलं नाही. हे माझं सुदैव आहे की मला त्यांच्यासारखा नवरा मिळाला. त्यांचं बक्षीस त्यांच्या रोग्यांकडून त्यांना मिळतं. एकदा त्यांनी मिरचंदानी सेठियाला जीवावरच्या दुखण्यातून वाचवलं. ऐकलंय तुम्ही त्यांचं नाव? सेठिया? ताज ऑईल मिल्स? त्यांना देवदत्तचे इतके उपकार वाटले की त्यांनी त्याला ऑपेरा हाऊसला एक जागा घेऊन दिली. ती लहान होती. माझ्या वडिलांनी दिली होती तशी मुळीच नव्हती, पण ती सुरुवात होती. सेठियाचे सगळे मित्र तिकडे यायला लागले. मग एक वर्षानं, १९८८ मध्ये आमचं लग्न झालं.”

“तुझा नवरा सांगत होता की तू ही त्यांची पेशंट होतीस. म्हणूनच तुमची भेट झाली.”

“छे. छे. तसं काही नाही. फक्त डोकेदुखी सोडली तर मी चांगली निरोगी आहे. दुसरा कोणताही रोग नाही. आज माझा नवरा मुंबईतला प्रसिद्ध डॉक्टर आहे. मंत्री, सिनेस्टार्स त्यांचे पेशंट आहेत. त्यांनाही आधी ठरवून भेट मिळते. देवदत्त म्हणतात की तुम्ही मुख्यमंत्री असा का मुख्य न्यायाधीश, पण माझ्या सेक्रेटरीच्या मर्जीवर अवलंबून आहात. सॉरी. पण एकदा ते त्यांना भेटले की, कोणताही पेशंट त्यांना

सोडतच नाही. तसे ते स्वत:ला मुळीच मोठा समजत नाहीत. मनानं अगदी साधा आहे तो.''

''मला वाटतं तूही मनानं फार साधी आहेस उज्ज्वला. म्हणून तर मला इतकं वाईट वाटतंय, की तारक घोषच्या मृत्यूच्या बाबतीत डॉ. सानेंनी खुनाचं हत्यार तिथं नेलं. तुला ठाऊक आहे ते नायलॉनच्या दोरीचं बंडल, हिलाच्या आईचं चित्र टांगायला वापरलं होतं ते!''

ती पाहत राहिली. डोळ्यांच्या उथळ खोबणीतून बाहेर बघणारे राखी डोळे. ''कसलं हत्यार?''

''तारक घोषचा खून त्या बंडलातल्या दोरीच्या तुकड्यानं झाला. त्याला गळफास घालून मारलं. डॉ. सानेंनी ती दोरी कोठीच्या खोलीत नेऊन ठेवली. तुझ्यासाठी ते कॉफी करायला गेले तेव्हा. त्यानंतर काही मिनिटांनी तारक मारला गेला. तो टेबलाशी अंडी फेटत बसला होता. तेव्हा खुनी गुपचुप त्याच्या मागे गेला आणि चटकन सफाईनं त्याला दोरीचा गळफास घालून आवळला.''

त्यांचा चेहरा पांढराफटक ओरिगामीच्या लांबट चित्रासारखा दिसू लागला. पातळ, वेगवेगळ्या ठिकाणी सुरकुत्या आणि कोन असल्यासारखा.

''कुकच्या डोक्यावर फटका बसल्यानं तो मेला असं तू म्हणालीस.'' त्या खूप दुरून बोलल्यासारखं म्हणाल्या.

''त्याच्या डोक्यावर फटका बसला होता हे तर खरंच, पण त्या जखमेनं तो मेला नाही. तो फक्त बधीर झाला. त्यानंतर लगेच त्याला गळफासानं आवळला.''

''हे अशक्य आहे.''

''का?''

''तुला वाटत असेल की माझ्या नवऱ्यानं हे केलं तर तुझी चूक आहे ती! तो माझ्या खोलीत कॉफी घेऊन आला. तो जेवणाच्या वेळेपर्यंत माझ्याबरोबरच होता.''

''तो तसं नाही म्हणत.''

''मी तुला सांगतेय त्यानं कुकला मारलं असणं शक्य नाही. मी तुला सांगतेय एवढं पुरेसं आहे.''

''मला हे तारकच्या डोक्याच्या जखमेत सापडलं.'' लल्लीनं एक प्लॅस्टिकचा लिफाफा टेबलवर ठेवला. त्याखाली एक पांढरा कागद. त्या स्वच्छ पांढऱ्या कागदावर एक जांभळा दोरा. तो उज्ज्वलाच्या जांभळ्या दुपट्ट्याचा दोरा होता निर्विवादपणे.

''सानेबाई, तुमचा दुपट्टा द्या. मला तपासायचा आहे.''

''नाही.''

''मला तुमचा दुपट्टा हवाय.''

"मी माझ्या भावाला बोलावते. तो दाखवील तुम्हाला. तो वकील आहे. मी एक शब्द बोलणार नाही आता. त्याच्याशी बोलेपर्यंत."

"काहीही कर. जा आता."

"त्यांनी केलं ते!" मी म्हटलं.

ती अशक्य कोटीतली गोष्ट होती.

"तू तिच्या खोलीत तिला बोलवायला गेलीस तेव्हा तिनं हाच दुपट्टा घेतला होता?"

"हो. फेट्यासारखा डोक्याला बांधला होता. ओला होता तो. 'कोल्ड कॉम्प्रेस' म्हणे."

"त्यांनी मॅचिंग सलवार कमीज काल घातला होता. तू त्यांना हॉलमध्ये आणलंस तेव्हा त्यांनी तो बदलून हा पांढरा घातला."

"मग? हा जास्त सोयिस्कर असेल!"

"किंवा कदाचित तो ओला असेल!"

"ओला?"

"ती एकच गोष्ट म्हणजे नेमका पुरावा आहे. कोणीही जो गोल जिन्यानं वर किंवा खाली गेला असेल तो भिजलाच असणार. जो ओला नाही त्यानं कोठीचं दार व्हेंटिलेटरमधून हात घालून उघडलं नसणार."

गुन्ह्याचा शोध लावण्याच्या दृष्टीने ही संधी घेण्याची बाब होती.

"मग तिनं तो दुपट्टाही टाकला का नाही?"

"वा! आता तू विचार करायला लागलीस. हे थोडं *'द परलॉइन्ड लेटर'*सारखं झालंय, हो की नाही?"

"पोची अभिजात कविता आणि त्यातील अमर ओळी: *'तुम्ही एक पान कुठे दडवाल? जंगलात.'*"

मला समांतर असं काहीच दिसेना.

"कपडे फक्त ओले होते. तिनं विचार न करताच ते बदलले. दुपट्टा जास्त जवळ असतो. कुणीही बघणार नाही अशा ठिकाणी तिनं तो दडवला. तिनं तो *अंगावरच* घेतला. तिनं त्यावरचे रक्ताचे डाग धुवून टाकले असतील. पण ते दिसणारच नाहीत याची तिला खात्री नसेल. म्हणून तिनं तो घेतला. ओला होता म्हणून डोकेदुखीवर औषध म्हणून कपाळाला बांधला. हुषारच आहे हं!"

"पण..."

"ओ! तिनं त्याला त्या दुपट्ट्यानं मारलं. टबमधला बर्फाचा खडा त्यात गुंडाळून घेतला. गोफणीसारखा गोल फिरवला आणि पकडीतून सोडला. तो असाधारण

मरणांतिक जखम करू शकला असेल. फेलिक्स म्हणाला होता, आठवतंय? की तारकनं बर्फातून एक गोल तुकडा कोरून काढला होता. त्यात वाडगा ठेवण्यासाठी. त्याचा स्वभाव पाहता त्यानं बर्फातून नीट गोल कोरला असेल, त्या बर्फाच्या चिमट्यानं. त्यानं केलेला तो फळांचा पक्षी आठव. तारक काही असा माणूस नाही की बर्फाचा गोळा कोरताना मूठभरच चुरा काढील. तिनं टबातून हाती येईल असा मोठासा खडा घेतला, ती जखम व्हायला योग्य इतका. अर्थातच तिला बर्फाचा चिमटा सहजतेनं वापरता आला नाही; तो गोणत्याखाली झाकलेला होता. तिनं बहुतेक तो पाहिला नसेल.''

"गमतीचीच गोष्ट आहे, बर्फानं कुणाला ठार मारणं ही.''

"कुणाला मारणं हीच गंमत आहे आधी. हे सहज सुचलं नसणार. ही बेशिस्त, रानटी निवड आहे हत्याराची. तिला त्याचं किती दडपण आलं असेल हे कळतं त्यानं. ती तिथं त्याला इजा करायला आली नव्हती. शारीरिक इजा. पण ती रागानं आंधळी झाली होती. तिनं त्याचं दार ठोठावून पाहिलं असणार. उत्तर नाही. तिचा नवरा तिला पाठीशी घालून त्यांच्या खोलीत घेऊन गेला. तिला झोपायला लावलं आणि तिथून गेला. ती आणखीच पिसाळली. पाऊस पडतोय हे तिच्या लक्षातच आलं नाही. मला वाटतं जेव्हा ती धाडकन कोठीच्या खोलीत आली, तिथं तो होता. तिच्याकडे पाठ करून बर्फासारखा थंड, अंडी फेटत बसलेला. या परिस्थितीत काहीतरी इतकं असह्य की प्रत्यक्षात रागाच्या कारणाला स्पर्शच करता येत नाही. तिला पहिली दिसलेली वस्तू तिनं उचलली. दुपट्टा त्याभोवती गुंडाळला. तिच्यासारख्या खेळाडू ॲथलीटला बाकीचं सारं गोळाफेकीसारखं सोपं होतं.''

"तो लगेच पडला. रक्त वाहिलं. ती प्रचंड घाबरली. मला वाटतं ती वर पळाली. दार उघडंच टाकून.''

"तरी त्यांनीच त्याला मारलं.'' मी हट्टीपणानं म्हटलं. मोठ्या दडपणानं मी दबले होते.

"शक्यतेच्या दृष्टीनं होयच; पण प्रत्यक्षात नाही. तारक बेशुद्ध झाला होता. जखमी होता, रक्त वाहत होतं. कोठीचं दार उघडं होतं. खुनी आत आला.''

"कोठीच्या उघड्या दारातून?''

"मला तरी तसंच वाटतं.''

"म्हणजे पुन्हा हा दुसराही खुनाच्या उद्देशानं आला नाही. त्यानं तारकला जखमी अवस्थेत पाहिलं. पण तो मेला नव्हता. त्यानं कोठीत जाऊन, दोरीचा तुकडा आणून पुन्हा स्वयंपाकघरात येऊन त्याला गळफास देऊन काम पूर्ण केलं. थोडा गोंधळच.''

"पण खुनी असा गोंधळ करणारा माणूस नाही. नाहीच. मला वाटतं, तो

खुनाच्या उद्देशानं आला. येतानाच तो नायलॉनची दोरी घेऊन तारकला फास घालायला आला. ऐनवेळी आंतरिक ऊर्मीनं झालेला हा खून नाही. संधी मिळाली म्हणून नव्हे, जाणूनबुजून, हुशारीनं केलेला हा गुन्हा आहे.

"मला वाटतं तू म्हणाली होतीस की खुनी मूर्ख असतात." मी आठवण दिली.

"त्यांच्या स्वतःच्या बुद्धिमत्तेनंच दिपलेले म्हणून ते मूर्खपणा करतात. ह्यात त्यासाठी दोरी वापरली."

"*त्यासाठी* म्हणजे?"

"नक्कीच त्यानं जाणीवपूर्वक दोरी तिथं टाकली. त्याची तेव्हापासून तो सांगण्याचा प्रयत्न करीत असलेली एक कल्पना सर्वांपर्यंत पोहोचवण्यासाठी."

आता काय विचारणार? तिच्याकडून आणखी काही कळण्यासाखं नव्हतंच.

तिच्या मनात शंका नव्हतीच तर. उज्ज्वला सानेंनी तारकच्या डोक्यावर प्रहार केल्याचं मान्य केलं होतं. डॉ. सानेंनी तत्परतेनं काम पूर्ण केलं होतं. फेलिक्सला हे प्रथम कळलं हे आणखीच निराश करणारं होतं.

मला पटलं नव्हतंच.

चिलीचा मृत्यू तर सान्यांमुळे झाला नव्हता. त्याची तर गरजच नव्हती.

शिवाय मला खुनी माहीत होता.

मला राग आला नाही. मला दया वाटली नाही. फक्त भीती आणि सहानुभूती. देवावरच्या विश्वासानंच मी तिथं गेले.

लल्लीनं हिलाचं स्टेटमेंट शेवटी ठेवलं होतं. तिला आता खुनी कोण हे कळलंय असं वाटतंय. आता ती काय करतेय हेच बघण्याची उत्सुकता मला लागून राहिली होती.

■

२७

"सगळं मी हळूहळू पचवीन; पण चिली?" हिला दु:खानं म्हणाली. "मला तारकची पर्वा नाही असं नव्हे. आहेच, पण चिली माझी पोर होती. ती तान्ही होती तेव्हापासून मी तिला सांभाळलंय, तिला कोणी नाही हे माहीत आहे तुम्हाला? ती पाच वर्षांची असताना तिची आई कॅन्सरनं वारली. आजीनं तिला वाढवलं आणि फार छान वाढवलं असंच म्हणायला हवं. गेल्यावर्षी आजीही गेली. कॅन्सरनंच. नशिबानं चिलीला तोवर पाय ठेवायला शिडी मिळाली होती असं म्हटलं पाहिजे. आंतरराष्ट्रीय पातळीवरचं, रोममधलं शूटिंग, एक तर पॅरिसमधलं. ती जगभर जाणार हे स्पष्टच होतं. कॉलेजातल्या भयानक प्रसंगानंतर मनाला थोडं सुटल्यासारखं वाटत होतं. तिच्या लक्षात आल्यावर तिनं सोडून दिलं हेच आनंदाचं.

"मी तुला एक सांगते लल्ली, आधी मूर्खपणा केला असला तरी चिली स्वत:ला मारणार नाही. मृत्यूचा तिला विलक्षण संतापच होता. तिची आजी आजारी होती तेव्हा तिनं हॉस्पिटलमध्ये अनेकांना पाहिलं, ती त्यांच्या मदतीला थांबायची. त्यांची काळजी घ्यायची. ती फार प्रेमळ मुलगी होती."

चिलीबद्दल कळल्यापासून हिलाचे अश्रू थांबतच नव्हते. दु:खानं तिचा चेहरा वाकडातिकडा झाला होता.

लल्ली म्हणाली, "चिलीनं स्वत:ला मारून घेतलं नाही. कॉलेजात काय प्रसंग गुदरला होता सांग बरं!"

"मला वाटतं त्या जखमेतून ती पुरती बरी झालीच नाही. तिची कोणी प्रिय मैत्रीण होती. पियुष की पायल. एक दिवस या मुलीनं कॉलेज सुटल्यावर सायन्स लॅबमध्ये गळफास लावून घेतला. ती गरोदर असल्याची अफवा होती; पण एखादीनं आत्महत्या केल्यावर तशी अफवा उठतेच. हॉलमध्ये चिलीबद्दल काय बोललं जातंय ते ऐकायला हवंस तू. तो प्रश्न तिथंच संपत नाही. पोलिसांनी शोधून काढलं

की ती मुलगी कॉलगर्ल होती. तिच्या घरातले मग चिलीवर घसरले. तिनं त्यांच्या मुलीला वाईट मार्गाला लावलं असं त्यांचं म्हणणं. चिलीला तेव्हा तिच्या मॉडेलिंगची पहिलीच असाइनमेंट मिळाली होती त्यामुळे तर ती अधिकच 'त्या प्रकारची' मुलगी ठरली. चिलीसाठी ते सारं भयंकर होतं."

"हल्ली चिली त्या संबंधी तुझ्याशी बोलली होती?"

"तू काहीतरीच काय विचारतेस? तिनं खरं तर सांगितलंय. ती रमोनाला तयार करीत होती तेव्हा. ती म्हणाली की कॉलेज आणि जुहूची कुठली तरी हॉटेल्स यात नेहमी जा ये असायची मुलींची. कमाल म्हणजे रमोनाला हे कबूल आहे. सगळ्यांनाच ते माहीत होतं. असं ना तसं. कॉलेजातलं हे उघड रॅकेट होतं. रमोनाची खोली सोडून आम्ही निघालो तेव्हा चिली म्हणाली, 'पायल आठवते? पोलिसांनी मला पायलच्या बॉयफ्रेंड्सबद्दल विचारलं. पण तिला बॉयफ्रेंड नव्हताच. कॉलेजातून तिला कधीमधी घेऊन जायचा तो तिचा काका. पण तिचे आईवडील म्हणतात की तिला काका नव्हताच. मी त्याला खूप वेळा पाहिलंय आणि पायल म्हणाली की तो छानच आहे म्हणून. सगळ्यांना वाटलं की मी ते विसरलीय. पण हिला, मला त्या काकाचीच दु:स्वप्नं पडायची आणि तुझा विश्वास नाही बसणार, पण लोलालाही तो माहीत होता. ती म्हणाली, मी नंतर सांगते त्याच्याबद्दल.' मला वाटलं की ते आपलं चिलीचं नेहमीसारखं बारीकसारीक भीतीचं प्रकरण असेल, पण तो काकाच गाडी घेऊन येणारा, त्याचा सूत्रधार होता."

"तिला लोलाचं कौतुक वाटायचं यात नवल नाही." मी म्हटलं. "तिला त्रास देणाऱ्या लोकांसमोर उभं राहून त्यांच्या तोंडावर थुंकण्याची लोलामध्ये हिंमत होती. कधी कधी वाटतं तिचा भूतकाळ ती दुसऱ्यावर हत्यार म्हणून वापरायची तेच बरोबर होतं."

"पण फक्त कधीकधीच." हिला म्हणाली. "ती आणि तो अलिफ बे– उफ्! लोकांना हॉलचाही वापर बिछान्यासारखा का करावासा वाटतो?"

"त्यांनी केला?" लल्लीनं विचारलं.

"केलाच असं नाही; पण केला असता तर ते अधिक स्वाभाविक झालं असतं. हे सगळं चार लोकांत जाहीर करणं. मला अगदी तिरस्कार वाटतो या गोष्टीचा. घरी जा आणि भांडा की खुशाल."

"पण हा खून आहे."

"बिचाऱ्या तारक आणि चिलीला यांच्या गुंतागुंतीच्या लैंगिक जीवनाशी काय करायचं होतं? ते काय करत आहेत बघा जरा. सानेमंडळी, अलिफ बे, फेलिक्स आणि लोला."

"फेलिक्स?"

"त्या सानेबाईसाठी नाही करीत? मला उत्तर दे लल्ली. तारक आणि चिलीला यांच्याशी काय करायचं होतं?"

"खरंच. काय करायचं होतं?" माझ्या आत्याला गंमतच वाटली.

हिलानं लल्लीचा हात आपल्या हातात घेतला.

"आपण हे संपवू. मी हे घर विकते. सगळं मागे टाकू आपण. सगळं विसरून जाऊ."

"मी हे थांबवीन हिला, पण ते संपणार नाही."

"तुला काय म्हणायचंय? इथं आणखी खून होतील?" हिलानं भयाच्या आवाजात विचारलं.

"मी हे थांबवण्याचा प्रयत्न करीन. हवा जर अशीच राहिली तर मला शेवटचं टोक गाठावं लागेल."

हिला जायला उठली.

"सगळे जिमीचे मित्र. सानेमंडळी, बजाज आणि अलिफ बेसुद्धा. जिमीचे मित्र हीच वाईट कल्पना आहे. यानंतर माझा त्यांचा संबंध संपला. मी काही देणं लागत नाही त्यांचं. मी असं नाही म्हणत की त्यांनी हा त्रास माझ्यावर आणला; पण आता पुरे म्हणजे पुरेच."

दाराशी जाऊन ती थांबली आणि म्हणाली. "लल्ली, मी कदाचित विसरीन, पण ते तुझ्या मनातून कधीच जाणार नाही. हो ना?"

"कधीच नाही."

"आणि?"

"आणि माझं काय होईल?"

"हो गं लल्ली, तू खुनी पकडलास की तुझं काय होईल?"

"हे म्हणजे एखाद्या खूप आजारी मुलाजवळ बसण्यासारखं आहे. तुम्हाला वाटतं तुम्ही सगळे प्रयत्न करताय, पण तुम्हाला हेही ठाऊक असतं की तुम्ही तसं काहीच करीत नाही. फक्त तिथं असता आणि मूल स्वत:च मृत्यूशी, आजाराशी झगडत असतं. मीसुद्धा तेच करतेय. मी इतक्या गडद काळ्या आणि एकाकी मनात प्रवेश करते की घाबरायलाच होतं. त्या भीतीतून अर्थ शोधावा लागतो. फारच कमी संधी. काळोखच."

"काय आयुष्य शोधलंस तू. मला ते क्षणभरही सहन होणार नाही."

लल्ली हसली.

"तू त्यांना अटक नाही करणार? अधिकृतरीत्या नाही, पण कोंडून ठेवणं किंवा तसंच काहीतरी?" मी विचारलं.

"ओ:! मी एखाद्या नागरिकाला अटक करू शकते. तू पण करू शकतेस, पण कुणाला अटक करायची?"

"उज्ज्वला साने आणि तिचा नवरा आणि अलिफ बे सुद्धा."

"काय, तिघांना अटक करायची?"

"ते प्रेमिक होते. हो ना? अलिफ बे आणि उज्ज्वला साने? सिल्व्हासामधला एक घाणेरडा वीकएण्ड?"

"तसं वाटतं खरं आणि तारकला ते माहीत होतं. ती घाबरली होती. कदाचित एका घाणेरड्या वीकएन्डपेक्षा अधिक काहीतरी असावं. तारकनं सिल्व्हासाचा उल्लेख केला तेव्हा अलिफ बेनं लक्षही दिलं नाही.

"मग तो डॉ. साने असेल."

"किंवा इतरांपैकी कोणीही. सगळेच खोटं बोलत आहेत. प्रत्येकाजवळ लपवण्याजोगं काहीतरी आहेच, पण त्यामुळे ते खुनी ठरत नाहीत."

आम्ही थोडा वेळ गप्प बसलो. पावसाचं गाणं आणि वाऱ्याचा आवाज ऐकत. मी इतकी दमले होते की खोली धूसर होऊन भोवती फिरू लागली.

"टिपणं घे. मी थोडी बाहेर जाऊन येते." लल्ली म्हणाली.

■

२८

शिक्षेसारख्या वाटणाऱ्या, नखं काढणाऱ्या झोपेत रात्र कशीतरी गेली आणि सकाळ उजाडली. साडेसात वाजले होते. उशीरच झाला होता. वातावरण बाहेर तसंच खवळलेलं, काळ नाकारीतच होतं. जागं झाल्यानंतरच्या काही शून्य क्षणांनंतर वाट पाहत असलेली भीती पुन्हा मनात शिरली आणि तिनं माझा ताबा घेतला.

तारक आणि चिली मरण पावले होते. हिंसक मृत्यू झाला त्यांचा. एका अनोळखी हाताच्या प्रहारानं, जो पडद्यात शांतपणे संधीची वाट पाहत होता, पुन्हा प्रहार करण्यासाठी. असाहाय्यतेत आम्ही सारे एकत्र होतो. सारे ह्या प्रचंड थंडगार तुरुंगात बंदी होतो आणि तो तुरुंगही क्षणाक्षणाला अधिकाधिक उग्र, क्रूर होत होता. आमची एकत्रित आयुष्यं एकमेकांत काहीशी मिसळत होती. शेजाऱ्याच्या गुन्ह्यातून निसटण्याच्या एकाच अटळ इच्छेनं आम्ही नाटक करीत होतो, खोटं बोलत होतो. प्रत्येक आव, आविर्भाव खोटाच होता. प्रत्येक शब्द खोटा. एकमेकांशी सभ्य पद्धतीनं वागण्याबोलण्याचा आभास निर्माण करत होतो

ही अशी परिस्थिती होती की तारकला तिटकाराच आला असता. हे घडल्यापासून प्रथमच त्याचा विचार मला दुःखद वाटला नाही. मला वाटतं मी त्याच्याशी बोलू शकते, त्याच्या उत्तरांचा अदमास बांधू शकते. परिस्थितीचं वास्तव भयावह होतं, तारक नावाचं माझं संरक्षक आवरण फुटलं होतं, तो स्वतः भीतिप्रद नव्हताच.

काल पहाटे तो आणि चिलीमधलं त्यांचं मला ऐकू आलेलं संभाषण भीतिदायक मुळीच नव्हतं. कदाचित मला आता कळतंय, चिली किती दुःखी, निराश होती ते. चिली रमोनामुळे त्या परिघात आली होती; पण मी स्वतःलाच आठवण करून दिली. आपल्याला तिची जी काय माहिती आहे ती पार अज्ञात भूतकाळाची. तिची भीती आणि काळजी, यांचा कालच्या भयंकर घटनांशी काही संबंध नाही.

जितका मी त्यांचा अधिक विचार केला तितका माझा संशय, माझ्या आशंका

पक्क्या होत गेल्या. मला तो खुनी समोरासमोर भेटायला हवा. त्यालाही इथून सन्मानानं पळून जायचं असेल.

दरम्यान मला फक्त सूर्यप्रकाश, जीवन हवं होतं. बंद खोली कारण नसताना थंड वाटत होती. हवा खोटेपणानं आणि अपराधीपणानं शिळी वाटत होती. त्या दडपलेल्या कोंदट हवेनं अंग आंबलं होतं, ताठलं होतं. मला बाहेर जायचं होतं.

मी बाथरूमकडे निघाले. जाताना पुन्हा एका गुप्त संकेतस्थळाशी पोहोचले. कुणी तरी बोलत होतं. या वेळी न संकोचता कान दिला.

''तू मला फार वाट पाहायला लावलीस.'' उज्ज्वला साने म्हणाल्या. ''मला परत जायला हवं. तुला काय हवं होतं? कशाला मला भेटायला बोलावलंस?''

''कुणास ठाऊक का? मला तुला भेटायचं होतं एवढंच. तू मला अजून गोंधळवून टाकतेस मोहिनी!''

''त्या नावानं पुन्हा हाक मारायची नाही. समजलं? पुन्हा नाही. मी काल ज्यातून गेलेय त्यानंतर तर नाहीच.''

''त्याच्याचबद्दल बोलायचंय मला. तू का केलंस असं?''

एक जड शांतता. शेवटी ती म्हणाली, ''हे काय आहे? ब्लॅकमेल?''

अलिफ बे नं एक मोठा श्वास घेतला. ''माझी तेवढी लायकी नाही. मला तुला आणखी काही सांगायचं नाही. आज किंवा पुढेही कधी. मी तुझ्याकडे भीक मागतो. थोडा वेळ विचार कर. थोडी जबाबदारीनं वाग. कसली भीती वाटते एवढी तुला?''

''आता कसलीच नाही. तू पुन्हा माझ्या आयुष्यात येण्याचा आग्रह धरशील, तर मला तुझी भीती वाटेल. जशी मला कुकची वाटत होती.''

''तू मला धमकी देतेस?''

''तसं समज हवं तर.''

''तुला मुलं आहेत. सुंदर मुलं. कृपा कर...''

''ती तुझी मुलं नाहीत.''

''हो. पण साने चांगला माणूस आहे. तू जास्त जबाबदारीनं वागणं हे तुझं कर्तव्य आहे त्याच्या बाबतीत.''

''तू गप्प बस नाही तर मी तुझंही तेच करीन.''

''तुझ्या धमकीला मी घाबरत नाही. तू काय विचार करशील याला मी घाबरतो. तुझ्या एकटेपणाला मी घाबरतो. तुझ्या एकटेपणावर औषध कोण? पण मला वाटतं तू सांगशील की तू कधीच एकटी नव्हतीस.''

''अर्थातच मी कधी एकटी नव्हतेच. मला माझा नवरा आहे. मुलं आहेत. आता कोणी त्यांना माझ्यापासून हिरावून घेऊ शकत नाही.''

"मी तुला त्यांच्यावरच सोपवतो." अलिफ बे नं सुस्कारा सोडला आणि तो गेला.

तो जाईपर्यंत मी थांबले. मग उज्ज्वला सानेंच्या मागे बाथरूमपर्यंत गेले. त्यांनी सिंकवरून मान उचलून माझ्याकडे पाहिलं.

"हा मूर्खपणा कधी संपणार आहे?" त्यांला विचारलं.

खुन्याशी कसं बोलतात? मी त्यांच्या नजरेला नजर देऊ शकले नाही. मी काही चूक केली असती पण त्यांनीच रोखलं.

"तुझ्या आत्याला काळजी घ्यायला सांग." त्या म्हणाल्या. "तिला माहीत नाही तिची कोणाशी गाठ आहे ते. तिला म्हणावं आपलं काम बघ आणि स्वत:ची काळजी घे. सांग तिला."

माझा कण न् कण तिला झोडपून काढू इच्छित होता. दुरून कुठूनतरी माझाच आवाज मला ऐकू आला, "मी तुमचा निरोप सांगेन."

किती मूर्खपणाचं उत्तर! मी त्यांना ओलांडून गेले. पाण्याच्या गार हबक्यानं माझा मृतवत झालेला चेहरा पुन्हा जागा झाला. मी परतले तेव्हा त्या गेल्या होत्या.

मला भूक लागली होती. हॉलमध्ये मी डोकावले. झोपलेल्या आकृत्या तिथं पसरल्या होत्या. लल्ली सोडून सगळे तिथं होते. खुनीसुद्धा. हक्कानं झोपला होता त्यांच्यात.

मी लायब्ररीत गेले. लल्ली तिथं माझ्या टिपणांत गुंतलेली सापडली.

"तुला वाटतंय का, की तू कोठीच्या खोलीत जाऊ शकशील?" तिनं विचारलं. "फेलिक्सनं शहाणपणानं तिथलं सामान हलवलंय. गरमगरम टोस्ट आणि कॉफी छान वाटेल आत्ता."

मला नको होतं. मला सहनही होत नव्हतं तिथं जाणं. पण मी गेले.

मी कॉफी बनवण्यावर लक्ष एकाग्र केलं, लोणी आणि जॅम शोधून काढला. ब्रेड भाजला.

मी तिथून सहज निघूही शकले नाही. मी सर्व्हिंग हॅच उघडला.

रिकामं स्वयंपाकघर माझ्याकडे पाहत होतं. जुन्या अवशेषात असतं तसं मृत्यूचं अस्तित्व तिथं होतं. जीवन ऐन उमेदीत थिजलं होतं तिथं. उंच सुरांवर संगीत थबकलं होतं, हसू मावळलं होतं.

तिथला बाक अजून फेलिक्सच्या रात्रीच्या खरवडण्यानं ओलसर होता. काळा आणि गूढ दिसत होता. जणू चर्चमधला उंच स्तंभ, कर्मकांडातील बळी घेणारा, कुणा तिरस्कृत पंथाचा– बळीची वाट पाहत होता.

मी भुतं पाहायला हवी होती. खुनी आवाज न करणारा, पुढे सरकताना पाहायला हवा होता. त्याची पाशवी शांतता. मी हे सारं पाहायला हवं होतं.

पण मी काहीच पाहिलं नाही.

मी हॅच फेलिक्ससारखीच अर्धवट बंद केली. तो बाक आणि तिच्यावर बसलेला तो भुतासारखा बसणारा माझ्या नजरेपार गेले होते आता. मला आता फक्त खालच्या चमकदार फरशा दिसत होत्या. मृत्यूचा मागमूस कुठेही नव्हता.

मी एका तंद्रीतच लायब्ररीत गेले. लल्लीनं कृतज्ञतेनं टोस्ट खाल्ला. अननसाचा गरम, साखरी सुगंध हवेत पसरला. मी कॉफी आपल्या घशात ओतली. तिची चव मचूळ लागली.

"रफीक आत्ता इथं येऊन गेला." लल्ली म्हणाली. तारकनं त्याला सांगितलेलं त्याला काहीतरी आठवलं. डॉ. सान्यांबद्दल. मला त्याचा अर्थ कळला नाही; पण त्याला ते मला सांगायचं होतं. तारक त्याला म्हणाला होता की, डॉ. साने त्याला *'चांदीपूर्वी'* माहीत होते. त्यानं तारकला याचा अर्थ विचारला नाही आणि त्याला त्याचा संदर्भही कळला नाही."

"ते सगळे आता असंच करणार." मी म्हटलं. "एकमेकांवर बोटं रोखणार."

"रफीकला असं करायचं असेलसं वाटतं तुला? काही असो. मी नशीबवान आहे. मी खूपदा असतेच. तुला माहीत आहे. हे बघ. मला काय मिळालंय."

तिनं एक ग्रंथ माझ्यापुढे सरकवला. मी ते पुस्तक ओळखलं. काल सकाळी मी ते वाचत होते. *'समग्र ब्राउनिंग.'* मी ते खिडकीच्या कट्ट्यावर विसरले होते.

"शोध घ्यायचा तर त्यात नशिबाचा मोठा भाग असावा लागतो आणि मी तशी 'लकी डिटेक्टिव्ह' आहे." ती म्हणाली.

मला कळेनाच. ब्राउनिंगला त्याच्याशी काय करायचं?

"तू तारकला ब्राउनिंगची अवतरणं देताना ऐकलं नव्हतंस?"

"होतं."

"मी दोनदा ऐकलं म्हणून विचारलं त्याला की ब्राउनिंग त्याचा लाडका कवी होता का? तो हसून म्हणाला की, एकटा ब्राउनिंगच. ढाक्याहून पळून येताना काय थोड्याशा वस्तू त्याला बरोबर आणता आल्या, त्यात त्याच्या वडिलांचं ब्राउनिंगच्या कवितांचं पुस्तक होतं. त्याला दिलासा देणारा त्याचा खजिना होता तो. ते पुस्तक तर सर्वांत मूल्यवान वाटायचं त्याला. कितीतरी वर्षं त्याच्याकडे वाचायला ते एकच पुस्तक होतं. 'त्यातल्या सगळ्या कविता मला उलटत्यासुद्धा पाठ आहेत. म्हणून मला वाटतं की तो माणूसही मला उलटासुलटा नीट कळलाय. विलक्षण बाब म्हणजे मी लंडनमध्ये असताना मला त्याची माहिती कळली. त्याचं जीवन, लग्न

पण त्यांचा काहीही प्रभाव त्या माणसावर नव्हता.' तारक म्हणाला. नेमकी कविता सांगायची तर... मी हे पुस्तक पाहिलं आणि मला दोघांचा संबंध लागला.

"डॉ. सान्यांशी?"

"हो ना! *थोड्याशा चांदीसाठी त्यानं आम्हाला सोडलं. फक्त एक पदक कोटावर लावण्यासाठी...*"

मग मला ते आठवलं. शाळेत असताना आम्ही मनापासून पाठ केलं होतं ते. '*द लॉस्ट लीडर*'या कवितेमधली ओळ होती ती.

"डॉ. साने सांगतात, राईच्या तेलाची घटना. ते खोटं बोलले. मी विचारलं त्यांना की ते १९८५ मध्ये घडलं का, कारण त्यावर्षी तसली साथ आली होती. राईच्या तेलात मिसळलेल्या अर्जिमोन विषानं बरेच मृत्यू झाले होते. ते लगेच म्हणाले. नाही. १९८८ मध्ये. ते इतक्या चटकन म्हणाले. कारण ते काही त्यांच्या आयुष्यातलं महत्त्वाचं वर्ष नव्हतं असं ते म्हणाले, पण ते होतंच. उज्ज्वलानं सांगितलं की त्यांचं लग्न त्यावर्षी झालं. तिनं हेही सांगितलं की त्याचवेळी त्यांनी काळबादेवी सोडली आणि ऑपेरा हाऊसला प्रॅक्टिस सुरू केली. ती म्हणाली, की त्यांनी मिरचंद सेठियांचा जीव वाचवला. ताज ऑईल मिल्सचे सेठिया. आता डॉ. सानेंची कथा नीट कळेल."

"मला अजून नाही कळली."

"डॉ. सान्यांनी सांगितलं तसे तारकचे मित्र काही छोटे दुकानदार नव्हते. ते सान्यांचे *पेशंट* होते. मिरचंद सेठियाला त्यानं बाजारात आणलेल्या भेसळीच्या तेलाबद्दल कोर्टात उत्तर द्यायचं होतं. डॉ. सान्यांना त्याचा वैद्यकीय पुरावा द्यायचा होता. बळींना डॉ. साने आपला कल्याणकर्ता वाटत होता, पण त्याने सेठियाकडून 'थोडी चांदी' स्वीकारली. साक्ष देताना डॉ. सान्यांनी आपली साक्ष बदलली. सांगितलं की त्यांच्या पेशंट्समध्ये अर्जिमोन विषाची लक्षणं आढळली नाहीत.

"गरीब, तरुण, कामाला वाहून घेणारा, माणुसकीला जागणारा डॉक्टर आता गरिबांना मदत करीना. त्याला खोटंही बोलता येईना. तो असं म्हणू शकला नाही की त्या राईच्या तेलानं बळी घेतले, कारण त्यात भेसळ होती. कारण तसं नव्हतं असं सांगणाऱ्याही परीक्षा होत्याच.

"सेठियानं ते सारं जमवून आणलं असेल. तेलाला एफडीए प्रमाणपत्र मिळालं. ते त्यानं नक्कीच विकत घेतलं. शंकाच नाही. वाटेल ती किंमत देऊन. डॉ. सानेंनी सांगितलं की त्या गूढ आजाराचे अनेक बळी झाले. तो नवाच, संशोधन न झालेला आजार होता. त्याचे बळी बिचारे अशिक्षित, गरीब, स्वतःचा चेहराही नसलेले होते. डॉ. साने महत्त्वाकांक्षी होते आणि मिरचंद सेठिया उदारपणे रक्कम खर्चायला तयार होता.

"डॉ. सान्यांनी दिलेल्या पुराव्यावर सेठिया सुटला. बळींना भरपाईही मिळाली नाही. एका वर्षानं डॉ. सान्यांनी काळबादेवीकडे पाठ फिरवून सेठियाकडे ऑपेरा हाऊसला सुसज्ज दवाखान्यासाठी मदत मागितली."

"पण हा गुन्हा आहे."

"तुम्ही याहून खाली जाऊ शकत नाही हे मला मान्य आहे."

डॉ. सान्यांना राईच्या तेलातला मासा वाढताना दिसलेला तारकच्या आवाजातला संताप मला आता जाणवला. तारकचं सांगणं आठवलं, 'त्याची कधीही कीव करू नकोस. माझी गोष्ट ऐकल्यावर मग सांग.' तो म्हणाला होता.

ती सांगितल्याशिवायच तो मरण पावला. आता मला तुकड्यातुकड्यांनी ते समजून घ्यायला हवं. घटनांनी मधल्या गळलेल्या भागाबद्दल कल्पना करीत, कुतूहल राखीत.

लल्लीनं ट्रे उचलला.

"मी आता काहीवेळ जरा कामात असेन. तुला गरजच पडली तर मी माझ्या खोलीत आहे. श्री. बजाजना बाहेर जायचं असेल, तरी त्यांना बाकीच्यांबरोबरच थांबव आणि मला कळव."

आणि एवढं सांगून ती गेली.

मी ब्राउनिंग उचलला आणि दु:खी अंत:करणानं *'माय लास्ट डचेस'* वाचायला सुरुवात केली.

■

२१

सगळे उशिरा झोपले. दहा वाजता हॉलमध्ये सर्वत्र जणू निर्जीव, काहीही करू न शकणारी शरीरं पसरली होती. रफीक जाजमावर एखाद्या उन्मळलेल्या वृक्षाप्रमाणे पसरला होता.

त्याला ओलांडून येत श्री. बजाज म्हणाले, ''मी फ्रेश होऊन येतो. एक कप चहा घेऊन माझी गाडी सुरू करतो. मग बघू यातून कसं बाहेर यायचं ते.''

बघू हा केवळ आशावाद. शक्यता शून्यच. जोराचा वारा आणि पाण्याचे प्रपात बाहेर कोसळतच होते.

''पण काहीतरी करायलाच हवं. बघ आम्ही कसे झोपलो होतो ते. जणू नशेत होतो. ताणामुळे. मला काम आवडतं. काही न करता मी बसू शकत नाही. नशिबानं पाजेरो हे दणकट वाहन आहे. बघू तरी काय करता येतं ते.''

लल्लीच्या सूचना आठवून मी म्हटलं, ''मी तुम्हाला गरमगरम ब्रेकफास्ट आणते. दहा मिनिटांत'' आणि लल्लीच्या खोलीत धावले.

लल्ली म्हणाली, ''त्याचं नशीब जोरावर असू दे. तो एकटा जातोय हे उत्तम. फेलिक्स किंवा रफीक स्वत: मदतीला आले तर मला ते इथं हवेत.''

मी चहा केला आणि हॉलकडे आले. मी आणलेले कप पुरेसे असतील या आशेनं. एव्हाना सगळेच उठले असतील. होतेच. फेलिक्सनं मदतीची ऑफर दिल्यावर बजाजनी तिला दुजोरा दिला. रफीक गप्प होता, चिडून. फेलिक्सनं सगळ्यांसाठी ब्रेकफास्ट आणण्याचं कबूल केलं आणि तो गेला. थोड्याच वेळात आम्ही श्री. बजाजच्या गाडीची गर्जना ऐकली. आंधळं करणाऱ्या पावसात गाडीचे हेडलाईट्स प्रकाशाच्या कमानी उभारीत गेले.

''हे काम करणारे, मला दमवलंय त्यांनी.'' अलिफ बे सुस्कारत म्हणाला.

''पण ते काहीतरी करत तरी आहेत.'' रमोनानं फटकारलं.

“हो, मला त्यांच्याबद्दल कृतज्ञता वाटते.” हिला म्हणाली. खालच्या आवाजात. तिनं चहाला हातही लावला नव्हता.

“आपण इथं याउप्पर थांबण्याची काही गरज नाही.” सानेबाई म्हणाल्या. “देवदत्त टॅक्सी आणील.” देवदत्त हलला नाही.

रफीक ताडकन उठला. सगळ्यांहून उंच. “ब्रेकफास्ट संपवा लवकर, मुलांनो. रमोना, आता रडायचं नाही. आधी प्रॅक्टिस. मग मीच तुम्हाला रडवीन. चला, जेवणानंतर थोडी विश्रांती घ्या. म्हणजे प्रॅक्टिससाठी ही संधी शेवटची. कार्यक्रम ठीक सहाच्या ठोक्याला सुरू होईल.”

“कार्यक्रम?” हिलाचा आवाज हंबरड्यासारखाच आला. “आज कार्यक्रम नाही करता यायचा रफीक तुला. ते चांगलं नाही दिसणार.”

“मुलांनी पावसाच्या कार्यक्रमाची तालीम केलीय.” रफीक ताठपणे म्हणाला. “नुसते बसलोच तर आहोत. नाहीतरी मी ‘अन्नपूर्णा’ हा कार्यक्रम माझा मित्र तारक यालाच अर्पण केलाय.”

आम्ही त्याच्याकडे पाहत राहिलो.

रफीक कसाबसा हसत म्हणाला, “ब्रीच कँडीच्या बायकांना मी सोमालियासाठी खास कार्यक्रम करायला हवा होता. म्हणून मी हा ‘अन्नपूर्णा’ कार्यक्रम बसवला. तिथल्या उपाशी लोकांसाठी. मी विचारतो, इथं गोवंडीतही मुलं उपाशी असताना सोमालियासाठी कशाला? मी त्यांना सांगितलं, इथल्या झोपडपट्ट्या, फुटपाथ इथली मुलं टीव्हीवरच्या सोमालियातल्या मुलांपेक्षा वाईट अवस्थेत दिसतात. तुम्हाला धर्मार्थ कार्यक्रम करायचाय ना, तुमच्या स्पॉन्सरर्सना सांगा. सगळा पैसा झोपडपट्टीतल्या फुटपाथवरच्या मुलांना जाईल. स्टेशनवरच्या मुलांसाठीही. प्रत्येक पैसा, अन्न, औषधं, कपडे शाळांसाठी. स्पॉन्सरर्स ब्रीच कँडीच्या बायका, त्यांचं दयाळू मन, सगळ्यांना प्रचंड प्रसिद्धी मिळेल. पण त्यांना ते नको. सोमालिया नाही, तर काहीच नाही. म्हणून मी म्हटलं काहीच नाही.

“आता त्या म्हणतात, ‘रफीक पैशामागे आहे. सोमालियातली मुलं उपाशी असली तरी त्याचं पोट भरतंय ना. मी हे नृत्य ज्यांना अन्न मिळत नाही त्यांच्यासाठी बसवलंय. आता मी ते ह्या फुटपाथवाल्यासाठी करतोय, ज्यानं सर्वांना अन्न दिलं. हाच न्याय आहे.”

हिलानं मान डोलावली आणि रमोनानं लगेच आपल्या खोलीत जाण्याची परवानगी मागितली. नृत्यासाठी त्या अभिनेत्रीला वेळेवर सोडायला हवंच होतं.

दुपारच्या सुमाराला श्री. बजाज परतले पण आपल्या पाजेरो गाडीशिवायच. ते अगदी कोसळायच्या बेतात आले होते. चिखलाच्या जाड थरात माखले होते. एवढा धो धो पडणारा पाऊसही त्यांना धुवून काढू शकला नव्हता. फेलिक्सनं बोलून त्यांना

माणसात आणलं. गरम पाणी आणि साबणानं मनसोक्त स्नान झाल्यावर आम्ही त्यांची दु:खद कहाणी ऐकली. गरम कॉफी थोडी ब्रँडी घालून प्यायल्यावर ते सावध झाले.

हिला कडक सुरात म्हणाली. "तुम्हाला चांगली झोप हवी आता."

श्री. बजाज अर्धी टेकडी उतरून गेले, तेवढ्यातच त्यांचे ब्रेक्स फेल झाले होते. त्यांनी गिअर्स घट्ट करून ब्रेक्स सांभाळायचा प्रयत्न केला. गाडी थांबवली. ती चिखलाच्या दलदलीत अडकली. इतकी की हलेनाच. ती बाहेर काढण्याचा त्यांनी तासभर प्रयत्न केला, पण काही उपयोग झाला नाही. शेवटी अशक्य ते करण्याचा त्यांनी प्रयत्न केला. ते पायी निघाले. पण गाडीचंच नशीब त्यांच्या वाट्यालाही येणार असं वाटू लागलं.

"मी ठरवलं तुम्हाला आणखी एका प्रेताची मौज लुटू द्यायची नाही." त्यांनी एक भयाण विनोद केला.

कोणी हसलं नाही.

लल्ली यापासून लांबच होती. हिला म्हणाली, "ती तिची झोप भरून काढतेय."

पण मी माझ्या आत्याला अशा केसवर काम करताना यापूर्वीही पाहिलं होतं. तिचा अगदी निद्रानाश झालेला असायचा त्या गोष्टींनी.

मला त्या लोकांत बसवेनाच.

मी लायब्ररीत गेले आणि पुस्तकात तोंड खुपसून बसले. माझ्या स्वत:च्या रिकामपणात त्यातील ओळी पुसट होऊ लागल्या. वर मुलींच्या नृत्याची पावलं ऐकू येत होती, त्यामुळे माझ्या उद्वेगात भरच पडत होती. माझ्या स्वत:च्या नैसर्गिक न्यायाच्या कल्पना आणि खुन्याच्या नैराश्याची भयप्रद जाण यात माझ्याच चिंध्या होत होत्या. लल्ली मूळ मुद्दा सोडून दूर गेली होती. मी तिला दोष देऊ शकत नव्हते. तिनं चुकीचे निष्कर्ष काढले तरी. मला ढकलणारा भावनांचा स्रोत तिच्यामागे नव्हता. प्रेम प्रेमिकांना एकमेकांच्या चुकांकडे डोळेझाक करायला लावीत असेल पण ते नक्कीच तुमच्या स्वत:च्या आत्म्यावर प्रकाशझोत टाकतं. त्या प्रखर उजेडात मला स्वत:ला पाहताना मी खुन्यालाही सहानुभूतीनंच पाहत होते.

मलाच यात आता काहीतरी करायला हवं हे मला कळून चुकलं. शिवाय मला लल्लीच्या पदरीही मूर्खपणा यायला नको होता.

मी वर स्टुडियोत आमच्या नर्तकांना पाहायला गेले. ते त्या संगीतात मशगुल होते. त्यांनी माझी दखलही घेतली नाही, बऱ्याच वेळानं ते थांबले.

"तू आपल्याबरोबर ऊन आणलंस. वर्षानृत्य संपलंय." रफीक म्हणाला.

बरोबर होतं त्याचं. मी पाहिलं नव्हतं. काचांतून जाणवण्याइतका पाऊस विरळ झाला होता. पाण्याच्या पारदर्शक तलम पडद्यांतून सूर्य जाणवत होता. पोरं उत्साहित होऊन व्हरांड्यात धावली.

रफीक माझ्याकडे वळला. ''कसला इतका त्रास होतोय तुला? दुःख, भीती? पण तू भ्यायलेली दिसत नाहीस. काळजीत आहेस.''

''तू लल्लीशी बोल.'' मी म्हणाले. ''ते अधिक चांगलं होईल रफीक. ती सांगेल तुला काय करायचंय ते.''

त्यानं डोळे मिटले आणि तो शहारला. ''तिनं मला आधीच सांगितलं काय करायचं, कधी करायचं, कसं करायचं ते. मी करीन तसं.''

माझ्यातलं वादळ मला सांगता येईना. त्या भरात मी एकदम त्याचे दोन्ही हात धरले.

''शांत हो.'' रफीक बर्फाळ आवाजात म्हणाला. ''मीही स्वतःला शांत करायला शिकतोय. ते आवश्यक आहे. जे मरण पावलेत त्यांच्यासाठी आणि ज्यांना या दिवसानंतरही जगायचं आहे त्यांच्यासाठीही.''

ते विलक्षण शब्द बोलून तो निघून गेला.

सूर्य पावसाच्या धारांतून हळूहळू वर चढताना पाहत मी स्टुडियोत बसून राहिले.

■

३०

फेलिक्सनं जेवणघरात सर्वांना जेवण वाढलं. सर्वजण मनापासून जेवले. जणू काही आपल्याला उद्या सैन्याचा वेढा पडणार आहे.

श्री. बजाज म्हणाले की आता पाऊस थांबला तरी रस्ते जाण्यालायक होण्यासाठी उद्या सकाळ उजाडेल. आता फक्त टेलिफोनवर प्रत्येक गोष्ट अवलंबून आहे. लल्लीलाही ते पटलं.

"आपण इथं एक रात्र आणखी काढायला तयार असलं पाहिजे." ती म्हणाली. पण ती इतक्या भीतीनं आणि धास्तावून, अनिश्चितीची नव्हे.

"तुला माहीत आहे?" फेलिक्सनं श्वास रोखून विचारलं.

"होय, पण माझं काम पुरं झालं नाहीय अजून. रफीकवर आता सारं काही अवलंबून आहे."

आम्ही खाताना थांबून रफीककडे पाहू लागलो. त्यानं लाल होऊन चेहरा फिरवला.

"होय. रफीक मला उत्तर मिळवायला मदत करतोय." लल्ली म्हणाली.

"नृत्यानंतर– कारण तारकच्या सन्मानार्थ नृत्य व्हायलाच हवं. त्यानंतर रफीक मला हे सारं संपवायला मदत करील अशी आशा आहे."

"मला फार आजारी वाटतंय." उज्ज्वला साने उंच आवाजात म्हणाल्या. "मला हे अन्न खाववत नाही."

"मग मी तुला थोडा चहा देते." लल्ली ठामपणे म्हणाली. "चल गं हिला, चहा करू. फेलिक्सच्या चविष्ट जेवणानंतर मीही कपभर चहा घेईन. तुला नाही फिक्या चमकदार चहाचा कप लिंबू पिळून आवडायचा? अरे फेलिक्स, पुदिना आहे का रे तुझ्याकडे?"

उज्ज्वला कोकरासारख्या त्यांच्यामागून गेल्या.

"झालं तर," फेलिक्स कुजबुजला.

"माझी बायको फार नाजूक आहे." डॉ. सान्यांनी जाहीर केलं. "मला तिची फार काळजी वाटते."

"आम्हाला सगळ्यांनाच तिची काळजी वाटते." अलिफ बे म्हणाला.

डॉ. साने उसळून म्हणाले. "तुम्हाला काय म्हणायचंय?"

अलिफ बे भित्रेपणानं फक्त खांदे उडवून निघून गेला.

"जाऊ दे देवदत्त," श्री. बजाज मनापासून म्हणाले. "खा थोडं काहीतरी." डॉ. सान्यांनी आधीच बरंच खाल्लं होतं, ते नुसते पाहत राहिले. मुलंही भीतीनं बघत होती. त्यांना पुढच्या संकटाची चाहूल लागली होती.

लल्ली लवकरच परत आली.

"उज्ज्वलाला तिचा चहा संपवायला दहा मिनिटं द्या. नंतर तिला खोलीत न्या आणि तिच्या डोकेदुखीसाठी काहीतरी द्या." तिनं डॉ. सान्यांना सांगितलं. "अर्पिता आणि दर्शन, आईला थोडा वेळ झोपू दे. तुम्ही मला सँडविचेस करायला मदत करा. ती उठल्यावर तिला देऊ."

"तुला काय वाटतं, लल्ली मला तिच्याशी बोलू देईल?" फेलिक्स आम्ही बशा कोठीच्या खोलीत नेताना घाईघाईनं कुजबुजला.

"नाही,"

"मला मुलांबरोबर एक दृश्य करायला आवडेल खरं तर, चांगली आई विरुद्ध वाईट आई!"

"तू मुलांना यापासून दूर ठेव." मी चिडून म्हटलं. इतकं कडक की मलाच कळलं नाही.

"अगं! शांत हो ग लाडके!

"हां. मला लाडके वगैरे म्हणायचं काम नाही."

मी मला सावरायच्या आधीच मी त्याच्या फाडकन एक तोंडात दिली.

मीच घाबरले, पण फेलिक्स हसण्यानं गदगदत होता.

"मीही माझा सूड घेईनच, तुला माझ्या पुस्तकात घालीन." तो हसत म्हणाला.

आता ह्यानं मी खरंच वेडीच झाले. तेवढ्यात रफीक आला नसता तर मला रडू फुटलं असतं.

"तू का नाचायला शिकत नाहीस, रेगो? ये मी तुला शिकवतो कसं नाचायचं ते. तू मला अशी भुर्जी कशी करायची ते शिकव. फार रुचकर झालीय. मी गोवंडीला जाईन तेव्हा करीन आणि आईला चकित करीन. बघ, इथं प्रसिद्ध फ्रेंच कुककडून फ्रेंच पदार्थ शिकता येतायत."

फेलिक्स लाल झाला. रफीकची पद्धत कुणाला दुखवणारी नव्हती. त्याच्या

आठ्यांचं रूपांतर हसण्यात झालं आणि तो नाचू लागला. मीही अचानक त्या मूर्खपणात सामील झाले आणि हिला आली तेव्हा आम्ही सगळे हसून बेजार झालेले तिला सापडलो.

"हर्षवायू," ती चिडून म्हणाली. "आधी सानेबाई आणि मग तुम्ही तिघे. देवा, मला सहनशक्ती दे."

सहनशक्तीचाच इथे तुटवडा होता.

अलिफ बे आणि डॉ. साने एकमेकांवर नखं काढून गुरगुरत होते. श्री. बजाज–मॅन ऑफ ॲक्शन, संतापानं सेलफोनचे तुकडे करण्याच्या बेतात होते. अर्पिता आणि दर्शन मोठ्यानं भांडत होते आणि एकत्र येऊन रमोनाशी दुष्टपणे वागत होते. हिला किंचाळून आपला आवाज सर्वांना ऐकवण्याच्या प्रयत्नात होती. डॉ. सान्यांना बायकोच्या बिछान्याशी राहायला सांगितलं होतं. अलिफ बे ला ड्रिंक दिलं होतं; पण ते त्यानं नाकारलं होतं. त्यानं पुन्हा आपली पहिली पोझ घेतली होती आणि जगाकडे तुच्छतेनं पाहत होता. श्री. बजाज सेलफोनचे तुकडे कचऱ्याच्या डब्यात फेकून सोफ्यावर झोपायला गेले होते. रमोना आणि मुलं भांडण थांबवून पत्ते खेळू लागले होते.

मला रफीक आणि फेलिक्स कॉरिडॉरमध्ये लल्लीसह भेटले. "मला नाही वाटत याबाबतीत तुमच्यापैकी कोणी मला मदत करू शकेल." ती म्हणत होती.

त्या पुरुषांनी त्यांची काळजीयुक्त नजर माझ्याकडे वळवली.

"लल्लीला आता टेकडी उतरून जायचंय," फेलिक्स म्हणाला. "पाऊस थांबलाय, पण वारा जोराचा सुटलाय..."

"घाबरू नकोस. मी काही उडून जाणार नाही." ती उपरोधानं म्हणाली. "ती माझ्याबरोबर येईल."

मी लल्लीबरोबर जिना चढू लागले. आश्चर्य म्हणजे ती फ्रामरोझच्या उंचावरच्या खोलीत गेली. तिच्याकडे दुर्बीण होती. उत्तरेकडे पाहणारी. टेकडीच्या उतारावर, खालच्या खडकांवर रोखलेली.

"तू बघ एकदा."

शेतं हळूहळू फोकसमध्ये आली. झुडपं आणि खडक धूसर दिसत होते. मग एक काळा निराकार गोळा. उजेड इतका कमी होता की धड काही दिसतच नव्हतं.

"काय आहे ते?"

लल्लीनं खांदे उडवले.

"चल शोधू या."

आम्ही गुपचुप मागच्या दारानं बाहेर पडलो.

लल्ली हिरव्या झाडीच्या काठाकाठानं जात होती. गुडघ्यापर्यंत दलदलीतून-चिखलातून. दुसरा रस्ताच नव्हता म्हणा. रस्त्यावर पाणी लोटालोटांनी वाहत गिरक्या खात होतं. खाली वाहून चाललं होतं. लल्ली सराईतासारखी चालली होती. मी तिच्या मागे कशीबशी वाट काढीत होते. आम्ही टेकडी उतरताना झगडत होतो. वाटेतल्या फांद्या, दरडींना धरत, त्यांच्या पायऱ्या करून उतरत होतो.

ते काळं बोचकं खडकावरून वाहून तरी आलं होतं किंवा तिथंच आसपास ठेवलेलं पडून तिथे अडकलं होतं.

"गडगडत खाली गेलं बघ इथून." ती वाऱ्याच्या आवाजावर आवाज चढवून ओरडली.

आमच्या डाव्या बाजूला खडकांचा बांध घातल्यासारखा झाला होता. आमच्या खाली समुद्र चिडून जणू उकळत होता. ते बोचकं खडकांच्या आतल्या बाजूला, बांधाच्या खडकाला अडकून पडलं होतं. ते आमच्या खाली पन्नास फुटांवर पडलं होतं.

रस्ता चिखलात लपला होता. तिथं रस्त्यातच उभ्या असलेल्या, बजाजांच्या पाजेरोचे हेडलाईट सूर्याच्या मंद उजेडात चमकत होते. ती चिखलातच अडकली होती. त्या बोचक्यापर्यंत आम्ही जाऊ शकू असा रस्ताच नव्हता.

"तू इथंच थांब. मी खाली जाते."

मी काही म्हणण्यापूर्वीच ती उतरू लागली.

मी तिला पाहत होते. भीतीनं, स्वत:शी म्हणत होते ती त्रेसष्ठ वर्षांची, या वयात हाडं ठिसूळ होतात, ती जर पडली...

पण ती पडली नाही. ती पुन्हा वर कशी चढेल हा विचारही मला नकोसा होता. ती त्या काळ्या बोचक्याजवळ वाकली होती. हातानं चाचपून पाहत होती. ती सरळ झाली. माझ्याकडे पाहून गळा कापल्याचा आविर्भाव केला. खिशातून कात्री काढून दाखवली. हात वर करून मला दिसेलशी.

भयाची एक लहर माझ्या पाठीतून शिरशिरली. मला तिच्या खडकावर वाकलेल्या पाठीशिवाय काही दिसेना. मग ती ताठ उभी राहिली आणि चालू लागली.

काळ्या प्लॅस्टिकमध्ये गुंडाळलेल्या त्या बोचक्यात चेहरा खाली करून पालथी पडलेली एक स्त्री होती. म्हणजे तिचं शरीर.

इतक्या उंचीवरून कुरळे केस अस्ताव्यस्त दिसत होते. बाकी तिचं शरीर नीटनेटकेपणानं काळ्याभोर ड्रेसनं लपेटलं होतं. सुजत चाललेल्या मांड्यांभोवती काळीच ट्राऊझर होती आणि न बघताही मला माहीत होतं की सुजणाऱ्या एका पायात चमकदार खड्यांचा बूट होता.

ती लोला होती.

ती लोला होती आणि मृत होती.

लल्लीनं शरीर उलटं केलेलं मी पाहिलं; पण लोलाचा चेहरा नाही पाहिला. मी आणखी काही पाहिलंच नाही. मी त्या झाडोऱ्यात आजारले होते. धापा टाकीत, उलटी दाबून धरीत. मग एक हात माझ्या खांद्यावर पडला. जादूनं लल्ली पुन्हा माझ्याजवळ आली होती.

■

३१

आम्ही एका सपाट खडकावर बसलो. लल्लीला धाप लागली होती. मला स्वच्छ झाल्यासारखं वाटत होतं. आमच्या खाली समुद्र लोलाला हाका मारीत होता.

"मी म्हटलं होतं ना तुला, मी लकी डिटेक्टिव्ह आहे म्हणून? मला वाटलं होतं तिला शोधायला आठवडाभर तरी लागेल."

"ती मेलीय हे माहीत होतं तुला?"

"अर्थात."

पण मला तर तसं काही दिसलं, वाटलं नाही. आम्ही शांतपणेच बसलो होतो पण मैत्रिणीसारख्या थंडपणे. हेही चमत्कारिकच.

"तुलाही माहीत होतंच, तो तिचा बूट सापडल्यापासून. तुला फक्त त्या सत्याला सामोरं जायचं नव्हतं."

तिचं बरोबर होतं.

मला कधीचं सतत वाटत होतं की लोला परत येणार नाही. हिंसा आयुष्यभर तिचा पाठलाग करीत आली होती आणि अखेर तिनं तिला गाठलं होतं. पण हे कळणं म्हणजे तरी काय? जर हे वाटणं तुमच्या आत असेल, शब्दहीन जाणीव असेल, तर होय, मला माहीत होतं की लोला मेली आहे.

"एका अर्थी तू सत्य दाबून ठेवलंस." माझी आत्या सावकाश म्हणाली. "तू बुटाचं मनावर घेतलंस, पण तू कानातल्यावर लक्ष दिलं नाहीस. तुला ते खरं असायला नकोच होतं का? तुला ती बिचारी कधी आवडली नाही म्हणून? तसं नाही. तू सत्य दाबून ठेवलंस कारण तू कोणाला तरी संरक्षण देत होतीस. कुणाचे तरी मातीचे पाय तुला पाहायचे नव्हते."

"अलिफ बे. होय, मला त्याचा तिटकारा आला होता. पण मलाही ते कळलं

नाही लल्ली. त्या जीवघेण्या भयंकर मारामारीनंतर ते चांदण्यात प्रेमगूज करीत हिंडत होते, लव्हबर्ड्ससारखे.''

''तुला ती खोली हिलानं दिल्यापासूनच मी वैतागले होते. आता तू एक गोष्ट करावीस असं मला वाटतं. त्यांचं ते शेवटचं संभाषण पुन्हा आठव. नेमके शब्द आठवायचा प्रयत्न कर.''

मी प्रयत्न केला.

मला त्यांच्या बोलण्यातला एक शब्दही आठवेना. फक्त लोलाचं चिडून 'नाही'. त्यानं बोललेला तर शब्दही नाहीच.

''ते शोधायचा एकच मार्ग आहे. अलिफ बे ला विचारू या.''

''आपण तिला तसंच तिथं टाकून नको जायला!'' मी रदबदली केली.

''मी तिचं शरीर पुन्हा ताडपत्रीत गुंडाळून शक्य तितकं जमिनीवर ठेवलंय. मदत मिळेपर्यंत ते तसंच ठेवावं लागणार.''

आम्ही पाय ओढीत घरी आलो तेव्हा माझ्या मनात प्रश्नांची शर्यत लागली होती. मी लल्लीला थांबवलं. ''ती परत का आली? कधी आली? इतका सगळा वेळ कुठे होती ती?''

माझ्या डोळ्यापुढे लोला निर्हेतुकपणे रस्त्यातून हिंडताना दिसली. फ्लॅटच्या बाहेर बंद झालेली, जवळ एकही पैसा नाही, कदाचित दिवसाच्या शहाण्या प्रकाशात झालेल्या भांडणाबद्दल पश्चात्ताप करणारी. तिची बैठक किती स्थिर आहे ते पाहण्यासाठी फोन करणारी आणि मग एखाद्या झोडपलेल्या जनावरासारखी स्वत:ला ढकलत त्याच्याचकडे नेणारी, मरणासाठी...

मग अचानक मला रफीक आठवला. लांबलेल्या शिक्षेची वाट पाहणारा.

ते करताना तिनं त्याला चकित केलं असेल?

तसं असेल तर तिनं सबंध दिवस आणि रात्र वाट पाहिली असेल. पुन्हा अर्देशीर व्हिलात येण्यापूर्वी. पण नसेलही. तेव्हा खूपच जोराचा पाऊस पडत होता. तिला टेकडी चढून येता आलं नसेल.

कदाचित लोलाच्या मृत्यूचा इतरांशी संबंध नसेल. कदाचित ती नैसर्गिक रीतीनेच मेली असेल आणि अलिफ बेनं बेचैन होऊन, दु:खानं तिला ताडपत्रीत झाकून टेकडीवरून खाली टाकलं असेल.

''नको प्रयत्न करूस.'' लल्लीनं सल्ला दिला. नेहमीप्रमाणे माझं मन वाचून. लोलाही तारकसारखीच गळफासानं मेलीय, वेदनांनी पिळवटलेला चेहरा. कशानं गळफास घातला ते नाही सांगू शकत. खूप सुजलाय तो. पण तरी त्याच पद्धतीनं केलंय ते.''

''नायलॉनच्या दोरीनं?''

''असंच काही नाही. त्यानं काहीही वापरलं असेल, पण तिला असाच मागून

गळफास घातलाय. सफाईनं. तो माणूस लोखंडी काळजाचा, सफाईदार, लबाड, फसवणारा, संधिसाधू असाच आहे.''

''पण तो तसा नाही.''

''कोण?''

''अलिफ बे.''

''तसं नसेल. पण ही सगळी लक्षणं ज्याची आहेत तो माणूस खुनी आहे. मला तो ठाऊक आहे.''

''मला कळलंय, तारक का मेला, चिली का मेली.'' मी सावकाश म्हणाले. ''पण लोलाला का मरावं लागलं?''

लल्लीनं तिखट नजरेनं माझ्याकडे पाहिलं. दार सताड उघडलं आणि मागच्या बागेतून येऊन घराच्या पायऱ्यांकडे धावली ती. मी पाठोपाठ धावले. आम्ही झपाट्यानं बंद स्वयंपाकघर आणि कोठीची खोली पार केली. सावकाश त्या गोल जिन्यावरून वर चढू लागलो, गच्चीपलीकडे.

लल्लीनं तिथं घड्या करून ठेवलेल्या ताडपत्र्या दाखवल्या, पत्र्याच्या छपराखाली. आम्ही घरात फ्रामरोझच्या एकाकी खोलीकडे गेलो आणि डोळे बारीक करून दुर्बिणीतून पाहू लागलो.

लोला कुठंही दिसत नव्हती.

लल्लीनं लोलाची बॉडी सापडल्याचं कुठंही जाहीर केलं नाही. उलट तिनं मला अलिफ बे ला लायब्ररीत बोलवायला सांगितलं.

''आता नवं काय संकट तू माझ्यावर आणतेस?'' त्यानं नाटकीपणानं विचारलं.

''तुझं लोलाशी कशावरून भांडण झालं ते तू मला सांगितलं पाहिजेस.''

लल्ली म्हणाली. ''तुला वाटतं त्याहून ते महत्त्वाचं आहे. मी तुला मनापासून खात्री देते, यात तू तिची फसवणूक मुळीच करीत नाहीस.''

तिच्या गंभीर सुरानं तो थोडा चमकला. तो म्हणाला ''मी तुला अगदी नेमकं नाही सांगू शकत. काही तिच्या गोष्टी अशा होत्या ज्यांचा मला त्रास व्हायचा. मी मग नेहमीसारखा राहत नसे. आमचं हल्ली फारसं बरं राहिलं नव्हतं.''

''तुला मी उज्ज्वला सानेचं स्टेटमेंट दाखवलं तर तू मला अधिक सांगू शकशील. तिनं आज सकाळी तिचं औपचारिक स्टेटमेंट दिलंय. त्यात तिनं तुझ्या तिच्याशी असलेल्या संबंधांचा उल्लेख केलाय. मला तुला सांगायला पाहिजे की डॉ. साने त्या सिल्वासामधल्या आठवड्याबद्दल सध्यातरी अगदी अनभिज्ञ आहेत. १९८८ सालचा आठवडा. त्यांना त्यांच्या पत्नीवर ठेवल्या जाणाऱ्या आरोपाच्या प्रसंगाबद्दल सांगावं लागेल.''

"खुनाचा आरोप?"

"शक्य आहे. तेव्हा बघ, तुझ्यासमोर सतत असलेल्या त्या जुन्या भानगडीच्या अवशेषांनी तू अस्वस्थ आणि दु:खी होतास हे मला माहीत आहे. त्याचा तुझ्यावर खूपच परिणाम झाला असावा."

"ती भानगड नव्हती. मी लग्न केलं होतं तिच्याशी. कायद्याच्या दृष्टीनं आम्ही अजून विवाहित आहोत. आम्ही आठवडाभर एकत्र राहिलो. ती माझ्याबरोबर पळून आली होती. रजिस्ट्रारच्या ऑफिसात जाऊन आम्ही लग्न केलं. आठवडाभर सिल्व्हासामधल्या एका फाटक्या हॉटेलात राहिलो. मला तेवढंच शक्य होतं त्या दिवसात. पहिले काही दिवस आणि रात्री डोक्यात गेल्या आणि मग तिनं मला सोडलं. सारं चुकतच गेलं. ती मला सहन करूच शकेना असं ती म्हणाली. मी फार वेगळा होतो म्हणे!" कडवटपणानं की समाधानानं कोण जाणे पण त्याचा चेहरा वाकडातिकडा झाला. थोड्या वेळानं तो पुन्हा बोलू लागला. "ती माझं सर्वस्व होती." तो साधेपणानं म्हणाला. "वर्षानुवर्षे मी ती आठवण मनात बाळगून जगत राहिलो आणि ते सारं खोटं होतं."

"तिचा पुन्हा ताबा मिळवण्याचा तू प्रयत्न केला नाहीस?"

अलिफ बे हसला. "तिच्या बापानं माझ्यामागे दोन गुंड लावले होते. त्यांनी मला मारलं. पण फार नाही असंच म्हणायला हवं. मी भित्रा आहे तरीही ते मला घाबरवू शकले नाहीत. मी तरुण होतो आणि सहज निकामी झालो नसतो. म्हाताऱ्याला ते जाणवल्यावर त्यानं तिला मला लग्नाची पत्रिका पाठवायला लावली. तिनं डॉ. सानेंशी लग्न केलं. मोठा थाटामाटाचा समारंभ करून. त्यानंतर..." त्यानं खांदे उडवले आणि तो स्तब्ध झाला.

"तू लोलाला हे सांगितलं नाहीस, हो नं?"

"बापरे! नाही. लोला हसली असती. एखादी गोष्ट जगजाहीर झाली की लोला हसते आणि मला ते सहन करावं लागतं. मी मूर्ख आहे. पण इतका नाही. माझ्या भांडणाचा संबंध लोलाशी होता, माझ्याशी नाही. तिच्या साऱ्या घाणेरड्या आयुष्याच्या गोंधळाबद्दल होतं. तुम्हाला ते माहीत आहे ना? तो वकील?"

"हो कळलंय मला ते."

"कळलंय? मग तुम्हाला यात गम्य असेल. लोलाचं मन त्या वकिलाविषयी मृदु होतं. मी त्यातून बाहेर येऊच शकलो नाही. हे ही तुमच्या लक्षात आलंय?"

"नाही ते लक्षात घेण्याच्या परिस्थितीत मी नव्हते. मी लोलाशी कधीही त्याबद्दल बोलले नाही. मी समांतर रेषेनं शोध घेतानाच मला वकिलाबद्दल कळलं. माझी अशील एक दुसरी स्त्री होती. अशीच पुरुषांची बळी ठरलेली."

"मग मी तुम्हाला सांगतो, लोलाला वाटायचं की वकील सहज फशी

पडणारा, मोहाला बळी पडणारा माणूस होता. ती आग्रहानं म्हणे की तो तुरुंगात गेला तरी हे रॅकेट चालूच राहील. ती त्या कल्पनेनं झपाटलीच होती. ती म्हणे की अशी माणसं, जी खरी जबाबदार असतात, त्यांच्यावर अफवा, भानगडी यांचा काहीही परिणाम होत नाही. या तिच्या वेडानं मी अस्वस्थ झालो होतो. ज्यातून ती बाहेर पडली त्याला वेडही म्हणता येत नाही. पण मी ती भीती गंभीरपणे घेत नाही. त्या रात्री ते सर्वच बाहेर आलं आणि मला ते सहनच झालं नाही.''

''पण सारं बाहेर आलंच का? त्याच वेळी?''

''तिच्या काही मूर्ख समजुती. ती म्हणाली की कुणी त्या वकिलाला या सगळ्या भानगडीत गोवलं त्याबद्दल आता तिची आता खात्री झालीय. चिलीनं तिला काहीतरी सांगितलं. त्यावरून माझ्या मते आता तिला ते नाव कळलं होतं, तर ती त्याचा चांगलाच उपयोग करून घेणार होती.'' तो मध्येच थांबला.

''सांग ना?''

''नाही. तेवढंच.

''नाही. ती ते नाव घेऊन पोलिसांकडे गेली असती असं तर सुचवीत नव्हती ती?''

''कदाचित.''

''कदाचित तसं नसेलही. त्यानं तू इतका संतापणार नाहीस. लोलामध्ये आणखी एक गुण होता त्यानं तू गोंधळला असशील. तू तिची नीतिमत्तेची जात पचवूच शकणार नाहीस. मला तर वाटतं की 'चांगला उपयोग' म्हणजे तिचं मौन तिला विकायचं होतं.''

''मला माहीत नाही लल्ली. मला खरंच माहीत नाही. मला ते ब्लॅकमेल केल्यासारखं वाटलं. मला आवडलं नाही. मी अंतर्मनातून हादरलो. मला जाणवलं की मी तिला मुळी ओळखलंच नाही. देवा! असं वाटायला लागलं की मी कुणालाच ओळखत नाही. मी बाहेर फेकला गेलोय. मला बाहेरच पडायचं होतं या सगळ्याच्या. ही भयंकर बया माझ्या आसपास घुटमळायला मला नकोच होती. आजही नको आहे. मला वाईट वाटतंय. मी अपमानित झालो होते, मान नव्हताच मला. पण ज्या क्षणी आपण इथून जाऊ, एवढं नक्की की लोला माझ्या आसपासच्या मैलभराच्या परिसरात येणार नाही एवढं मी पाहीन.''

''मग त्या रात्रीनंतर तू तिच्याशी समझोता का केलास? अगदी जवळच्या नात्यातही तुला जो राग आला होता तो इतक्या सहज ओसरत नाही.''

''आम्ही समझोता नाही केला. मी सांगितलं तुला की मी निघून गेलो. मी बाथरूममध्ये गेलो आणि ती चालती झाली. माझा राग तेव्हा गेला नव्हता. आजही नाही.''

''मग चंद्रप्रकाशात लोलाबरोबर तू हिंडत नव्हतास, गच्चीत मध्यरात्रीनंतर?''

"लोलाबरोबर? त्या एवढ्या तमाशानंतर? हे बघ, एका गोष्टीसाठी मी साऱ्या जगाशी संपर्क तोडला होता. जगासाठी मी अस्तित्वातच नव्हतो. तसल्या भांडणानंतर मी तसा झालो नाही, तर नेहमीचे व्यवहार माझ्याशी चालतच नाहीत. मला करताच येत नाहीत. मला एक तिडीकच येते."

"मी समजू शकते.'"

"खरंच?"

"होय. इतर काही तुझ्या व्यक्तिमत्त्वात बसणारच नाही. मला सांग, लोला खरं सांगतेय असं तुला वाटतं?"

"सत्य शोधण्याच्या बाबतीत? की ते ब्लॅकमेलसाठी वापरण्याबाबतीत? दोन्ही मला वाटतं सत्यच आहेत. उत्तेजित झाल्यावर टोकाला जाण्याचं वैशिष्ट्य तिच्यात आहे. त्या रात्री ती नाटक नव्हती करीत आणि मला नाही वाटत ती ब्लॅकमेल करायला मागे पुढे पाहील. तिला तर वाटतं की ते न्यायाचं जवळचं रूप आहे."

"तुला ती फारशी आवडत नाही. होय ना?"

"नाही आवडत. पण तशी मला बरीच माणसं नाही आवडत."

"आणि त्याहून कमी लोकांना तू आवडतोस."

"खरं आहे."

लल्ली अजून सत्य बाहेर काढीत नव्हती.

"मला वाटतं तू तिला मी सांगितलेलं सगळं सांगशील." तो मलूलपणानं म्हणाला. "माझ्या जीवावर महिनाभर तिला भागवता येईल. ती तपशिलासाठी भयंकर होऊ शकते."

आमच्याकडे त्याचं सांत्वन करायला काही नव्हतंच. म्हणून तो गेला.

"रागाच्या भरात त्यानं तिचा गळा दाबलाय." मी म्हटलं. "मला खात्री आहे, तो तोच आहे. डॉ. साने नव्हेत. उज्ज्वलाचा पर्याय."

मी तरी तिला त्या अंधाऱ्या गल्लीत का ढकलत होते?

तिनं माझ्याकडे टोकदारपणे पाहिलं. रोखून.

"रफीकला काय म्हणायचंय ते बघूया." ती म्हणाली.

■

३२

आणखी एकदा आम्ही गच्चीवर जमलो होतो. हवेचा जोर कमी झाला होता हे आश्चर्यच. म्हणजे वारा आवाज करीत वाहत होता आणि समुद्र सतत क्रुद्धच होता. आम्ही रात्रीच्या कपड्यातच होतो. जे सोसलं होतं त्यानं मळलेले, चुरगळलेले दिसत होतो.

उज्ज्वला साने अजून झोपल्या होत्या. पण बाकीचे सगळे मोठे लल्लीच्या सांगण्यावरून गच्चीवर आलो होतो. रमोना सजून सतराव्या वाढदिवसाच्या आनंदात होती, जो दोन खूनही कमी करू शकले नव्हते. तिचा थोडा आनंद हिलाच्या दमलेल्या, सुजलेल्या चेहऱ्यावरही परावर्तित होत होता. मळकट, निस्तेज सूर्यास्ताला फार वेळ नव्हता. रफीकच्या तांडवाच्या वेळी लावलेले कंदील पुन्हा लावले होते. एका रांगेत त्यांना धरून ठेवणारी नायलॉनची दोरी न पाहण्याचा मी प्रयत्न करीत होते, तशीच ताडपत्र्यांची घड्या करून ठेवलेली थप्पीही. मूळ संख्येहून एक कमी.

वर्षानृत्य आकर्षक आणि प्रेक्षणीय होतं.

अर्पिता हिरवं पान झाली होती आणि रमोना, पांढऱ्या शुभ्र उडत्या पोशाखात खरंच चमचमता पावसाचा थेंब झाली होती. रफीक वादळी ढग, दर्शन वारा झाला होता. तो मनापासून ओरडत होता. गाडीचं चाक फिरवीत होता. आपल्या परीनं आपल्या भूमिकेत त्यानं कसूर ठेवली नव्हती. संगीत मनात घर करणारं, उंच सुरात होतं. ते होतं तोवर आम्हाला खुनांचा विसर पडला होता.

मग आम्ही टाळ्या वाजवल्या, मुलांना मिठ्या मारल्या आणि ते संपलं.

अर्थात पूर्णपणे संपलं नाही.

लल्लीनं रफीकच्या 'अन्नपूर्णा'चा परिचय करून दिला.

तिनं सांगितलं की हे नृत्य त्यानं त्याचा मित्र तारक घोषसाठी बसवलं आहे. त्याच्या अनेकविध बुद्धिमत्तेला तो आम्हा सर्वांकडून प्रणाम आहे. नृत्यानंतर रफीकला

काही महत्त्वाचं सांगायचं आहे. गोंधळलेल्या आम्हा सर्वांचं गूढ त्यामुळे उकलणार आहे. गेल्या काही दिवसातल्या दुःखद घटनांचा त्यामुळे शेवट होणार आहे.

ओळखीचा कार्यक्रम फारच सपक झाला.

रफीकच्या शब्दांनी माझं लक्ष क्षणभर विचलित झालं. तो माझ्या शेजारी डाव्या बाजूला होता. वादळी ढगाच्या भूमिकेसाठी त्यानं घातलेले राखी मळकट सैल कपडे बदलून आता काळा बॉडीसूट घातला होता. त्याच्या तोंडाला शुभ्र रंग लावला होता. फक्त डोळ्यांची बाह्यरेषा दचकवण्याइतकी उठावदार होती. क्षणभर ते डोळे माझ्यावर स्थिर झाले आणि पुन्हा आत वळले. त्याने जे हातवारे केले त्यानं मला रात्री व्हरांड्यातून जातानाच्या चिलीची आठवण झाली. अर्धं स्वागत, अर्धं टाळणं. थरथरून मी तशीच हालचाल केली. त्याचे डोळे माझ्याकडे पाहत राहिले क्षणभर. मग तो गेला.

आम्ही छपराखाली बसून वाट पाहत होतो, अस्वस्थ, उत्सुक. रात्र पडलेली कळलीही नव्हती.

कंदील काढून घेण्यात आले.

गच्चीवर पूर्ण काळामिट्ट अंधार होता.

रफीक स्टेजवर आला. काळोखात एक घनाकृती. अचानक प्रकाशाची एक तिरीप आली आणि गेली.

रुद्रवीणेचा गंभीर आवाज आला तोही घनगंभीर. झिंझोटी रागाचे काही स्वर थरथरले. मधल्या काळ्या खांबाजवळच्या प्रकाशानं गच्ची उजळली. धृपदाचे स्वर सावकाश आले. रफीकभोवती प्रकाशाचं वलय आलं. एक झोतच. मी वळून पाहिलं. हिला एका मोठ्या फ्लॅशलाईटला दिशा दाखवीत होती. प्रकाशाचा गोल रफीकच्या स्तब्ध आकृतीवर स्थिर झाला. त्याच्या खांद्यावर स्थिरावला. पुन्हा एकदा तो मस्तकहीन धड, शक्तीचं प्रतीक बनला. संगीत सुरुवातीच्या प्राथमिक सुरांचं वर्तुळ पूर्ण करीपर्यंत तो तसाच थांबला. त्या मधल्या क्षणात मी माझी भीती पुन्हा ऐकली.

हा राग, हृदय खुडून घेणारा, हृदय चिडीनं आक्रसणारा, गोड सुरावटीला चुरडणारा, प्रतिकारक दुःख नाहीसं होईपर्यंत. संगीत वाहतं आणि त्या पुरात तुम्हालाही वाहावतं, अनंत दुःखासह. हानीचं सारं निर्दालन त्याच्या सुरावटीत, दुःखमय कडवटपणात आणि स्मृतीच्या असह्य गोडव्यात असतं. तो कष्टी राग नाही. त्याच्या वर्णनात आशा नाही. अपेक्षा नाही, दुःख नाही. वेदना हा इतिहास नाही. त्यातूनच वेदना तुमचा भूगोल बनतात. ओळखीचा, जोपासलेला. दाबून ठेवलेला उपाय नव्हे तर आनंदाच्या बरोबरीचा. त्याची या सूर्यप्रकाशात स्वतःची अशी जागा आहे.

त्या संगीतानं मला मोडून टाकलं. माझं शांतपणाचं चिलखत तुकडे होऊन गळालं आणि अखेर गरम, कडू, जळते अश्रू बाहेर पडले. त्याने एकतर मला आंधळं केलं किंवा मीच डोळे मिटून घेतले. पहिली काही मिनिटं मी नृत्य बघूच शकले नाही.

मी पुन्हा बघू लागले तेव्हा हिला तो फ्लॅशलाईट स्पॉटलाईटप्रमाणे मोठ्या कुशलतेनं वापरीत होती. आता फक्त रफीकचा चेहरा उजळला होता. तो पांढरा मुखवटा काळोखात पोहत होता. आता रफीकचे डोळे तारकचे झाले होते. त्याच्या वादळी चमकीनं पारा बनले होते. बारीक होऊन 'पाहत' होते. ती नजर माझ्या परिचयाची होती. त्याच्याकडे ती परिपूर्ण दृष्टी होती. तो हळूच उडी मारी. त्याची नजर प्रेक्षकांत प्रत्येक वेळी एक चेहरा शोधीत होती. आत्ता तो प्रकाश त्याच्यावर सर्वत्र पसरे आणि तो हातात कटोरा घेतलेल्या भुकेल्या मुलाची नक्कल करी. हिलाचं काम सोपं होतं. ती एक काळी छाया दर पाच मिनिटांनी मागे पुढे करी. *तिनं* ती लय पकडली होती. रफीक त्यानुसार अभिनय करीत होता.

आता रफीक पुन्हा मागे जाऊन तारक बनला. हा तारक आम्हाला आव्हान देत होता. आम्हाला लालचावणाऱ्या डिशेस घेऊन येत होता. इथं तारक होता. हवेतल्या बाकावर बसलेला. आमच्याकडे त्याची पाठ होती. संगीत हळुवार, मंद मंद होत गेलं. फक्त एक ताल, एक सूर हवेत राहिला. तारक आमच्याकडे पाठ करून काय करीत होता?

प्रकाश बंद झाला.

तो पुन्हा आला तेव्हा रफीक वरखाली होत होता. काळोखाकडे संतापानं पाहत मधोमध उभा होता. जिथं तो पवित्र आकार असल्याचं आम्हाला सर्वांना माहीत होतं.

तो आता रफीक नव्हता. ती मोहिनी होती. संतप्त. त्यानं एक उंच सुंदर उडी मारली आणि तो नाहीसा झाला.

स्पॉटलाईट त्या बसलेल्या आकारावर आला. आता तो ताठ बसलेला नव्हता. तो पुढे पडला होता. त्याचे हात काळोखाला धरत होते. अजून हवेत होते. संगीताच्या पुढच्या तुकड्यानं प्रकाश पुन्हा त्याच्या डोक्यावर गेला. ते हळूहळू आमच्याकडे वळू लागलं. त्याची हालचाल हळूहळू खाली येण्याची होती. ते वळलं. संगीतातील धडपड, धूसरता, संताप, ताण हे सारं त्यावर आरशाप्रमाणे प्रतीत होत होतं. अखेर असह्य वेदना चेहऱ्यावर कायम झालं अचानकपणे आणि मग पुढे निर्जीवपणे लोंबू लागलं.

संगीत थांबलं.

प्रेक्षागारानं उसासा टाकला.

दिवे गेले आणि क्षणार्धात आले. अचानकच.

आता रफीक पूर्ण प्रकाशात नृत्य करीत होता. त्याचा देह आघाताचा झटका प्रत्यक्ष दाखवीत होता.

धृपद दुसऱ्या गतीत सुरू झालं. वेगानं, खालच्या सुरात, अधिक आग्रही, कुठल्याही नाटकीपणाची आवरणं एकातून एक फेकून देत केंद्राकडे जवळ जवळ येत, मग एक मोठी उडी घेतली. एक मोठी कमान करून आणि मध्येच पडता पडता थिजला. एक हात फैलावून. दुसरा त्याचा जमिनीवरील तोल सावरीत. शरीर, हात व पाय यांचा पूर्ण त्रिकोण. नेमकी भूमिती. तो उभा. त्याचं डोकं काळोखात दिसेनासं. शेवटचा दुःखी चीत्कार संगीतात येईपर्यंत थांबला. संगीत उंच सुरांतून सुरू होऊन खाली येत थांबलं.

त्यानं आपला चेहरा स्पॉटलाईटकडे वळवत सावकाश मृत्यूच्या दुःखात आणून ठेवला.

ते भयंकर होतं. जबरदस्ती करणारं होतं, बीभत्सही. बघणारा नजर हलवूच शकत नव्हता.

दुसरा तुकडा सुरू झाला चटकन गती घेऊन आणि रफीकनं तीच ओळ पुन्हा केली.

पुन्हा एकदा आम्ही त्याचे खांदे नाहीसे होताना पाहिले आणि मृत्यूचा मुखवटा त्याच्या चेहऱ्यावर हळूहळू वेदनेची कमान ताणीत अस्वस्थपणे स्थिर झाला.

आणखी एकदा, अधिक उतरत्या श्रेणीत. ह्या वेळी भरभर, अधिक रानटी, अधिक आग्रही, आम्ही जणू त्या घटनेत होतो, ती जळती वेदना, पुन्हा त्याचे खांदे अदृश्य काळोखात.

आणि आता पुन्हा एकदा मृत्यूचा पांढरा दुःखी चेहरा आमच्यावर त्याची तिरस्कारपूर्ण नजर टाकीत उभा.

संगीत हळूहळू खालचा स्वर गाठीत आलेलं.

स्पॉटलाईट रिकामपणावरच पतंगासारखा झेपावत आला.

हृदयाचा एक ठोका, दोन

आणि लल्लीचा आवाज किंचाळला 'लाईट्स.'

सगळाच गोंधळ झाला.

फ्लॅशलाईट गडगडला. आम्हाला दिपवत तो पडला. हिला आणि फेलिक्स धावले. लाईट स्थिर झाला नि आम्ही पाहिलं.

रफीक जमिनीवर पसरला होता. हिला त्याच्यावर वाकली होती. माझ्या लक्षात आलं होतं, गडगडत जाताना सर्व आकृत्यांवरून फिरून जिन्याच्या खोल खड्ड्यावर तो प्रकाश टाकीत होता. लल्ली माझ्याकडे वर पाहत होती. तिची नजर शून्यात.

फ्लॅशनं आंधळी झाली होती. तिचे दंड कशाभोवती तरी वळले होते आणि ते काहीतरी तिच्याविरुद्ध झगडत होतं. काळं काहीतरी. त्या उजेडात कळत नव्हतं. हळूहळू फेलिक्सनं फ्लॅशलाईट स्थिर केला. मला सारं दृश्य दिसलं.

लल्लीचे हात एका पुरुषाच्या गळ्याभोवती वळले होते. तिच्याकडून सुटण्याच्या प्रयत्नात त्याचा थोराड बांधा लोखंडी कठड्यावर भार टाकून होता. त्याची मान जवळ जवळ मोडलीच होती. ते श्री. बजाज होते.

लल्लीनं त्यांना सोडलं आणि ते जिन्यावर एखादं बोचकं कोसळावं तसे कोसळले.

"त्याला बांधून ठेवा."

तिनं दोरीची गुंडाळी फेलिक्सकडे फेकली. तोच तो नायलॉनचा दोर ज्यानं तारकला गळफास घातला होता.

लल्लीनं माझ्याकडे बघून एक थकलेलं हास्य केलं.

"काव्यमय न्याय– पोएटिक जस्टिस." ती म्हणाली.

रफीक पुन्हा नीट श्वास घेऊ लागला, पण त्याचा चेहरा विवर्ण झालाय असं हिला म्हणाली.

"तू भयंकरच धोका पत्करलास." ती रागानं ओरडली. "तू त्याला ठार केलं असतंस."

लल्लीनं उत्तर दिलं नाही. ती मरणाची थकली होती.

मी तिला ओढत माझ्या खोलीत आणलं, बिछान्यावर लोटलं आणि दार लावलं. तिनं प्रतिकार केला नाही. तिच्या शरण येण्यानं मीच घाबरले.

रफीकचं जाऊ दे, *लल्लीचाही* रंग चांगला दिसत नव्हता. मी तारकला हातचा घालवला होता. आता हिला घालवणं मला परवडलं नसतं.

कदाचित मी काहीतरी ओरडले असेन. कारण तिचे हात माझ्या तोंडावर, ओल्या गालांवर आणि बडबडणाऱ्या तोंडावर होते.

हिला आली होती. आमच्या दोघींभोवती तिचे हात होते. ती हसत होती आणि रडतही होती. सुटकेनं.

रफीक डॉ. सान्यांच्या योग्य उपचारांनी लवकरच उठून बसला. त्याच्या त्या भयावह मृत्यूच्या पांढऱ्या मुखवट्यानं तो अधिकच भयाण दिसत होता. तो खऱ्या मृत्यूच्या इतक्या जवळ जाऊन आला होता. त्याच्या मानेभोवती लाल खूण होती. श्री. बजाजनी नायलॉन दोऱ्यानं केलेली.

"तो फार झटकन आला." रफीक बसक्या आवाजात म्हणाला.

"नेमकी वेळ साधून," रफीक जणू त्यांचं कौतुकच करीत होता. "आता कसे आहेत ते, तुला माहीत आहे?"

मी नव्हतं विचारलं.

मी शेवटचं ऐकलं तेव्हाही तो बेशुद्धच होता. लल्लीला त्यांच्या हृदयाची थोडी भीती वाटत होती. "त्याला हातचं घालवणं आत्ता आपल्याला परवडणारं नाही." लल्ली थंडपणे म्हणाली. "त्याला जिवंत ठेवण्याचे कोणतेही प्रयत्न सोडू नका. किती किमती असले तरी. प्लीज."

उपरोध म्हणजे रफीक श्री. बजाजचं एवढं प्रचंड शरीर आपल्या खोलीत घेऊन गेला. शुद्धीवर आल्यावर त्यांनी प्रथम रफीकलाच पाहिलं. त्यांनी उठण्यासाठी धडपड केली. अखेर नाइलाजानं पुन्हा पडले. त्यांनी लगेच डोळे मिटून घेतले. लल्लीनं अटक करण्याविषयी बोलण्यास सुरुवात केली. तारक घोष, चिली दिवाडिया आणि लोला लव्हिना या तिघांच्या खुनाचा आरोप त्यांच्यावर ठेवला. रफीक त्यांच्यावर वाकला आणि त्यांना जबरदस्तीनं डोळे उघडायला लावले.

मी रफीककडे भीतीनं पाहत होते. तिरस्काराचे झटके त्याच्या चेहऱ्यावरून प्रतीत होत होते. मग आले तसेच ते पुसलेही गेले. तो चवड्यांवर उभा राहिला आणि मग बाहेर गेला.

मी त्याला पायऱ्यांवर भेटले तेव्हा त्यानं मख्खपणानं पाहिलं. तो म्हणाला, "लल्ली म्हणाली, तुला वाटलं की मीच खुनी आहे? असं वाटलं तरी कसं?"

मला खोटं बोलता आलं असतं पण सत्य सांगण हे मी त्याचं देणं लागत होते.

"कारण तूही तारक आणि चिलीचं संभाषण ऐकलं होतंस त्या रात्री. गच्चीवरचं." मी म्हटलं. "पण ती माझी चूक होती. तुला माझ्यासारखंच वाटत असेल असं समजणं."

त्यानं मान हलवली.

"तुझं चूक नव्हतं. मलाही तसंच वाटत होतं, पण फार वेळ नाही. माझा राग गेला."

"होय, राग जातोच."

आम्ही दोघं बसलो तिथंच. गप्प. पावसाचा आवाज ऐकत.

■

३३

श्री. बजाजच्या खोलीतून लल्ली बाहेर आली तेव्हा मध्यरात्र उलटून गेली होती. त्यांनी जेवण आणि त्या आधी चहा मागितला होता. रमोनानं सुचवलं की उंदराचं विष घालून केलेली सँडविचेस त्याबरोबर द्यावीत म्हणून.

''मला हे सहन होत नाही.'' ती म्हणाली. ''मी त्यांना काका म्हणत होते. देवा रे! मला इतक्या खालच्या पातळीला जाऊन जगताच येणार नाही.''

पावसाचं कुरकुरणं चालूच होतं; पण वारा थांबला होता. सकाळ आपली सुटका करील ही आशा प्रत्येकाला होती.

श्री. बजाजना कोंडून ठेवलं होतं. रफीक रक्षक म्हणून बाहेर बसला होता. तो म्हणाला, ''एका दणकट दरवाजानं आपण शत्रूपासून वेगळे झालो आहोत ही कल्पनाच शांती देतेय.'' जाड सागवानी दार. मी मुद्दाम पाहिलं असतं एरवी, पण यावेळी जाऊ दिलं.

आम्ही जेवणघरातल्या लांब टेबलाभोवती लिबलिबीत झालेली सँडविचेस खात बसलो होतो. ''मी आता लगेच कुक बनू शकत नाही.'' फेलिक्सनं स्पष्ट केलं. ''मी कामावरच आहे. मला माझं मन गुन्ह्यावर केंद्रीत ठेवायचंय.''

आश्चर्य म्हणजे त्यानं खुन्याचं मन जाणून घेण्याचा जराही प्रयत्न केला नाही.

बजाजच्या खोलीपासून दोन दारं पलीकडे उज्ज्वला साने देवाचा आशीर्वाद असल्यासारख्या घोरत होत्या.

लल्ली हातातल्या सँडविचकडे बघत बसली होती. जणू तिला त्याचा घास घेण्याची हिंमत होत नव्हती. मला आठवलं, तारकच्या मृत्यूनंतर तिनं मला खाण्यापिण्यासाठी किती मनधरण्या, आग्रह केला होता. आता आम्हा बाकीच्यांची सुटका झाली, तरी लल्लीला ते सारं ओझं अजून बराच काळ दूरवर न्यायचं होतं.

''तू आम्हाला स्पष्टीकरण दिलं पाहिजेस.'' हिला म्हणाली.

"तेवढं तू आमचं देणं लागतेस."

"होय. मला विचारायची हिंमत नव्हती; पण माझा पाठिंबा आहे हिलाला." फेलिक्स लगेच म्हणाला.

"मला तिटकारा आहे स्पष्टीकरणं देण्याचा. ती सगळी तुझ्या पुस्तकात जातात. फेलिक्स, मी कबूल करते. मी ते सगळं गाळून टाकणार आहे." लल्ली दुष्टपणे म्हणाली.

"मी तुला शब्द देतो की त्याला ते सगळं संक्षिप्त करून एका परिच्छेदात आणायला लावू, तू फक्त सांग." अलिफ बे म्हणाला. तो दुखावलेला दिसत होता. लोलाच्या मृत्यूची बातमी हळूहळू सगळ्यांमध्ये झिरपलीच होती. तरी लल्लीनं अजून त्याबद्दल रीतसर जाहीर घोषणा केली नव्हती.

"इथं जे घडलं त्याकडे पाहण्याचे दोन मार्ग आहेत." लल्ली म्हणाली.

"पहिला म्हणजे उघड जाणवणारी प्रसंगांची मालिका. आधी ती पाहू.

"शनिवार संध्याकाळ आणि रविवार सकाळ या काळात कोणीतरी चिलीच्या व्हिटॅमिन गोळ्यांशी खेळलं. ती पहिली घटना.

"रविवारी सकाळी साडे अकरा ते तीन वाजण्याच्या काळात तारक घोषचा खून झाला. ही दुसरी घटना.

"पण आणखी एक तिसरी घटना घडली, जी आपल्याला कळली नाही. ती याआधी घडली होती. ती आता जरा बाजूला ठेवू.

"तारकचा खून हा संधी साधून केलेला गुन्हा होता. ही संधी तारकवर हल्ला करणाऱ्यानं दिली. तारकला तो जखमी अवस्थेत सोडून गेला, पण त्यानं त्याला मारलं नाही. खुन्यानं जखमी अचेतन माणूस पाहिला. त्याला आयताच बळी मिळाला. त्यानं आत येऊन त्याचा गळा आवळला. सोपं होतं ते. दोरीचा बिंडा हाताशीच होता. दार उघडं होतं. बळीनं काहीच प्रतिकार केला नाही. तो आणखी चपळाई करता तर त्याला कुणी पाहण्यापूर्वी पळूनही जाता आलं असतं. त्याला कुणी पाहिलं असतं तर संशय उभा राहिला असता. कुणी पाहिलं असतं तर तारक जखमी असल्याचं लक्षात आलं असतं. त्याला हलवलं गेलं असतं. ती अधिक सहज जिंकण्याचीच परिस्थिती होती. प्रत्यक्ष त्या घटनेबद्दल बोलायचं तर त्याला त्याची शंभर टक्के खात्री होती कारण ते त्यानं आधीही केलं होतं.

"तारकवर हल्ला झाला तेव्हा नेमका तो तिथं कसा होता?

"सर्वांत उत्तम खोटं नेहमीच सत्याच्या सर्वांत जवळ असतं. तो कोठीच्या खोलीत गेला कारण त्यानं हिलाला शब्द दिला होता तसा तो तिथं चित्रासाठी दोरी आणायला गेला. तो तिथं गेला तेव्हा कुतूहल म्हणा किंवा काही संशयास्पद आवाज आल्यामुळे त्यानं सर्व्हिंग हॅच उघडली. त्यानं तारकवर हल्ला करणारा घाबरून पळून जाताना पाहिला. तारक पुढे पडलाय आणि रक्त वाहतंय हे त्यानं पाहिलं. जखम

जीवघेणी नसावी पण ती तशी करता येईल हे त्याला कळलं. त्यानं दोरी कापली, उघड्या कोठीच्या खोलीतून आत गेला आणि तारकला गळफास घातला. मग तो चटकन बाहेर आला. कोठीचं दार अजून उघडं होतं.

"त्यानंतर थोड्याच वेळात फेलिक्स कोठीच्या खोलीत गेला. त्यानं कचऱ्याचा डबा ओढला. नीट तपासला. पुन्हा ठेवला आणि तो बाहेर आला."

"अरे देवा! तुला काय म्हणायचंय, तो तेव्हा मेलेला होता?" फेलिक्स ओरडला. "मी जर आत गेलो असतो..."

"तुला तो मेलेलाच दिसला असता फेलिक्स. खुनाची बाब असेल तर श्री. बजाज काम पुरं करूनच सोडतात."

"पण..."

"होय. मी येतेच आहे त्या मुद्द्यावर. बजाजनी एक मोठा अपारदर्शक पडदा उभारायला सुरू केलीच होती. तारक त्यांना कॉरिडॉरमध्ये दोरी घेऊन भेटल्याचं खोटं त्यांनी सांगितलं."

"ते खोटं होतं हे तुला कसं कळलं?" अलिफ बे नं विचारलं.

"मी दोरीच्या बिंड्याशी संबंधित *प्रत्येक गोष्ट* खोटी आहे असं समजले. मी ते दिलेलं मूळ आहे असं धरलं." लल्ली म्हणाली.

"का पण?" फेलिक्सनं आग्रहच धरला.

"खुन्यानं दोरीचा तुकडा तिथंच टाकला होता. फेलिक्स, विसरू नकोस. *त्याला* तो तिथं सापडायला हवा होता."

"त्याला तो सापडायला का हवा असेल? तो तिथं संदर्भ उभा करायला टाकला होता. तो त्या बिंड्यातून आला जो तारकनं बजाजना दिला होता. डॉ. सानेंनी नंतर तो कोठीत नेऊन ठेवला. त्यामुळे हा निष्कर्ष काढणं सोपंच होतं की तारकला ठार करण्यासाठी *डॉ. सान्यांनी तो पुन्हा कोठीत नेऊन ठेवल्यानंतरच घेतला असणार.*

"खुन्याला लोकांनी ह्या असत्यावर विश्वास ठेवायला हवा होता. मी ज्या क्षणाला तो पुराव्याचा संदर्भ म्हणून पाहिला, मला कळलं खुनी कोण आहे ते."

"तो मला अडकवण्यासाठी होता." डॉ. साने जड सुरात म्हणाले

लल्लीनं खांदे उडवले. "कोठीचं दार कोणी बंद केलं?" लल्लीनं विचारलं.

"मी." डॉ. साने दचकून म्हणाले. "तुम्हाला कळलं?"

"मी काही एकटीच नाही माहिती असलेली. डॉ. बजाजना माहीत होतं की तुम्ही एकदा वर तुमच्या बायकोकडे गेलात, तुम्हाला कळेलं की तिनं काय केलंय. ती तुमच्याकडे मदतीसाठी किंवा सांत्वनासाठी येणार. तुमची पहिली प्रेरणा खाली येण्याचीच असणार होती आणि कोठीची खोली बाहेरून बंद करायची; तुम्हाला आत जाऊन बघण्याची हिंमत नव्हती. अतार्किक पण तुमच्या व्यक्तिमत्त्वाला बरोबर साजणारं होतं

ते. फेलिक्सनं जेवणाच्या वेळेआधी हॅच उघडून बजाजांची भंबेरी उडवायची वेळ आणली होती पण त्यानं फारसं पाहिलं नाही.''

फेलिक्स हे ऐकून कृतज्ञ दिसला.

''तारकचं मृत शरीर पाहिल्यावर श्री. बजाजना फक्त मागे बसून आपल्या सर्वांना नुसतं बघायचंच काम होतं. सगळेजण वेळेचं गणित आणि त्या नायलॉनच्या दोरीचं भेंडोळं कसं सोडवतात ते.

''चिलीच्या मृत्यूबद्दल बोलायचं तर तर त्यांना त्या खुनाशी जोडण्याचं काही कारणच नव्हतं. रविवारी दुपारी तीन वाजता बजाज छत्तीस तासांत प्रथमच बसले होते. त्यांच्या कारमध्ये लोलाचं मृत शरीर होतं. एवढंच छोटंसं काम होतं, पण हवा अशी असताना त्यांनी त्यासाठीही एक प्लॅन केला.''

लल्लीनं त्यावेळी लोलाच्या मृत्यूचा प्रथम उल्लेख केला.

खोलीतून सुस्कारा उठला.

''तिसरी घटना मी शेवटी ठेवली ती खरं तर प्रथम घडली आहे. मला लोलाचं शरीर आज दुपारी सापडलं. ती शनिवारी पहाटेच्या वेळी, मध्यरात्रीपाठोपाठ कदाचित, मारली गेलीय. श्री. बजाज आणि लोला यांना बोलताना गच्चीवर कोणीतरी ऐकलं. त्यांचा आवाज चुकून अलिफ बेचा समजला गेला. त्या दिवशी संध्याकाळी आधी काय झालंय ते लक्षात घेता ही चूक होणं स्वाभाविक होतं.

''लोलानं श्री. बजाजबरोबर एक देवघेव केली. काय विकायचा प्रयत्न करीत होती ती? तिचं मौन बहुधा. तिला बजाजबद्दल काहीतरी माहीत होतं आणि ते ज्ञान तिला स्वत:च्या फायद्यासाठी विकायचं होतं. ती उत्तेजित झाली होती. विजयाची खात्री होती तिला. त्यांना ती आपल्या ताब्यात आल्यासारखी वाटली. थोड्याच वेळात त्यानं तिचा खून केला. तिचा खून इथंच कुठंतरी झालाय. ही खोली किंवा हॉल, कारण ते जिन्यावरून दोघे एकत्र गेले. पाय न वाजवता, त्यांनी केलेल्या गुप्त करारानुसार.

''एकदा तिला तिची शक्ती त्यांच्यावर चालतेय याची खात्री पटल्यावर तिला गळफासानं मारलं त्यांनी. मग त्यांनी तिचं शरीर गॅरेजमध्ये नेलं, पुन्हा गच्चीवर जाऊन तिथली ताडपत्री आणली. तिला त्यात गुंडाळलं आणि गाडीच्या डिकीत ठेवली. परत घरात येताना मोटाररस्ता पार करताना ते दिसले. त्यांच्या दुर्दैवानं लोलाचा एक बूट पडला. ते तोपर्यंत पार थकून गेले होते. त्यांनी तो बूट मागच्या बागेतल्या तळ्यात फेकला. तो थोडासा आळशीपणा, आता आपली मान फासात देऊन त्यांना भोगावा लागणार आहे.

''पुन्हा एकदा परिस्थिती त्यांच्या हालचालींना उत्तम साथ देत होती. अलिफ बे आणि लोला यांचं भांडण तिच्या नाहीशा होण्याचं पुरेसं स्पष्टीकरण देत होतं. पण त्या फोनवर त्यांनी थोडा अधिकच खेळ केला. ते आपण पाहूच.

"दोरीच्या भेंडोळ्यावर चर्वितचर्वण सुरू झालं, त्यांचा आवाज परिचित होता. मलाही त्याची जागा कळेना, पण लोलाच्या बुटाबद्दल ऐकलं, तो तळ्यात सापडल्याचं कळलं, मग मला फोन आठवला. मग साऱ्या गोष्टी जागच्या जागी बसल्या. तोच डाव. फोनही चुकीचा, खोटा संदर्भ होता. त्यानं लोला कुठंतरी जवळपास असल्याचा भास होत होता.

"त्यांनी लोलाचं शरीर कुठंतरी टाकण्याचा प्लॅन शनिवारी सकाळी फुलं आणायला जाताना ठरवला होता; पण तू अलिफ, तो फिसकटवलास, त्यांच्या मालाड स्टेशनच्या ट्रीपला त्यांना कंपनी देऊन. फुलंपानं त्या ताडपत्रीवर होती, ताडपत्रीत गुंडाळलेली लोला कोण बघणार? पण काहीतरी असतंच नेहमी अशा वेळी. हो ना? तिचं कानातलं. वेगळं, काल्डर मोबाईलच्या आकारातलं. ते एका कुंडीतल्या फर्नच्या झाडाला अडकलं. मी बुटाबद्दल ऐकलं तेव्हाच त्या कानातल्याबद्दलही. तिनं माझ्याकडे एक तिखट नजर फेकली. मला माहीत होतं की लोलाचं शरीर अजून गाडीत आहे. मला माहीत होतं तो पुन्हा ते फेकण्याचा प्रयत्न करीलच. माझं सुदैव म्हणून हवेनंही साथ दिली.

"आज सकाळी त्यांनी स्वत:हून मदत देऊ केली. ते एकटे गेले. त्यांनी तिचं शरीर टेकडीवरून फेकलं. त्यांना खात्री होती की तिथून ते खालच्या खवळलेल्या समुद्रात पडेल. तसंच ते पडलं असतं. पण ते एका पुढे आलेल्या खडकावर पडलं. मलाही ते अपेक्षित नव्हतं. मी नशीबवान निघाले. हवा बदलली. ती स्वच्छ झाली. मला वरच्या खोलीतून खडकावर काही तरी काळं, मोठं दिसलं. त्यावेळी नशीब साथीला नसतं तर मी अजून मधल्या तुकड्याबद्दलच प्रयत्नच करीत राहिले असते. त्यानं गाडी थोडी पुढे नेली, रस्ता सोडून बाजूला आणि ते गाठोडं तिथं टाकलं. मग ते परत आले. जणू एखादा नायकच."

"त्यांनी तारकला आपल्या कल्पनेपेक्षा आधी मारलं असतं तर त्याच्या बॉडीची परीक्षा करताना तो पुरावा ठरला असता?"

मी विचारलं.

"फार तर अर्धा तास? नाही. नसता ठरला. विशेषत: बर्फाच्या गार पाण्यात तो भिजलेला असताना तर नाहीच. मी खुनाची वेळ साडेअकरा वाजताची अगर थोडी नंतरची ठरवली होती. पुन्हा लक्षात ठेव. श्री. बजाजनीच वेळ नक्की केली होती. त्यांनीच खिशातून छोटं घड्याळ काढून सांगितली होती. जेव्हा ते एकटे फोटो अडकवण्याचा प्रयत्न करीत होते."

"तुला हे सारं एवढं माहीत होतं तर तू रफीकचा जीव का धोक्यात घातलास?" रमोनानं विचारलं.

लल्ली हसली.

"ते रफीकला जितकं हवं होतं तितकंच मलाही. मी त्याच्याशी ठरवलं. आम्ही दोघांनी त्या नाटकात भाग घेतला. मेले ते गेले रमोना, पण जिवंत असणाऱ्यांची जबाबदारी माझ्यावर होती. म्हणून रफीकचा उपयोग करून घेण्याची माझी तयारी होती.

"मला सगळं कळलं होतं हे खरं; पण मला पुरावा हवा होता. अजूनपर्यंत माझ्याकडे काहीही नव्हतं. आम्ही सगळ्यांना सोडवीपर्यंत हे असंच चाललं असतं; तर श्री. बजाजवर आरोप ठेवला असता तरी ते सुटून गेले असते. त्यांच्या वकिलांचं सुरक्षित जाळं आहेच त्यांची वाट पाहत. उलट मला त्यांच्यावर आरोपही ठेवता आला नसता. त्यांनी स्वत:च्या सुटकेचा प्रयत्न करावा म्हणून मलाच त्यांना ढकलावं लागलं.

"नृत्य आणि विजांचा कडकडाट ही कल्पना रफीकची. अर्थात ती फार बुद्धिमानतेनं हालचालीत बसवली होती हे तुम्हीही कबूल कराल. मला ती पुन्हा केलेली पाहायला आवडेल. अधिक सुखदायक परिणामांसह अर्थात! मी बजाजची जिन्यावर वाट पाहत होते. ते डेस्परेट झाले होते आणि त्यांची शेवटची युक्ती चालवून पाहायला फार थोडा वेळ होता. रफीक नंतर काहीतरी सांगणार होता. नृत्यानंतर. होय ना? बजाजना तो धोका पत्करायचा नव्हता.

"आम्ही अपेक्षा केली होती की रफीकचं डोकं काळोखात दिसेनासं झाल्याक्षणी ते हालचाल करतील. रफीकनं तीच ओळ पुन:पुन्हा केली. बजाजनी ती संधी घ्यावी म्हणून त्यांना प्रलोभनं दाखवली आणि त्यांनी ती घेतली. तिसऱ्या वेळी ते विजेच्या वेगानं आले आणि मला आनंद वाटतोय की मी त्यांना ती दोरी आवळताना अडवू शकले..."

"तारकनं त्यांना 'स्टीक तार्तर दिलं तेव्हा त्याला काय म्हणायचं होतं?" अलिफ बे नं विचारलं. "तो घोड्यांची पैदास करतो हे मला माहीत आहे, पण तारकचं भाष्य काहीतरी अधिक सांगणारं, अधिक सूचक होतं."

"नक्कीच होतं." लल्ली पुन्हा हसली. त्यानंच माझ्या कोड्याचं उत्तर मला मिळालं. "तारकनं माणसाचं मांस आणि घोड्याचं मांस यांत फरक केला. तारक सांगण्याचा प्रयत्न करीत होता की श्री. बजाज हे मांसाच्या व्यापारात असल्याचं त्याला माहीत आहे."

"हे लोलालाही माहीत होतं." अलिफ बे नं सुस्कारा टाकीत म्हटलं.

"चिलीलाही माहीत होतं. श्री. बजाज ह्या साऱ्या त्रासातून गेले त्याचं कारण तेच."

"तारकच्या चुंबकत्वामुळे, त्यानं कलात्मकतेनं सादर केलेल्या सुंदर जेवणामुळे मीही तुमच्यासारखीच ह्या साऱ्या शोकांतिकेत तारकला मध्यवर्ती आकृती समजत होते. त्याचा खून हा केवळ 'साईड इफेक्ट' होता. डॉ. साऱ्यांना हे नाव आवडेल.

"ही शोकांतिका चिलीवर अडकलेली होती. ज्यांनी ही गोष्ट ऐकली नाही त्यांच्यासाठी

मी ती सांगते. चिलीची एक मैत्रीण होती पायल. ती दोन वर्षांपूर्वीच वारली; पण ही कहाणी तिच्या कथेनं सुरू होते.

''पायल चिलीबरोबर कॉलेजात होती. त्या मैत्रिणी होत्या खास. काही कारण नसताना पायलनं कॉलेजमध्ये गळफास लावून घेऊन जीव दिला. नंतर कळलं की ती कॉलगर्ल म्हणून दुहेरी जीवन जगत होती. खूप पैसे मिळवत होती. चिलीला ह्याचा धक्काच बसला. तिला याची काहीच कल्पना नव्हती. पायल तशी शांत मुलगी होती. तिला मैत्रिणी थोड्याच होत्या; पण ती चिलीला कधीतरी सांगे की ती तिच्या काकांवर किती अवलंबून होती ते. चिलीही त्या काकांना भेटली होती. एकदा पायलला कॉलेजमधून न्यायला ते आले होते तेव्हा.

''पायलच्या कुटुंबाला या काकांची माहिती नव्हती. पोलीसही त्याला शोधू शकले नाहीत. नंतर या काकांचा विसर पडला आणि चिलीचं नाव घेतलं जाऊ लागलं. चिली या सर्वांना कारण ठरली. चिलीनं काय सोसलं असेल याची कल्पना करा. दुर्दैवानं, पायलच्या आत्महत्येनंतर दोन वर्षांनी कॉलेजच्या विद्यार्थ्यांत अजूनही हा व्यवसाय तेजीत आहे. पोलिसांना याची माहिती आहे. कधीतरी तिथं धाडी पडतात; पण एकूण परिस्थिती साफ नाही. अशा परिस्थितीत प्रत्येक धाडीत जाळ्यात सापडलेल्या छोट्या माशामुळे फारसं काही होत नाही. त्यांची जागा घ्यायला कुणीतरी असतंच. थोडा काळ गेला की सारं पुन्हा सुरू. चिली हुषार होती. ती संतापलेली होती. पायलच्या मृत्यूतून ती बाहेर आली नव्हती. त्या काकाला ती विसरली नव्हती.

''आणि मग तारकच्या शाही पार्टीच्या रात्री ती त्याला पुन्हा भेटली. तुम्हाला आठवतं त्या रात्री चिली किती ओढलेली, दमलेली दिसत होती ती! सगळ्यांना वाटलं याचं कारण तिचा साधासुधा वेष. तो मूर्खपणाच. चिली गोणपाटाचे कपडे घालूनही बघणाऱ्याला थक्क करण्याइतकी सुंदर दिसली असती. नाही. ती घाबरली होती. तिच्या आकलनापलीकडे भ्यायली होती. तिनं बजाजना आणि बजाजनी तिला ओळखलं होतं.

''असं बघा, ती बजाजना पूर्वी भेटली होती. तिच्या दुर्दैवी मैत्रिणीबरोबर तोच तो गूढ काका होता. आपला माग न ठेवता नाहीसा झालेला. कॉलेजच्या मुलींशी संबंध असलेला आणि ती स्वत: कॉलगर्ल आणि कॉलेजस्टुडंट असं दुहेरी जीवन जगत होती. ती साखळी चिलीनं जोडली. तिला ते मला सांगायचं होतं. पण लोलानं तिला अडवलं. तिला ते बजाजना *भेटण्यापूर्वी* मला सांगायचं होतं. तोच तो गूढ काका हे कळण्यापूर्वी सांगायचं होतं. तिला फक्त तिनं काय पाहिलं आणि पायलच्या आयुष्यात या गूढ माणसाचं काय स्थान आहे हे सांगायचं होतं. चिलीनं तो सांधा जुळवला होता. तिला त्या रॅकेटमधल्या आणखीही मुली माहीत असतील. कारण तो धंदा अजून चाललाय हे तिला कळलंच होतं.

''पण चिलीनं मला सांगितलं नाही. कारण तिनं लोलाला ते आधी सांगितलं

आणि लोलाला ती कुणाबद्दल काय सांगतेय ते चटकन कळलं. लोलानंही बजाजना ओळखलं होतं. ती त्यांना पूर्वी तिच्या धंदेवाईक पद्धतीनं भेटली होती. तिला तो वकील माहीत होता, ज्यानं तिचा निर्लज्जपणे वापर केला होता. तो फक्त या खेळातला एक छोटा खेळाडू होता. लोलाचे स्वत:चे काही बेत होते आणि त्यांचा कसा शेवट झाला ते सारं आपल्याला आता माहीत आहेच.

"आता तारकच्या पार्टीकडे वळू आणि जो खेळ तो खेळला त्याकडे. तारकला आपल्याबद्दल खूप माहिती होती. तुमच्यापैकी प्रत्येकाबद्दल तो काय म्हणाला त्याचा नेमका अर्थ तुम्हाला कळलाय. मलासुद्धा. तारक चिडलेला होता. दुखावलेला होता. तुमच्यापैकी कुणाकडून तरी दु:खी होता. त्यानं तुम्हाला त्याला जो न्याय माहीत होता तो देऊ केला. स्वत:चीच परीक्षा घेण्याचा, तपासून पाहण्याचा क्षण. तुमचं अपराधित्व तुम्हालाच जाणवण्यासाठी. त्या बाबतीत तो खूपच उदार होता.

"त्यानं पार्टीत जी सत्यं उघड केली त्याची प्रतिक्रिया म्हणून त्याचा खून झाला असं वाटलं होतं; पण थोडा विचार केल्यावर कळतं की ते शक्य नव्हतं. त्यानं जे आधीच सांगितलं होतं *त्याबद्दल त्याला गप्प करण्यात फारसा अर्थ नव्हता.*

"ज्या क्षणी माझ्या हे लक्षात आलं, तेव्हा मला कळलं की तारकनं त्या जेवणा*नंतर* जे पाहिलं किंवा त्याला जे समजलं ते मला शोधायला हवं.

"तारकनं जेवणानंतर जेवणाच्या टेबलाशी बसून चिलीची समजूत काढली होती. सौ. सानेंनी लोलाबद्दल जे उद्गार काढले होते त्याबद्दलच्या तिच्या संतप्त शेऱ्याबद्दल. तो तिला काय म्हणाला असेल? त्याला ओळखणाऱ्याला हे कळेल की त्यानं तिला जेवणानंतर भेटायला सांगितलं असेल. आता मला कळलंय की ती भेटली होती.

"मला वाटतं चिलीनं त्याला तिला बजाजची जी माहिती होती ती सगळी सांगितली. आणि बजाजनी तिला तारकशी बोलताना पाहिलं."

"बजाजला आता काही तरी करायला हवं होतं. तेही चटकन बहुधा चिली तारकशी स्वयंपाकघरात बोलत होती तेव्हाच. ते हळूच चिलीच्या खोलीत शिरले. बाटली उचलली. आपल्या स्वत:च्या खोलीत सुरक्षित बसून कॅप्सूल्स रिकाम्या करून भरण्याचं काम केलं आणि जेव्हा संधी मिळाली तेव्हा पुन्हा तिच्या खोलीत बाटली आणून ठेवली. ते काही कठीण नव्हतं. चिली खूप वेळ तारकशी बोलत होती आणि त्याला ह्याची कल्पना होती. त्यांनी तिच्यावर लक्ष ठेवलं असावं, तेव्हा ते अगदी अस्वस्थ झाले असणार.

"आणि मग दुसऱ्या दिवशी सकाळी काही प्लॅन केल्याशिवायच त्यांनतर आणखी एक बळी मिळाला. तारक. बेशुद्ध झालेला आणि रक्ताळलेला. त्याचं कारण एक साधीशी डोक्याची जखम हेच होतं. मारणारी होती उज्ज्वला साने. हा गुन्हा न ठरवून झालेला होता. तिनं स्टेटमेंट दिलंय तसं."

लल्ली थकून थांबली.

डॉ. सानेंनी घसा साफ केला. "माझ्या पत्नीला तिचं स्टेटमेंट ऐकायला आवडेल."

हिला म्हणाली, "खरंच देवदत्त, त्याची काही गरज नाही."

"नाही आम्हाला दोघांना वाटतंय गरज आहेसं. निदान जेव्हा मी तिला सांगितलं की मी ते वाचलंय, त्यावर चर्चा होणार नाही."

ज्या माणसानं भेसळीचं तेल विकून लाखो रुपये कमावले आहेत त्याच्या दृष्टीने हे सारं योग्यच होतं.

लल्ली म्हणाली, "डॉ. साने, निर्णय तुमच्या हाती नाही. उज्ज्वलानं तसं सांगायचं ठरवलं नाही तर आम्हाला १९८८ किंवा खरं तर १९८५ पासूनच्या प्राचीन घटना कळायला नको आहेत."

एक हलकं मौन थरथरलं पण रमोनानं त्याचा भंग केला.

"पण तिनं त्याच्यावर प्रहार केला हे तर खरं! तिनं तारकला मारलं कारण ती संतापली होती, तू आम्हाला सुरुवातीला तसं सांगितलं होतंस की त्याच्या डोक्याच्या मागच्या बाजूला मारलं गेलंय आणि मग आम्ही ऐकलं, की त्याला चित्राच्या दोरीनं गळफास घातलाय. मग तिनं मारलं कशानं? हातोड्यानं?"

"बर्फाच्या तुकड्यानं. त्यानं केसाखालची त्वचा फाटली. थोडं रक्त आलं, पण तो बरा झाला असता."

"तिला त्याचं फार वाईट वाटतंय." डॉ. साने म्हणाले. "डोकेदुखीमुळे. ती अचानक उद्भवते. तिलाही इलाज नव्हता त्यावर."

"मला आशा आहे तिची डोकेदुखी कायमची थांबेल." रमोना म्हणाली.

"तीच सर्वांची मनापासूनची इच्छा आहे." अलिफ बे म्हणाला.

"आणि आता कोणीतरी रफीकला मोकळं करण्याची वेळ झालीय."

लल्ली तटकन उठली, "सूर्योदय पाहू या का जरा?"

हळूहळू येणाऱ्या ओहोटीवर पडणारी सकाळची किरणं पाहत मी उभी होते. अलिफ बे तिथं आला, त्याच्या हातात पुस्तक होतं ब्राउनिंगचं. मी पुन्हा एकदा लायब्ररीत टाकून आले होते. त्यानं ते कुठंतरी उघडलं आणि वाचलं,

Round the cape of a sudden came the sea
And the sun looked over the mountain's rim
And straight was a path of gold for him
And the need of a world of men for me.

■

त्यानंतर

सगळ्या बाबी कल्पनातीत वेगानं निपटल्या गेल्या. पोलीस येऊन बजाजना घेऊन जाईपर्यंत मला लता संदेहाची आठवणच नव्हती. तिला आज जे ओझं बाळगायचंय त्यापुढे माझ्या चिंता किती तुच्छ, छोट्या होत्या. माझी उपस्थिती तिला कशी जाणवेल याचा विचारही मला नको होता. एक अवघड शोकांतिकाच.

मला काळजीचं कारण नव्हतं.

तिनं मला जेमतेम पाहिलं असेल. ती हिलाला भेटली, एकदाच. तिच्या नवऱ्याला नावं ठेवण्यापुरती. तिनं त्याला कैदेत भेटण्याचं नाकारलं. चोवीस तासांत तिनं घटस्फोटाची कागदपत्रं सादर केली. तिनं पोलिसांना पूर्ण सहकार्य दिलं आणि एकाच आठवड्यात परदेशात चालती झाली. बऱ्याच काळासाठी!

मला वाटतं ती खूप खूप काळ तिथंच राहील.

श्री. बजाजना अटक झाल्यापासून लल्ली त्यांच्याच केसमध्ये गुंतली होती. त्यांना तिचं आणि तिच्या गुंते सोडवण्यातल्या प्रभुत्वाचं कौतुक वाटत होतं. दोराचे उपयोग त्यांना टेक्सासपासून माहीत होते.

माझ्या आत्याबद्दल बोलायचं तर लोलाच्या शब्दांत पुरुषप्रधान संस्कृतीतील गुन्ह्यांबद्दल ती रोजच हळहळत असते.

लोलाच्या भूतपूर्व वकिलानं बजाजना या व्यापारामागचा मूळ मेंदू म्हणून आनंदानं ओळखलं आणि सांगितलं की त्याचं रॅकेट म्हणजे एड्सविरुद्धचा दूरगामी प्रकल्प असून पूर्णपणे माणुसकीतून निघाला आहे त्यामुळे तर लल्लीच्या संतापानं शीग गाठली.

'वेश्याव्यवसाय हा सर्वांत जुना व्यवसाय असून आपण तो थांबवू शकत नाही.' तो म्हणाला. 'पण सन्माननीय घरातल्या चांगल्या स्त्रिया पुरवल्या तर आपण आपल्या देशाचं आरोग्य सांभाळू शकतो.'

सॅव्हियो म्हणाला, ''लल्लीनं त्या वकिलाला बदडून काढू नये म्हणून तिला धरून ठेवावं लागलं.''

जी स्त्री आपला फावला वेळ देहान्त शासन रद्द व्हावं म्हणून काम करण्यात घालवते त्या लल्लीला बजाज आणि त्या जातीच्या लोकांबद्दल मात्र मुळीच सहानुभूती नाही.

''खुन्यांना फाशी द्या म्हणजे तुम्ही तुम्ही राहाल.'' ती म्हणते. ''पण त्याच्याशी तडजोड केलीत तर तुम्ही त्याहून वाईट बनता.''

तिच्या मते गुन्ह्याची तीव्रता कमी करणारी परिस्थिती नसतेच. बजाजची पोच तिच्या आशंकेपेक्षाही पुढची होती. अनेक उपनगरी कॉलेजं त्याला पैसा पुरवीत होती. चिलीच्या मैत्रिणीसारख्या तरुण मुली नियमित आणि सतत निश्चित सेवा पुरवीत होत्या. त्याचे ग्राहक निष्पाप आणि तरुण मुलींसाठी हवा तेवढा पैसा पुरवीत होते. मुलींना पैशाचं आकर्षण पुरेसं नसलं तर त्यांना हव्या त्या चैनी आणि सेवा पुरवल्या जात. त्यामुळे त्यांना आपलं चीज होतंय असं वाटे. फार कमीजणी संकटात सापडत. लल्ली त्यांच्याशी बोलताना सारे तपशील त्यांना सांगे. त्यांना दाखवायला त्यांच्या पुढच्या अवस्थेचा, अ‍ॅटोप्सीचा एक अल्बमच तिच्याजवळ नेहमी असे.

बहुतेक वेळा ती उदास होऊन घरी परते. 'आपण इतकंच करू शकतो.' ती सुस्कारा सोडत म्हणे.

लोलाविषयीच्या सत्यानं ती जास्तच उदास होई. लोलानं तिच्या काही जुन्या ग्राहकांशी संबंध ठेवले होते. अलिफ बे नं सांगितल्याप्रमाणे तिनंही या मागचा मेंदू बजाज हाच असल्याचं ओळखलं होतं. पूर्वीच्या भेटीतून त्याला ओळखलं होतं. तिनं गप्प राहण्याबद्दल बजाजनं तिला चांगली रक्कम द्यावी म्हणून प्रयत्न केले होते.

''तिचा प्रतिकार करणं कठीण होतं.'' बजाज लल्लीला म्हणाले होते.

त्या रात्री रफीकच्या नृत्यानंतर तिनं आपला बेत बजाजच्या कानावर घातला होता. त्यांनीही नंतर भेटून बोलायचं कबूल केलं होतं. ते त्याप्रमाणे भेटले तेव्हा लोलानं खूपच मोठी मागणी केली. तिनं त्याला सांगितलं की तिला कॉलेजच्या रॅकेटची माहिती आहे आणि इथल्या पाहुण्यांपैकी एकाजवळ त्याला धमकावण्याइतकी माहिती आहे. ती त्या मुलीला ठराविक रकमेवर गप्प राहायला राजी करील. मधल्या काळात ती त्याच्याशी उदारपणे शरीरसंबंध ठेवायला तयार होती, तिथं त्या कोचावरच. तिथंच त्यानं तिचा खून केला.

चिलीच्या दुःखाची आपल्याला कल्पनाच नाही किंवा तिच्या असाहाय्य संतापाचीही. तिला ते अटळपणे माहीत होतं. तिनं लोलावर विश्वास ठेवला होता. नाहीतर ती

आज जिवंत असती. तिनं तारकवर विश्वास ठेवला होता. नसता ठेवला तर आज तोही जिवंत असता.

हे असंच चाललं. परिस्थितीची न संपणारी मालिका.

मी अजून त्याचे तुकडे गोळा करतेय.

गेल्या आठवड्यात सॅव्हियो घरी एक पाहुणा घेऊन आला. लल्ली बाहेर गेली होती आणि सॅव्हियोनं मला आर. सदाशिवम्‌ला माझ्याशी काही बोलायचं होतं म्हणून आणलं होतं. श्री. सदाशिवम्‌ शर्ट आणि वेष्टी या वेषात, चंदनाचं गंध आणि विभूती लावून आले आणि आपली छोटी कापडी पिशवी काळजीपूर्वक आपल्या दोन पायांमध्ये ठेवून गंभीरपणे न बोलता बसून राहिले. एखाद्या सांत्वनाला यावं तसे. एका अर्थी ते त्याच्यासाठीच आले होते.

ते कै. नटराज अय्यरचे भाऊ होते. कदाचित मी त्यांच्याबद्दल ऐकलं होतं का?

अशा प्रकारे तारकच्या भूतकाळाच्या कहाणीतला एक आणखी तुकडा माझ्या हाती लागला. तो काही वर्ष ॲप्रेंटिस म्हणून काम करीत होता. त्यानं युरोपात काही वर्ष काढल्यावर नटराज अय्यरचा व्यवसाय आणखी विस्तारण्याची त्याला आशा होती; पण तो एका ढासळत्या उद्योगाकडे परतला. दिवाळं काढून. नटराज अय्यर स्वत: त्या व्यवसायाकडे पाहणं शक्य नव्हतं. तो फार आजारी होता. तारकनं शेवटचं वर्ष शक्य तेवढं करून काढलं. त्याच्या अन्नदात्याच्या पत्नी आणि मुलाला त्यातून थोडं उत्पन्न मिळेल इतपत त्यानं सोय केली. 'आमच्या आयुष्यात तो जितक्या अचानक आला होता तसाच गेला.' आमचा पाहुणा म्हणाला.

माझ्याकडे ती चहादाणी आणि तारकचं फाटकं ब्राउनिंगचं पुस्तक होतं. एक दिवस त्याच्या वस्तूंचं एक लहानसं पुडकं लल्लीनं मला दिलं आहे. ते मी उघडीन एक दिवस. कदाचित. पण इतक्यात नाही. इतक्यात नाहीच.

हिला लवकरच 'अर्देशिर व्हिला' विकणार आहे. रमोना मनापासून कराटे शिकतेय. गंभीरपणे. तिचा बॉयफ्रेंड त्यातला 'ब्लॅक बेल्ट' आहे. साने लोक आमच्या आठवणीतून गेलेत. अलिफ बे लोला प्रकरणातून बाहेर पडलाय आणि पेज थ्री वर विश्वास ठेवायचा तर 'बिद्री बिच' बरोबर त्याचं जमतंय. रफीक पॅरिसमध्ये आहे, त्याचा नवा बॅले 'अन्नपूर्णा' स्टेजवर आणतोय.

हे सगळे पेज थ्री वर गेल्या आठवड्यात होते. फेलिक्स त्यात केंद्रस्थानी होता, त्याच्या नव्या थ्रिलरच्या, होय– *'कॅरियन कुक'*च्या प्रकाशनाच्या वेळी. एक भयानक खून असं शीर्षकात म्हटलं होतं. त्यातल्या चित्रात फेलिक्स (बहुतेक) जिवंत लॉबस्टर खात होता. सोनिया सोराबजी, देखण्या पायाची हिरॉईन, नखरेल कटिवस्त्र नेसून उज्ज्वला सानेवर छाप टाकतेय. उज्ज्वला मांसल माशासारखी जाळीदार शिफॉन आणि पुढे पाठ मागे सपाट अशा चमत्कारिक

ब्रा कम ब्लाऊझमध्ये. ती जगात अशी एकच स्त्री असेल, तसलं काही घालणारी.

रमोना तिच्या शुभ्र वेषात छान दिसतेय. हिलानं कॅटसूट घातलेला नाही.

फेलिक्सनं लल्लीला आपल्या पुस्तकाची एक कॉपी आधीच पाठवलीय. कार्नेशन फुलांच्या टोपलीत घालून. पुस्तकाचं आवरण विचित्रच आहे. अंड्याचा बलक आणि रक्ताचे डाग यांचं. पुस्तक अपेक्षेप्रमाणेच आहे. पुस्तक लल्लीला अर्पण केलंय. तारकचा पुस्तकात उल्लेख नाही. त्याचा लाखात एक असा मेनू जेवणाच्या आमंत्रणात छापला आहे, पण त्याची ओळख न देताच.

अर्थातच आम्ही लक्ष दिलं नाही.

■